कल्पनेच्या
पलीकडले

'दिलीपराज प्रकाशन प्रा. लि. 'च्या नवीन पुस्तकांची यादी व माहिती हवी असल्यास आपला पत्ता, दूरध्वनी क्रमांक किंवा *Email* आमच्या *diliprajprakashan@yahoo.in* या *Email address* वर पाठवावा किंवा आमच्याशी दूरध्वनी क्रमांक फॅक्ससहित : ०२०-२४४८३९९५/२४४९५३१४ /२४४७१७२३ यावर संपर्क साधावा. आमच्या वेबसाईटला एकदा अवश्य भेट द्या.

Website: *www.diliprajprakashan.com*

कल्पनेच्या पलीकडले

(कथासंग्रह)

सुधाकर राजे

 **दिलीपराज प्रकाशन प्रा. लि.**
२५१ क, शनिवार पेठ, पुणे - ४११ ०३०.

प्रकाशक
राजीव दत्तात्रय बर्वे,
मॅनेजिंग डायरेक्टर,
दिलीपराज प्रकाशन प्रा. लि.,
२५१ क, शनिवार पेठ,
पुणे - ४११ ०३०

प्रथमावृत्ती : १५ जून २०१२

प्रकाशन क्रमांक : १९५०

ISBN : 978-81-7294-936-5

टाईपसेटिंग :
पितृछाया मुद्रणालय,
९०९, रविवार पेठ,
पुणे - ४११ ००२

मुद्रितशोधन :
मिलिंद बोरकर, पुणे

मुखपृष्ठ :
कैवल्य राम मशिदकर

पुस्तकांच्या वेगळ्या जगात भरलेल्या अमाप
आनंदाची जाणीव करून देणाऱ्या
कै. ती. वडिलांच्या स्मृतीस सादर समर्पण

- पुनश्च -

पंचेचाळीस वर्षांपूर्वी हे लेख संकलन प्रथम प्रकाशित झाले. काही महिन्यांपूर्वी त्याचा उल्लेख सहजगत्या माझे पत्रकार-स्नेही श्री. मल्हार गोखले यांच्याजवळ केला, तेंव्हा त्यांनी चटकन् सुचवले की दुसरी आवृत्ती काढा, आताच्या वाचकांनाही आवडेल. मध्यंतरी अर्धेशतक लोटले होते, व पुस्तकाची प्रत माझ्याजवळ नव्हती. प्रकाशक दादरचे, म्हणून दादरचे स्नेही श्री. विद्याधर बिवलकर यांना फोन केला. बिवलकरांना माझ्याबद्दल अवास्तव आदर. त्यांनी प्रकाशकाचे गोदाम गाठून चक्क उत्खनन केले, प्रत मिळवली आणि स्वतः विकत घेऊन मला पाठवली. मित्र असावेत तर असे, म्हातारपणी फुकटेपणा करण्याची सोय.

याच काळात दिलीपराज प्रकाशनचे श्री. राजीव बर्वे यांचा परिचय झाला, व त्यांनी माझे एक पुस्तकही छापले. म्हणून त्यांना हे पुस्तक पाठवले आणि नवीन आवृत्तीबद्दल विचारले. अहो आश्चर्यम्! बर्वे लगेच हो म्हणाले. मी गमतीने

म्हणतो, एक वेळ परमेश्वर पावेल पण प्रकाशक पावणे कठीण. बर्वे त्याला अपवाद ठरले.

पुस्तक प्रथम निघाले तेव्हा त्याचे शिर्षक 'वेगळे जग' होते. पण काळ बदलला आहे. जग बदलले आहे. त्या वेळी वेगळे जग होते, आता वेगळे आहे. म्हणून नवीन आवृत्तीचे नवीन नाव.

कांदिवली, मुंबई   **सुधाकर राजे**
डिसेंबर २०११

।। सात ।।

- अनुक्रमणिका -

.१.
निधडी छाती

प्रत्यक्ष रणक्षेत्रापासून दूर कोठे तरी सुरक्षित ठाण्यावर बसून आणि टेलिफोन, रेडिओ व नकाशे पुढ्यात घेऊन सेनापतीने आदेश द्यायचे आणि रणांगणावरच्या सैनिकांनी मरायचे किंवा जगायचे – ही आजची युद्धनीती. पण सैनिकांच्या खांद्याला खांदा भिडवून मृत्यूला आव्हान देणाऱ्या सेनापतींच्या वीरकथा गेल्या महायुद्धात घडल्या आहेत. त्यांतल्या काही वेचक, नाट्यमय शौर्यकथा...

गडद अंधारी रात्र. उत्तर आफ्रिकेतील अल्जेरियाचा निर्जन समुद्रकिनारा. प्रचंड लाटांच्या खांद्यावर टिकल्यांप्रमाणे तरंगणाऱ्या दोन-तीन छोट्या-छोट्या रबरी होड्या किनाऱ्याला गुपचूप लागल्या आणि दहा माणसे पावले न वाजविता बाहेर पडली. अमेरिकन सेनानी जनरल मार्क क्लार्कने फक्त नऊ निवडक बहादुरांना बरोबर घेऊन आफ्रिकेवर केलेली ही गुप्त चढाई म्हणजे अक्कलहुशारी व राजीखुषीने ओढवून घेतलेले मरण होते. पण क्लार्कला त्याची तमा नव्हती.

किनाऱ्याला त्याचे पाय लागले, तेव्हा त्याच्यापुढे एकच ध्येय होते— हिटलरच्या ताटाखालचे मांजर असलेल्या व्हिची फ्रेंच सरकारच्या अमलाखालील आफ्रिकन प्रदेशातल्या नाझीविरोधी फ्रेंच सेनाधिकाऱ्यांशी संबंध स्थापित करायचा आणि अमेरिकन स्वारीची गुप्त पूर्वतयारी करायची.

किनाऱ्याजवळ उंच कड्यावर एकुलते एक घर होते आणि त्या घरात खुणेचा दिवा जळत होता. क्लार्क आणि त्याचे धाडसी वीर घराच्या दिशेने दबत-दबत व चाचपडत चालले होते. इतक्यात अंधारातून हळूच आवाज आला— "यावे!"

अल्जीरियातला अमेरिकन प्रतिनिधी रॉबर्ट मर्फी याचा तो आवाज होता. पुढे काय करायचे याची थोडक्यात माहिती मर्फीने दिली— "घराचा मालक टेसियर नावाचा फ्रेंच माणूस आहे. तो गुप्तपणे आपल्या बाजूचा आहे. या घरात पहाटे पाच वाजता काही निवडक फ्रेंच सेनाधिकारी बोलणी करायला येणार आहेत. कुणाला कळू नये म्हणून टेसियरने आपल्या अरब नोकरांना रजा दिली आहे..."

रजा? मालकाने आपल्याला रजा का दिली? त्या अरब नोकरांना कसला तरी वास आला आणि ते सरळ पोलिसाकडे गेले... पण क्लार्क अणि मंडळींना याचा पत्ता नव्हता!

क्लार्कच्या गटात दोन-तीन ब्रिटिश अधिकारी होते. ते आपल्या रबरी होड्या व इतर साहित्य घेऊन वरच्या मजल्यावर लपले आणि ठरलेल्या वेळी क्लार्क, मर्फी अन् इतर अमेरिकन मंडळींची फ्रेंच सेनाधिकाऱ्यांबरोबर बैठक सुरू झाली. जर्मन वर्चस्व झुगारून द्यायला निघालेल्या त्या फ्रेंच अधिकाऱ्यांनी गुप्त कागदपत्रांचे बाडच्या बाड बरोबर आणले होते.

इतक्यात टेसियर धावत आत आला— "पोलीस!" असे तो कसाबसा उद्गारला. निमिषार्धात वातावरण पालटले. पोलीस घरापर्यंत पोचायच्या आत फ्रेंच अधिकारी उड्या टाकून घराबाहेर पडले आणि भरधाव मोटारी सोडून त्यांनी हमरस्ता गाठला.

"लवकर, लवकर!" पांढराफटक पडलेला टेसियर म्हणाला. कागद घेऊन क्लार्क आणि त्याच्या बरोबरच्या साथीदारांनी धावत-धावत तळघराचा गुप्त दरवाजा गाठला. टेसियरने दरवाजा झट्कन लावून घेतला आणि आतल्या गडद अंधारात सगळ्यांनी श्वास रोखून बंदुका सरसावल्या. इकडे मर्फी आणि टेसियरने टेबलावर दारूच्या बाटल्या पसरून पार्टीचे दृश्य निर्माण केले.

खाड् खाड् बूट वाजवीत पोलीस आत शिरले. ''काय चालले आहे?'' पोलीस अधिकाऱ्याने दरडावून विचारले. ''काही नाही, जरा पीत बसलो होतो...'' टेसियरने उत्तर दिले. ''तुम्ही कोण?'' पोलिसांनी मर्फीकडे वळून विचारले. ''मी रॉबर्ट मर्फी, अमेरिकेचा इथला कॉन्सल.'' मर्फीने पीत-पीत जरा झिंगल्यासारखे उत्तर दिले. ''चला रे, झडती घ्या घराची...'' हुकूम सुटला. खालच्या सगळ्या खोल्यांची झडती झाली आणि तळघरात लपलेल्या क्लार्कच्या डोक्यावरून कित्येकदा बुटांचा दणदणाट गेला. मर्फी, टेसियर, क्लार्क... सगळ्यांच्या पोटात एकाच भीतीने गोळा उठला होता— पोलीस वरच्या खोल्यांची झडती घ्यायला गेले तर? तर... सगळे खलास!

तरीही आम्ही झडती घेणार !...

वरकरणी मर्फी आणि मंडळी शांतपणे दारू पीत बसली. खालच्या खोल्यांची झडती संपवून पोलीस परत आले. आता काय होणार? पोलीस अधिकाऱ्याने विचारले, ''वर कोण आहे? आम्हाला वरची पण झडती घ्यायचीय...'' थोडा वेळ कोणीच काही बोलले नाही. मग मर्फी खुद्कन हसला अन् डोळे मिचकावीत म्हणाला, ''खरं सांगू? वर बेडरूममध्ये एक-दोन फ्रेंच अधिकारी आहेत. पण... पण... कसं सांगू आता?... इथल्या एक-दोन प्रतिष्ठित बायकांशी त्यांचे रंग-ढंग चाललेत...''

पोलीस अधिकाऱ्याने मर्फीकडे एकदा संशयी नजरेने पाहिले अन् एकदा जिन्याकडे मग तो म्हणाला, ''तरीही आम्ही झडती घेणार!''

मर्फी म्हणाला, ''आमची काहीच हरकत नाही. पण त्यांतली एक बाई तर अितके बडे धेंड आहे की ती हे असले धंदे करते असं जगजाहीर झालं तर मजाच मजा येईल!...'' त्या विचारानेच मर्फीला खदखदून हसू येऊ लागले आणि त्याच्याबरोबर टेसियरही हसू लागला.

पोलीस अधिकारी त्यांच्याकडे पाहत राहिला, मग म्हणाला, ''ठीक आहे, आम्ही जातो... पण परत येऊ! आम्हाला या घराबद्दल काही रिपोर्ट मिळाले आहेत.''

पोलीस बाहेर पडले आणि काही मिनिटांतच क्लार्क अन् त्याच्या धाडसी सहकाऱ्यांनी गुप्त कागदपत्रांसह पाण्यात होड्या सोडल्या व दूर समुद्रात दबून वाट पाहणारी पाणबुडी गाठली. काम फत्ते!

असा हा मृत्यूच्या दाढेत बेदरकारपणे अक्षरश: च्युइंग गम चघळीत

घुसणारा सेनानी. खरे म्हणजे आजकालच्या बटणे दाबून लढायच्या युद्धात सेनेच्या मागे राहणारा तो सेनापती, अशी व्याख्या झाली आहे. दूर पाठीमागे कोठे तरी सुरक्षित ठाण्यावर बसून आणि टेलिफोन, रेडिओ अन् नकाशे पुढ्यात घेऊन सेनापतींनी प्यादी हलवायची आणि त्याप्रमाणे आघाडीवरच्या खंदकातल्या सैनिकांनी मरायचे किंवा जगायचे ही आजची युद्धनीती. पण अशा दिवसांतही सैनिकांच्या खांद्याला खांदा भिडवून रक्तामांसाच्या चिखलात शर्थीच्या शौर्याने लढणाऱ्या अन् प्रसंगी त्यांच्याच बरोबर प्राण देणाऱ्या सेनापतींच्या वीरगाथा गेल्या महायुद्धात घडल्या आहेत. त्यातल्या वेचक नाट्यमय शौर्यकथांचा संग्रह म्हणजे हे पुस्तक.

शौर्याला शत्रूमित्रांची सीमा नसते. म्हणून या संग्रहात फक्त नऊ निधड्या छातीच्या सैनिकांसह आफ्रिका खंडावर चढाई करणारा अमेरिकन सेनापती मार्क क्लार्क आहे, त्याचप्रमाणे ब्रिटिशांच्या सशस्त्र ठाण्यावर बेदरकारपणे हिंडून पाहणी करणारा जर्मन सेनापती रोमेलही आहे. पुड्यांच्या धाग्याने विणलेल्या दोरखंडाच्या साह्याने दीडशे फूट खोल दरीत उतरून शत्रूच्या कैदेतून निसटणारा ६३ वर्षांचा फ्रेंच सेनापती गिरॉड आहे, तसाच बरोबर १२ दिवसांत अजिंक्य बर्लिन अक्षरश: बेचिराख करणारा रशियन सेनापती झुकॉव्हदेखील आहे.

ब्रिटिशांना चकविणारा रोमेल

रोमेलची कथा म्हणजे जेवढी निधडी छाती तेवढेच कावेबाज डोके. भर रणधुमाळीत रोमेल आपल्या रणगाड्याच्या टेरेटमध्ये ताठ उभा राही अन् ओरडे, "माझ्याजवळ रहा; मी 'बुलेटप्रूफ' आहे!" लिबियाच्या वाळवंटातून रोमेलचे रणगाडे आग ओकीत पुढे चालले तेव्हा जर्मन विजय अटळ दिसत होता. आफ्रिकेत मुसोलिनीचा दोस्तांनी धुव्वा उडविला, तेव्हा हिटलरने रोमेलला म्हटले, "मुसोलिनीला जे जमले नाही ते तू करून दाखव..." पँझर रणगाड्यांचे एक रेजिमेंट मिळेल असे आश्वासन मिळाल्यावर दिनांक १२ फेब्रुवारी १९४१ या दिवशी रोमेल त्रिपोलीला येऊन थडकला. पहिली गोष्ट त्याने केली ती ही की लाकडाचे बरेचसे बनावटी रणगाडे करून घेतले आणि ते खूप इकडून-तिकडून वाळवंटात फिरवले. दुसऱ्या दिवशी विमानातून घेतलेले फोटो ब्रिटिशांनी पाहिले तेव्हा ते उदगारले, "रोमेलचे 'आफ्रिका कोअर' येऊन पोचले वाटते!" लगेच त्यांनी चढाई थांबवली.

रोमेलला नेमके हेच हवे होते. आफ्रिका कोअरच्या फक्त दोन डिव्हिजन्स

आल्या होत्या अन् पँझर रेजिमेंटचा तर पत्ताच नव्हता. पण रोमेलने एकदम हल्ला चढवला. थेट 'वेडांत मराठे वीर दौडले सात' या धर्तीवर तुटपुंजे आफ्रिका कोअर पिसाटासारखे पुढे-पुढे धावू लागले आणि ब्रिटिश ठाणी केवळ आश्चर्यचकित होऊन एकामागून एक पडू लागली. चढाईच्या वेळी रोमेल खूप धूळ उडवी आणि ब्रिटिशांना वाटे की प्रचंड जर्मन फौज येत आहे. केवळ अशा समजुतीने त्यांनी महत्त्वाची ठाणी रिकामी करून माघार घेतली. फक्त एक ठाणे पडता-पडत नव्हते— टोब्रुक. या ठाण्यावरची ऑस्ट्रेलियन शिबंदी स्वत:ला 'वाळवंटातले उंदीर' (डेझर्ट रॅट्स) म्हणवीत असे. या कडव्या रणवीरांनी पन्नास दिवसांत दीड हजार लहान-मोठे हल्ले परतवले. शौर्याचे कौतुक करणारा रोमेल म्हणाला, ''नशीब आमचे की आमचे सर्व शत्रू ऑस्ट्रेलियन नाहीत...'' स्वत: रोमेललाही त्याचे शत्रू तेवढ्याच कौतुकाने 'वाळवंटातला कोल्हा' (डेझर्ट फॉक्स) म्हणत. काहींना तर अशीदेखील शंका यायची की रोमेल नावाचा हा प्राणी बहुधा अर्धा माणूस व अर्धा रणगाडा असावा!

रोमेलचे सैन्य कधीही पुरेसे नव्हते, पण आपला तुटपुंजा सरंजाम त्याने शत्रूच्या लक्षात कधीही येऊ दिला नाही. एकदा त्याने एका तुकडीचा तुटपुंजेपणा लपविण्यासाठी आपली वाहने वाळवंटात इतस्तत: चोवीस तास फिरवली. वेव्हेलने विमानातून घेतलेला फोटो पाहिला तेव्हा त्याला वाळूत चाकांचे असंख्य ठसे दिसले, आणि त्याने तिथल्या ब्रिटिश तुकडीला लगेच माघारी बोलावले. दुसऱ्या एका प्रसंगी रोमेलने चढाईचा बेत ठरवला तेव्हा त्याला कळले की आपल्या रणगाड्यांपैकी फक्त सहा चालू आहेत. लगेच तो म्हणाला, ''रणगाडे नाहीत, तर आपण धुळीने हल्ला करू या!'' जवळ असलेले प्रत्येक वाहन त्याने वाळूत गोल-गोल फिरायला पाठवले. धुळीचे लोटच्या लोट आकाशात उठू लागले आणि त्या धुरळ्याच्या पडद्याआड त्याच्या सहा रणगाड्यांनी बेदरकार हल्ला चढविला. ब्रिटिशांना वाटले, रोमेलची सबंध रेजिमेंट अंगावर आली आहे, आणि त्यांनी रणांगणातून पळ काढला. पुढे एकदा रोमेल हसून म्हणाला, ''मला वाटते मी खऱ्या रणगाड्यांपेक्षा लुटुपुटूच्या रणगाड्यांनी जास्त लढाया जिंकल्या आहेत!''

ब्रिटिशांना चकविणारी आणखी एक क्लृप्ती रोमेल योजीत असे. ती म्हणजे त्यांच्याच पकडलेल्या गाड्या व रणगाडे आपल्या सैन्यासाठी वापरणे. एकदा गंमत झाली. एका पकडलेल्या ब्रिटिश रणगाड्यातून रणांगणाची पाहणी करीत असता तो चुकून एका ब्रिटिश ठाण्यावरच जाऊन पोचला! योगायोगाने

त्या वेळी तो नेहमीप्रमाणे टरेटमध्ये उभा न राहता आत ड्रायव्हरशेजारी बसला होता. रणगाडा थांबला तसे एका ब्रिटिश सैनिकाने जवळ येऊन हातातल्या वस्तूने त्याच्यावर सहज ठक्ठक् केले. रोमेलला वाटले, आपल्या सैनिकांपैकी कुणी तरी आहे. टरेटचे झाकण उघडून तो उभा राहिला. क्षणभर ब्रिटिश सैनिक व जर्मन सेनापती अवाक् होऊन एकमेकांकडे पाहत राहिले. मग शिपाई एकदम ओरडला, "बाप रे रोमेल!" पण तेवढ्यात रोमेलने खाड्कन झाकण बंद करून घेतले व त्याचा रणगाडा सर्रकन निघून गेला.

अखेर टोब्रुकही पडले, तेव्हा तर रोमेलच्या नावाच्या जादूने शत्रूलाही इतके भारून टाकले की वेव्हेलच्या जागी आलेल्या ऑचिनलेकने एक खास फतवा काढला व त्यात म्हटले, "आपले सैनिक रोमेलबद्दल फारच बोलू लागले आहेत व तो त्यांना जादूगार वाटू लागला आहे. रोमेल खूप हुशार आहे हे खरे, पण तो काही 'सुपरमॅन' नाही आणि तो सुपरमॅन असला तरी त्याच्या अंगी दैवी शक्ती आहे असे आपल्या सैनिकांना वाटणे अत्यंत घातक आहे. यापुढे सर्वांनी लक्षात ठेवावे की शत्रूबद्दल बोलताना जर्मनांबद्दल बोलावे; रोमेलबद्दल नव्हे." पण त्याच वेळी ब्रिटिश पार्लमेंटमध्ये चर्चिलने उद्‌गार काढले, "एक महान सेनानी आपल्यासमोर उभा ठाकला आहे."

अखेर रोमेलला हार खावी लागली; पण ती ब्रिटिशांपुढे नव्हे, अपुऱ्या पुरवठ्यापुढे. त्याने हिटलरकडे तक्रार केली : "मुसोलिनी मला पेट्रोल न पुरविता काही तरी सबबी सांगतो." पण हिटलरने ताड्कन उत्तर दिले, "माझा माझ्या सेनापतीपेक्षा मुसोलिनीवर जास्त विश्वास आहे." येथून रोमोलचे डोळे उघडायला प्रारंभ झाला. हिटलरविरुद्ध झालेल्या प्रसिद्ध कटात रोमेलने हिटलरची जागा घेऊन ब्रिटिशांशी तह करावा व सर्वनाश थांबवावा अशी योजना होती. पण कट पार पडायच्या आत बाकीचे सर्व सेनापती पकडले गेले व त्यांना गोळ्या घालण्यात आल्या; तेव्हा रोमेलने ओळखले की आपली सद्दी संपुष्टात आली.

दिनांक १४ ऑक्टोबर १९४४ या दिवशी रोमेलला एका खास 'कामगिरी' वर घेऊन जाण्यासाठी दोन नाझी जनरल त्याच्या घरी आले. त्यांच्याबरोबर निघायच्या वेळी त्याने बायकोला व मुलाला एकीकडे नेऊन म्हटले, "घराला वेढा पडला आहे. हिटलरने माझ्यावर दगाबाजीचा आरोप ठेवला आहे. पण माझी आफ्रिकेतली कामगिरी लक्षात घेऊन मला बंदुकीच्या गोळीऐवजी विष प्यायची संधी देण्यात येणार आहे. ते मी घेतले म्हणजे तुम्हाला मागाहून त्रास

होणार नाही...''

मोटार निघून गेली आणि वीस मिनिटांनी रोमेलच्या घरातला फोन खणखणला— ''कळविण्यास अत्यंत वाईट वाटते की फिल्ड मार्शल रोमेल एका बैठकीला जात असताना अचानक मेंदूच्या विकाराने मरण पावले...''

जनरल हेन्री गिरॉड या ६३ वर्षांच्या फ्रेंच सेनापतीने जर्मन बंदिवासातून करून घेतलेली सुटका शिवाजीच्या आग्र्याहून सुटकेइतकीच हिकमतीची. उंच कड्यावर असलेल्या त्या किल्ल्यात म्हातारा गिरॉड एके दिवशी जय्यत तयारीने दरवाजाच्या किंचित आड उभा राहिला. त्याच्या हातात अनेक पुड्यांच्या धाग्यांनी कित्येक दिवस विणलेला एक दोरखंड होता. टक्टक् पावले वाजवीत पहारेकरी समोरून गेला. दुसरी फेरी फक्त १० मिनिटांनी. हरणाच्या चपळाईने कठड्याला दोर बांधून दीडशे फूट खोल दरीत गिरॉर्ड सरसर उतरू लागला...

विलक्षण प्रसंगावधान

दि. १७ एप्रिल १९४२.

दोर एकीकडे हात कापीत होता, तर दुसरीकडे तो तुटू लागल्याचे लक्षण दिसत होते. खालच्या भयंकर खडकांकडे पाहून गिरॉडने डोळे मिटले, पण उतरणे चालू ठेवले. एकदाची जमीन लागली! गिरॉडने जवळच्या पिशवीतला रेनकोट, हॅट झटपट चढवली, कात्रीने मिशा कशा तरी साफ केल्या आणि लपत-छपत मार्ग आक्रमायला सुरुवात केली.

जवळच एक लहानसे हॉटेल दिसले. एक तरुण मुलगी आवरातला केर काढीत होती. ''गुटेन मॉर्गेन!''— ती म्हणाली. ''थकलेले दिसता. काही पेय हवे?'' कोरड्या ओठांवरून जीभ फिरवीत गिरॉड म्हणाला, ''नको, जरा घाईत आहे.'' इतक्यात रस्त्यावरून कर्कश आवाज करीत लष्करी मोटारसायकली धावत गेल्या— गिरॉडच्या शोधात. मुलीकडे चट्कन वळून गिरॉड म्हणाला, ''ठीक आहे, काही तरी घेतो.'' एका अंधाऱ्या कोपऱ्यात तो बसला. थोड्याच वेळात दरवाज्यात एक सावली पडली. एक नाझी पोलीस उभा होता.

गिरॉडच्या अंगातली नसन् नस ताठरली. या पोलिसाला मारून निसटण्याची कितपत शक्यता आहे?... घ्यावी का संधी?... खाड्खाड् बूट वाजवीत पोलीस त्या अंधाऱ्या कोपऱ्यात आला आणि गिरॉडकडे पाहू लागला. गिरॉडला मिशा आहेत असे सांगण्यात आले होते व या माणसाला मिशा नव्हत्या; पण कुणास ठाऊक...!

"कुठले तुम्ही?" पोलिसाने संशयी स्वरात विचारले.

"म्युनिच", गिरॉड शांतपणे म्हणाला, "बहिणीला भेटायला चाललोय..." उत्तर अस्खलित जर्मनमध्ये होते. कारण तुरुंगात दोर वळणे आणि जर्मन शिकणे, या दोन्ही गोष्टी गिरॉडने सारख्याच काळजीपूर्वक केल्या होत्या. उत्तर ऐकून पोलीस पोरीला म्हणाला, "हा आम्हाला हवा असलेला फ्रेंच म्हातारा नाही. याची बोली थेट जर्मन आहे."

पुढे लपत-छपत आगगाडीचा प्रवास. गाडीत शिरता-शिरताच लाऊडस्पीकरवर घोषणा ऐकू आली— "आखटुंग! ऐका! एक भयंकर फ्रेंच कैदी निसटला आहे. तो ज्याला दिसेल त्याने ताबडतोब जेस्टापोला वर्दी द्यावी..."

गाडी हायडेलबर्गजवळ आली आणि वेग मंदावला. आता काय होणार? गाडीत किंवा स्टेशनवर झडती अटळ होती. गिरॉडने डब्यातल्या माणसांकडे पाहिले— एक लठ्ठशी बाई, दोन व्यापारी अन् एक जर्मन कॅप्टन. गाडी प्लॅटफॉर्मला लागताना गिरॉडने बाहेर पाहिले. रुळावर जर्मन पोलिसांची रांग उभी होती. गाडी थांबताच ते प्रत्येक उतारूची कसून चौकशी करणार. त्यांना बनविणे अशक्यच.

गिरॉर्ड शेजारच्या कॅप्टनकडे सहजगत्या वळला अन् म्हणाला, "माफ करा हं कॅप्टनसाहेब, तुमच्या छातीवर हा आफ्रिका कोरचाच बिल्ला आहे; नाही का?"

संशयी नजरेने कॅप्टन म्हणाला, "हो."

"वाटलंच. मी पण पहिल्या महायुद्धात आफ्रिकेत लढलो..." आणि लढाईच्या गोष्टी सुरू झाल्या. ब्रिटिशांना हरविण्यासाठी काय करायला पाहिजे याबद्दल दोघे उत्साहाने आपापली मते मांडू लागले.

दरवाजा उघडला गेला. "सगळे जण कागदपत्रे बाहेर काढा..." दरवाज्यातून पोलीस बोलला. वादविवादाच्या रंगात असलेल्या कॅप्टनने जरा त्रासिकपणे हात हलविला, पण पोलिसाने त्याच्याकडे दुर्लक्ष केले.

गिरॉर्डने मनात देवाचे नाव घेतले. युद्धाच्या गप्पा काढून त्याने कॅप्टनला खुबीने रंगात आणले होते. आता या अडथळ्याने कॅप्टन पुरेसा रागावेल की नाही?...

"ए म्हाताऱ्या, ओळखपत्र काढ..."

—आणि मग ते घडले!

"सार्जंट!" कॅप्टन ओरडला.

"काय कॅप्टनसाहेब?"

"आधी बाहेर हो!"

"पण कॅप्टन, मला प्रत्येक माणसाची झडती..."

"आधी डब्याच्या बाहेर हो!"

"जातो साहेब..." म्हणत पोलीस निमूटपणे बाहेर पडला.

"लेकाचे सख्ख्या आईची झडती घेतील!" कॅप्टन गुरगुरला आणि पुन्हा विषयाकडे वळला. "हं, तर काय म्हणत होतो— आपण जर अल् अलामीनला वेढा घातला..."

थोड्याच वेळाने गिरॉर्डने गाडीतून उडी मारून ५० यार्डांवर असलेली फ्रान्सची सरहद्द गाठली.

स्कॉर्झेनीची कामगिरी

मुसोलिनीची बंदिवासातून सुटका करून जगाला थक्क करणारा लेफ्टनंट कर्नल ओटो स्कॉर्झेनी हा हिटलरचा आवडता झाला होता यात नवल नाही. एके दिवशी फोन आला— "हिटलरने ताबडतोब बोलावले आहे!" त्या भेटीत स्कॉर्झेनीचा हात हातात घेऊन हिटलर एका भिंतीवर टांगलेल्या प्रचंड नकाशापुढे उभा राहिला. चार वर्षांच्या लढाईत जर्मनीची किती पीछेहाट झाली होती याच्या स्पष्ट खुणा त्या नकाशावर होत्या.

"ही परिस्थिती बदलायला एक प्रचंड ब्लिट्झक्रीग आरंभले पाहिजे, पण ते यशस्वी होण्यासाठी शत्रूला एखादा जबरदस्त मानसिक तडाखा दिला पाहिजे. तो तडाखा तू देऊ शकशील— आयसेनहॉवरला ठार मारून!"

कामगिरी मिळाली आणि तयारी सुरू झाली. आयसेनहॉवर त्या वेळी फ्रान्समध्ये होता. त्याचे ऑफिस व्हर्सायला होते आणि घर पॅरिसच्या जवळ. अमेरिकन वेशांत शत्रूच्या गोटात शिरायचे, अमेरिकन सैन्यात मिसळायचे आणि आइकचा मुडदा पाडायचा.

इंग्लिश चांगले बोलू शकणारे ३००० निवडक सैनिक गोळा करण्यात आले आणि त्यांचे 'अमेरिकीकरण' सुरू झाले. नुसते इंग्लिश येऊन उपयोगी नाही, अमेरिकन 'स्लँग' आली पाहिजे. अमेरिकन पद्धतीने च्युइंग गम चघळायचा, खिशात हात घालून चालायचे, समोरून वरच्या दर्जाचा अधिकारी येताना दिसला तरी ताठ व्हायचे नाही— हे सगळे आले. पण एक गोष्ट जमता जमत नव्हती. ती म्हणजे खास अमेरिकन पद्धतीने एका हाताने सिगारेटची गुंडाळी तयार करणे.

बेत असा होता की निरनिराळ्या तुकड्यांनी निरनिराळ्या दिशांनी शत्रूच्या सैन्यात शिरायचे आणि व्हर्साय गाठायचे. व्हर्सायला स्कॉर्झेनीबरोबरच्या अगदी निवडक सैनिकांनी त्याला जर्मन गणवेशात 'पकडून' आइकच्या कार्यालयाच्या आवारात न्यायचे अन् एकदा आत प्रवेश झाला की वाटेल ते करून त्याची खोली गाठायची आणि गोळी घालायची.

पण सुरुवातीलाच एक घोडचूक झाली होती. त्या घोडचुकीमुळेच आज आयसेनहॉवर जिवंत आहे असे म्हणता येईल. ती चूक म्हणजे, स्कॉर्झेनीने इंग्लिश बोलणारे सैनिक मागितले तेव्हा ते गोळा करण्यासाठी फिल्डमार्शल कायटेलने जो सर्वत्र संदेश पाठविला तो गुप्त होता पण गुप्त भाषेत नव्हता. तो नेमका दोस्त राष्ट्रांच्या हातात पडला होता.

डिसेंबर १९४४ मध्ये स्कॉर्झेनी आणि त्याचे बहादूर 'कमांडो' कूच करीत अमेरिकन सैन्यात मिसळत गेले. पण त्याचबरोबर दोस्तांच्या आघाडीवर एक धोक्याची सूचनाही घणघणू लागली— "स्कॉर्झेनी आणि त्याचे कमांडो मोकाट सुटले आहेत आणि आइकला मारणे हे त्यांचे ध्येय आहे..."

मिलिटरी पोलिसांना सक्त हुकूम सुटले- "कोण कुठल्या पदावर आहे याची मुळीच तमा न बाळगता सरसकट सगळ्यांना अडवीत जा, आणि थोडासा संशय आला तरी अटक करा." नेहमीचे परवलीचे प्रश्न मागे पडले आणि नवीन प्रश्न आले— "ब्राऊन बॉंबर कोणत्या बॉक्सरला म्हणतात? कॉमिक स्ट्रिपमधल्या जिग्जला काय खायला आवडते? बेटी ग्रेबल या सिनेमानटीच्या नवऱ्याचे नाव काय?..."

अमेरिकन सैनिक सारखे मागे-पुढे पाहू लागले. तो जवळच एक अमेरिकन सैनिक दिसतोय; पण तो खरोखरच अमेरिकन आहे की स्कॉर्झेनीचा सैतान आहे? आयसेनहॉवरच्या कार्यालयाभोवतालचा इंच न् इंच संरक्षक शस्त्रास्त्रांनी व्यापला होता.

एव्हाना स्कॉर्झेनी अगदी जवळ येऊन पोचला होता. एके दिवशी त्याला अचानक बातमी मिळाली की आइक आपल्या संरक्षकांचा गराडा सोडून अमक्या दिवशी अमक्या वेळेला अमुक ठाण्याची पाहणी करायला जाणार आहे. लगेच बेत करण्यात आला की रस्त्यातच गाडी ग्रेनेडने उडवायची. नक्की जागा ठरविण्यात आली आणि ठरल्या वेळी रस्त्याच्या बाजूच्या जंगलात ग्रेनेडची भरलेली एक जीप लपून वाट पाहू लागली.

साधारणपणे ठरल्या वेळी एक गाडी येताना दिसली. ती जवळ आल्याबरोबर

भर्रकन जीप बाहेर आली. क्षणभर दोन्ही गाड्या समांतर चालल्या आणि मग एक प्रचंड स्फोट होऊन गाडी उलटीपालटी झाली आणि आतल्या माणसांचा निकाल लागला. भरधाव वेगाने जीप निघून गेली.

—पण तो आइक नव्हता; दुसराच एक अधिकारी बळी पडला होता! मग आइक कुठे आहे? व्हर्सायला टेलिफोन करून विचारण्यात आले. आइक ऑफिसात आला का? नाही. मग तो कुठे आहे? माहीत नाही. लगेच घरी टेलिफोन गेला आणि सबंध पॅरिसभर एकच गोंधळ माजला!

दुपारी खूप उशिरा अगदी काहीच झाले नाही अशा थाटात आयसेनहॉवर ऑफिसात शिरला तेव्हा मोठमोठ्या अधिकाऱ्यांनी अक्षरशः उड्या मारल्या आणि 'व्याकाय' पोरी आनंदाने रडायला लागल्या. पण आइक इतका वेळ कुठे होता? त्याच्या शोफरने माहिती पुरविली— "आम्ही ठाण्यावर जात होतो, पण पॅरिसपासून सुमारे १५ मैलांवर आम्हाला एक म्हातारे फ्रेंच जोडपे दिसले. म्हातारी रस्त्याच्या कडेला बसून रडत होती. आइकने गाडी थांबवून विचारले, 'काय झाले?' म्हातारी म्हणाली, 'आम्ही पॅरिसला आमच्या मुलीला भेटायला चाललो आहोत; पण आता माझ्याच्याने एक पाऊलही टाकवत नाही.' लगेच आइकने मला फर्मावले, 'चल, यांना आधी मुलीकडे पोचवू.' अन् काय सांगू? ते घर सापडता सापडेना... या सगळ्या परोपकाराच्या खटाटोपात एवढा वेळ फुकट गेला..."

फुकट गेला? त्या दिवशी तो वेळ फुकट गेला नसता तर आज आयसेनहॉवर जिवंत नसता.

स्फूर्तिकथांचा हा संग्रह

पुस्तकातले इतर प्रसंग याच निडर परंपरेतले. एकात फक्त ३०० अर्धमेल्या सैनिकांसह शत्रूच्या टापूत ६० मैल आत घुसून ३००० युद्धबंद्यांना सोडविणारा अमेरिकन कॅप्टन बॉम आहे, तर दुसऱ्यात जखमी पायामुळे नीट चालत येत नसतानाही शत्रूच्या जाळ्यातून दोनदोनदा निसटू पाहणारा पहिल्या महायुद्धातला कॅप्टन द गॉल आहे. आणखी एकात 'टोकियोवर कधीही हवाई हल्ला होऊ शकणार नाही,' अशी सार्थ फुशारकी जपानी मारीत असतानाच केवळ मूठभर विमानांसह टोकियोवर हल्ला करणारा अमेरिकन हवाईदलाचा लेफ्टनंट कर्नल डूलिटल आहे, तर चवथ्यात फक्त २४ माणसांना बरोबर घेऊन जर्मनधार्जिण्या फ्रेंच व्हिची सरकारची आफ्रिकेतली राजधानी काबीज करणारा फ्रेंच कॅप्टन

लेक्लर्क आहे. या सर्व सेनापतींच्या सैनिकांनी नेत्रदीपक पराक्रम गाजवून त्या-त्या लढाईत आपले नाव अजरामर केले. पण त्यांच्या त्या कीर्तीत फार मोठा वाटा आहे तो या साहसी सेनानींचा. सैनिक व सेनानी यांतला भेद विसरून व आघाडीच्या रणकंदनात खांद्याला खांदा भिडवून जगणाऱ्या व मरणाऱ्या सेनापतींचा.

दोन-दोन बुभुक्षित आक्रमकांशी सामना करावा लागणाऱ्या आजच्या भारतात या पुस्तकाइतके समयोचित पुस्तक क्वचितच मिळेल आणि म्हणूनच की काय, अमेरिकेत प्रकाशित झालेला हा स्फूर्तिकथांचा संग्रह भारतीय सैन्यातर्फे मुद्दाम पुनर्मुद्रित करण्यात आला आहे.

'फायटिंग जनरल्स' - संपादक : फिल हर्श.

२.
चोवीस तास जीवदान

पोलीस खात्यातील सीझर हा कुत्रा चतुर आणि हुशार खरा, पण 'गुन्हेगार' असल्याच्या आरोपावरून त्याला फाशी फर्मावण्यात आली. एका महत्त्वाच्या चोरीचा तपास लावण्यासाठी फाशीची शिक्षा एकच दिवस पुढे ढकलण्यात आली, आणि–

इंग्लंडमधल्या एका लहानशा खेड्यातल्या एका घरात तीन-चार माणसांची एक गुप्त बैठक चालली आहे.

''किती डल्ला असेल?''—म्होरक्याला प्रश्न

''किमान पन्नास हजार पौंड.'' —म्होरक्याचे उत्तर.

मनातल्या मनात जिभल्या चाटल्या जातात. आता सर्व काही त्या एका माणसावर अवलंबून आहे. तिजोऱ्यांचे पोलादी दरवाजे जाळून उघडण्यात त्याचा हात धरणारा आलम दुनियेत दुसरा कोणी नसेल —पण तो तयार नाही.

''जोपर्यंत तो कुत्रा जवळपास आहे तोपर्यंत आपली छाती नाही!'' तो

स्वच्छ सांगतो. "एकदा का त्या कुत्र्यानं तपास सुरू केला की लपणं अशक्य!" त्याचे मन वळविण्याचा बराच प्रयत्न केला जातो. पण छट्! शेवटी म्होरक्या आश्वासन देतो, "मी त्या कुत्र्याची वासलात लावतो; मग तर झालं?"

"नक्की?" तिजोरीतज्ज्ञ विचारतो.

"नक्की." कुत्र्याची भीती नाहीशी झाल्यावरच तो तयार होतो व सगळा बेत आखण्यात येतो.

पंचक्रोशीतल्या प्रत्येक गुन्हेगाराला अशी दहशत बसविणाऱ्या एका पोलीस कुत्र्याची रसभरित व खरीखुरी गुप्त-पोलीसकथा म्हणजे 'पोलीस डॉग' हे पुस्तक.

ट्रेंटची अचूक निवड

या गोष्टीची सुरुवात पोलीस कॉन्स्टेबल बॅरी ट्रेंटपासून होते. ट्रेंटला कुत्र्याची पहिल्यापासून हौस. तेव्हा पोलीस कुत्र्यांच्या पथकासाठी निवडलेल्या कुत्र्यांपैकी एक आपल्याला मिळणार असे त्याला कळले तेव्हा त्याला मनापासून आनंद झाला. कुत्र्याच्या 'हँडलर'च्या कोर्ससाठी नाव नोंदवायला ट्रेंट गेला तेव्हा त्याला काही 'अशिक्षित' कुत्री दाखविण्यात आली व निवड करायला सांगण्यात आले. एकेक पिंजरा मागे टाकीत ट्रेंट जाऊ लागला अन् एका पिंजऱ्यासमोर थबकला. आत एक भलामोठा, काळ्या-पांढऱ्या रंगाचा, गुरगुरणारा उग्र अल्सेशियन होता. पिंजऱ्याच्या जाळीवर खडूने नाव लिहिले होते- 'सीझर!'

"बस, हाच!" ट्रेंटने एकदम निर्णय घेतला.

"काय, हा?" त्याच्या शिक्षकांनी म्हटले, "माझं ऐकशील तर हा घेऊ नकोस. हा पोलीस खात्यानं वाढवलेला कुत्रा नाही, बाहेरून कुणी तरी दिलाय. खरं म्हणजे हा खात्यानं घेतला कसा याचंच मला नवल वाटतं. माझा या कुत्र्यावर विश्वास नाही. कारण एक तर तो जरा 'जादा' आहे, आणि अशी कुत्री विश्वसनीय नसतात. दुसरं म्हणजे तो क्रूर वाटतो, आणि म्हणून पोलिसी कामाला तो लायक दिसत नाही."

सीझरची कौतुकास्पद प्रगती

पण ट्रेंटची निवड बदलली नाही. "ठीक आहे, तू आणि तुझं नशीब!" शिक्षक म्हणाले. मग त्यांनी एक चामड्याचा गळपट्टा ट्रेंटला दिला व ते म्हणाले, "हा पट्टा अडकव पाहू त्याच्या गळ्यात!" ट्रेंटने पिंजऱ्यातल्या त्या उग्र कुत्र्याशी अगदी शांत आवाजात बोलायला सुरुवात केली. अगदी संथ

हालचाली करीत तो आत गेला व त्याला चुचकारीत तो पट्टा त्याने अडकवला.

तेथून सीझरच्या शिक्षणाला सुरुवात झाली. दोन-तीन वर्षांत सीझरने नावलौकिक कमावला. "नाक तीक्ष्ण असावं तर सीझरसारखं!" ट्रेंटलाच काय, पण त्याची बायको शीला आणि छोटासा मुलगा रिचर्ड यांनाही सीझरबद्दल अभिमान अन् जिव्हाळा वाटू लागला.

एके दिवशी ट्रेंट एका शेतात सीझरची 'उजळणी' करून घेत होता... बस! धाव! थांब! हलू नकोस! हे पकड! इकडे आण!... सर्वांत कठीण परीक्षा म्हणजे कुत्र्याला न हलता बसायला सांगून आपण काही वेळ दृष्टी आड निघून जाणे. सीझरला पंधरा मिनिटे बसायला सांगून ट्रेंट निघून गेला. पण त्याला वेळेचा अंदाज राहिला नाही. पंचवीस मिनिटांनी सीझरनेच मालकाला हुडकून काढले.

त्या रात्री ट्रेंटचा मित्र पोलीस कॉन्स्टेबल डीवर्ट घरी आला. जरा चाचरतच त्याने बोलायला सुरुवात केली, "बॅरी, तुला जॉर्ज ॲपल्टन माहीत आहे ना?"

"हो. का?"

"त्याच्या पंधरा मेंढ्या आज सकाळी कुठल्या तरी कुत्र्यानं ठार केल्या आणि तू शेजारच्याच शेतात तुझ्या कुत्र्याला शिकवीत होतास..." दोस्त निघून गेल्यावर बॅरी आणि शीला भयभीत व चिंताक्रांत नजरेने एकमेकांकडे पाहत बसले.

'सीझर—?' दोघांच्या मनात एकाच विचाराचे काहूर माजले. फक्त त्यांनाच माहीत होते की पोलीस खात्यात भरती होण्याच्या पूर्वी सीझरने दोन मेंढ्या मारल्या होत्या!

त्याचे असे झाले–

पोलीस खात्यात दोन वर्षे नोकरी केल्यानंतर सीझरने एका 'आज्ञापालन स्पर्धे'त भाग घेतला आणि बक्षीस पटकावले होते. स्पर्धा संपल्यावर एक माणूस ट्रेंटजवळ आला व म्हणाला, "हा सीझर, नाही का?"

"हो. का बरं?"

"हा इतका आज्ञाधारक होईल अशी मला कल्पना नव्हती..."

"म्हणजे? तुम्हाला ठाऊक आहे हा कुत्रा?" ट्रेंटने विचारले.

"भले! अहो, हा कुत्रा मीच दिला पोलिसांना. मला एखादा शांत कुत्रा हवा होता अन् हा म्हणजे निव्वळ सैतान. त्यानं एकदा दोन मेंढ्या खलास केल्या

तेव्हा...''

''म्हणजे?'' ट्रेंटने एकदम चपापून म्हटले, ''सीझरनं पूर्वी मेंढ्या मारल्या होत्या?''

''हो ना! त्यानं मुद्दाम नाही मारल्या, पण या तुफानी कुत्र्याची खेळातली दंगामस्तीच इतकी जीवघेणी होती की त्या बिचाऱ्या खलास झाल्या.''

अपूर्व बहादुरी

ट्रेंट सुन्न झाला होता. पण पोलीस खात्याचा नियम मोडून त्याने ती बातमी गुप्त ठेवली होती आणि आता सीझरचे हे कलंकित पूर्वायुष्य ट्रेंटच्या नजरेसमोर उभे राहिले. ट्रेंट, शीला आणि रिचर्ड तिघांचाही सीझर लाडका होता, आणि त्याच्यावर काही अरिष्ट येण्याची कल्पनाही त्यांना सहन होण्याजोगी नव्हती. दुसरा सबंध दिवस काळजीत गेला. रात्री ट्रेंटला टेलिफोन आला– ''अमुक कारखान्यात चोर घुसले आहेत— कुत्र्याला ताबडतोब घेऊन ये.''

अर्ध्या तासात सीझर ड्युटीवर हजर झाला. कारखान्याभोवती पोलीस पेरण्यात आले व मग डिटेक्टिव्ह सार्जंट क्वेंटन, ट्रेंट आणि सीझर असे तिघे आत शिरले. कारखान्यात जिकडे-तिकडे यंत्रांची गर्दी होती आणि जागोजागी मोठमोठी खोकी रचून ठेवली होती. त्या यंत्रांच्या व खोक्यांच्या मागे एक-दोन माणसेच काय, सबंध पलटण लपू शकली असती. क्वेंटन व ट्रेंटच्या हातात शस्त्र नव्हते. कारण अगदी गंभीर परिस्थिती सोडली तर इंग्लंडमधल्या पोलिसांना शस्त्र बाळगायची परवानगी नसते. आतले दरोडेखोर जिवावर उठले तर सीझर हाच त्यांचा रक्षणकर्ता.

तिघे आत शिरले व कानोसा घेऊ लागले. सर्व अगदी शांत होते. ट्रेंटने सीझरचा पट्टा सोडला व हुकूम केला— ''शोध!'' एकदम पुढे उडी मारून त्या कुत्र्याने पद्धतशीरपणे हुंगत माग काढायला सुरुवात केली. दोन्ही पोलीस दबत-दबत कुत्र्याच्या मागोमाग जाऊ लागले. कुत्रा प्रत्येक यंत्राच्या व खोक्याच्या मागे वास घेत होता. आता अगदी थोडा भाग शोधायचा राहिला होता. सीझर एकाएकी थांबला व खूप मोठ्याने भुंकायला लागला.

दोन माणसे हातात पोलादी दांडे घेऊन एका यंत्राच्या मागून बाहेर पडली व त्यांनी सीझरवर एकदम हल्ला केला. सीझरने त्यांचे प्राणघातक प्रहार अगदी सहज चुकविले व झुंज सुरू ठेवली. थोड्याच वेळात त्याने एकाला खाली लोळविले. दुसरा भीतीनेच अर्धमेला झाला व दोघेही पोलिसांच्या हातांत सापडले.

सीझरने कामगिरी बजावली होती. ट्रेंटने त्याचे डोके प्रेमाने थोपटले.

दुसऱ्या दिवशी सुपरिंटेंडेंट पॅटनचे ट्रेंटला बोलावणे आले. पुन्हा मेंढ्यांच्या खुनाची तपासणी सुरू झाली. मेलेल्या मेंढ्यांच्या जवळ एका मोठ्या कुत्र्याच्या पावलांचे ठसे होते. बहुतेक तो अल्सेशियन असावा— सीझर अल्सेशियन होता! ट्रेंट शेजारच्याच शेतात सीझरची उजळणी घेत होता, अन् मुख्य म्हणजे, त्याने सीझरला पंचवीस मिनिटे एकटे सोडले होते.

"सीझर असं काही करणं शक्यच नाही!" ट्रेंटने ठामपणे वरिष्ठाला सांगितले.

"मला माहीत आहे—" पॅटन म्हणाला, "पण परिस्थितीच अशी आहे की शंभर टक्के खात्री करून घेणं आवश्यक झालं आहे. एकदा का लोकांत असा समज पसरला की पोलिसी कुत्री मेंढ्यांना ठार करतात, की साऱ्या पोलीस खात्याला बट्टा लागेल."

अखेर तपास लागला!

खातरजमा करण्याचा एक उपाय म्हणजे सीझरच्या तोंडाची डॉक्टरी तपासणी. पण तिच्यातून काहीच निष्पन्न झाले नाही. कारण घटना घडून बरेच दिवस झाले होते. थोड्या दिवसांनी पोलीस स्टेशनवर एक टेलिफोन आला. बोलणारा माणूस इतका घाबरला होता की प्रथम तो काय म्हणतोय हेच कळेना. त्याची चार वर्षांची मुलगी हरवली होती.

—सीझरसाठी आणखी एक कामगिरी. मुलीच्या जुन्या कपड्यांचा एकदा वास घेऊन सीझरने माग काढायला सुरुवात केली. सगळे पोलीस आणि दुःखात चूर झालेले मुलीचे आई-बाप स्तब्ध राहून पाहू लागले. सीझरने हुंगत-हुंगत शेत ओलांडले; गवताची भलीमोठी गंजी ओलांडली; पलीकडे रस्ता होता, तोही ओलांडला... आणि तो जवळच्या रानात शिरला.

एक मिनिट गेले, पाच गेली, दहा गेली... एवढीशी मुलगी इतक्या दूर रानात भटकणे शक्य आहे काय? आणि एकदम सीझरच्या भुंकण्याचा आवाज आला— तपास लागला होता!

दुसऱ्या दिवशी सकाळी सहा वाजता ट्रेंटच्या घराच्या जवळ राहणारा टॉम वायव्हर्न उठला, आपल्या शेतात गेला आणि जमिनीला खिळल्यासारखा पाहत राहिला. त्याची काही मेंढरे मरून पडली होती! पुन्हा न्यायाची चक्रे फिरू लागली. पुन्हा ट्रेंटची कसून तपासणी. मेंढ्या पहाटेच्या सुमाराला मारल्या होत्या.

सीझरला आपल्या खुराड्याच्या बाहेर पडून मेंढ्या मारून ट्रेंट उठायच्या आत परतणे शक्य नव्हते काय?—होते.

"...पण सीझर मेंढ्या मारणं शक्य नाही!" ट्रेंट पुन्हा ठामपणे म्हणाला, "मी त्याला मेंढ्यांच्या मधेच तयार केलाय."

"आणि कधीच काही झालं नाही?" वरिष्ठाने विचारले. एकदम ट्रेंटला सीझरने पूर्वी मारलेल्या दोन मेंढ्या आठवल्या. क्षणभर तो काही बोलू शकला नाही. नंतर म्हणाला, "नाही!"

—पण त्याच वेळी सुमारे चार मैलांवर दुसऱ्या एका पोलिसाकडे एक माणूस रिपोर्ट द्यायला आला होता— "माझं नाव मर्च. मी बिगेन हाउसमध्ये राहतो. मी काल काही कामासाठी पहाटे मोटरनं लंडनला चाललो होतो, तेव्हा एक मोठा अल्सेशियन मोकळा धावताना पाहिला. त्याचा रंग काळा-पांढरा होता."

याच्या जोडीला दुसऱ्या दिवशी स्थानिक वर्तमानपत्रात एक लेख—'पोलिसांना मेंढ्या मारणारा कुत्रा अजून सापडलेला नाही. मारणारा कुत्रा अल्सेशियन असावा व या भागात पोलीस-कुत्रा सीझर हा एकच अल्सेशियन आहे.'

आणीबाणीचा क्षण

झाले! आता पोलीस खात्याचा नाइलाज झाला. 'सीझरला सस्पेंड करा!' असा हुकूम सुटला व ट्रेंटने मोठ्या दुःखाने सीझरच्या खुराड्याला जाळीचे कुंपण घातले. ट्रेंट कुटुंबावर दुःखाची छाया पसरली. शेवटी शीला म्हणाली, "हा कोण माणूस आहे रिपोर्ट देणारा? त्याला तुम्ही स्वतः जाऊन का नाही भेटत? कदाचित त्याची काही चूक झाली असेल पाहण्यात." अखेरचा उपाय म्हणून मर्चकडे ट्रेंट गेला आणि निरनिराळे प्रश्न करू लागला. पण मर्चने त्याला एकाच वाक्यात धुडकावून लावले, "हे पाहा हवालदार, माझे डोळे काही फुटलेले नाहीत!"

—आणि त्याने दरवाजा धाड्कन लावून घेतला. बिचारा ट्रेंट हळूहळू अंगणातून बाहेर पडू लागला. इतक्यात एका कोपऱ्यात त्याला एक रुमाल पडलेला दिसला. 'रुमाल परत देण्याच्या निमित्तानं तरी आपल्याला मर्चला परत भेटता येईल,' ट्रेंटने विचार केला आणि रुमाल खिशात घातला.

इकडे सुपरिंटेंडेट पॅटनला एक टेलिफोन आला—"माझं नाव कॅटन—मीच पूर्वीचा सीझरचा मालक. मी तो वर्तमानपत्रातला लेख वाचला. मला वाटतं,

मी हे तुम्हाला सांगायला हवं की, सीझरनं पूर्वी दोन मेंढ्या मारल्या होत्या.''

"काय?" पॅटन एकदम उद्‌गारला, "तुम्ही हे त्याच्या हँडलरला सांगितले होते?"

—"हो, दोन वर्षांपूर्वी."

सीझरच्या विरुद्ध अखेरचा पुरावा मिळाला होता!

पॅटनने निर्णय घेतला—"सीझरचा निकाल लावण्याखेरीज गत्यंतर नाही!"

ट्रेंटला बोलावण्यात आले, "तू खोटं का बोललास? सीझरने पूर्वी दोन मेंढ्या मारल्या असताना तू नाही का म्हटलंस?" ट्रेंटजवळ उत्तर नव्हते. सीझरबद्दल वाटणारा अपार जिव्हाळा अन् सीझरवरचा संपूर्ण विश्वास या दोन गोष्टींमुळे तो खोटे बोलला होता. पण या दोन्ही गोष्टी पोलीस खात्याच्या 'नियमांत' बसत नव्हत्या. सीझरच्या भवितव्याबद्दल ट्रेंटला कळविण्यात आले, तेव्हा त्याला धक्काच बसला. त्याच्या मनात विचारांचे रणकंदन माजले. या नोकरीवर लाथ मारावी आणि नागरिक या नात्याने सीझरला पोलीस खात्याकडून विकत घेऊन त्याचा जीव वाचवावा. सीझर नाहीसा झाल्यावर नोकरीत काय राम आहे?

त्याची विचारतंद्री मोडून पॅटन म्हणाला, "सीझरला ऑफिसच्या खुराड्यात आणून ठेव— आजच. त्याचा निकाल लावण्यापूर्वी एकदा चीफ कॉन्स्टेबलसाहेबांची परवानगी लागेल— अन् ते सध्या बाहेरगावी गेले आहेत. ते सोमवारी परतले की, मग..."

चोरांचे गुप्त कारस्थान

गोष्टी एवढ्या स्तराला आल्या त्याच वेळी सुरुवातीला सांगितलेल्या चार माणसांची गुप्त योजना अमलात येऊ लागली होती. शनिवारी मध्यरात्री एक मोठी लॉरी टॅपटॅम खेड्यात शिरली. पावसाची झिमझिम चालू होती. रस्ता निर्मनुष्य होता. पोलीसदेखील कुठे दिसत नव्हता. एका वाण्याच्या गोदामात मागल्या बाजूला लॉरी उभी राहिली. एकजण लपतछपत पुढच्या बाजूला आला आणि दुकानाचे कुलूप अगदी सहज तोडून चट्‌कन आत शिरला. हळूच मागे जाऊन त्याने मागल्या अंगणाचा दरवाजा उघडला. लॉरी आत शिरली व दरवाजा बंद करण्यात आला. मंडळी तेथून वाण्याच्या तळघरात शिरली आणि तळघर व शेजारच्या बँकेचा व्हॉल्ट यांच्यामधली भिंत पाडायला त्यांनी सुरुवात केली. काम वेगाने, पण पद्धतशीरपणे चालले. थोड्याच वेळात भिंतीला पुरेसे

भोक पडले व चौघांनी आत उड्या मारल्या.

आता ते बँकेच्या स्ट्राँगरूममध्ये होते. समोरच तिजोरी होती. लगेच लॉरीमधून ऑक्सिजनची पिपे भराभर आत आणण्यात आली आणि ऑक्सिजनची प्रखर ज्योत तिजोरीच्या पोलादी दरवाजावर फिरू लागली. हॅरी, जिम आणि लेफ्टी तिघांनी आळीपाळीने जाळ धरण्याचे काम तासन्तास सुरू ठेवले. त्यांना धीर देण्याचे काम बॉस करीत होता.

'तिजोरीतज्ज्ञ' हॅरीने आपली करामत दाखवली होती. अखेर तिजोरी फुटली! नोटांची पुडकी लॉरीत रचण्यात आली. रविवारी मध्यरात्री लॉरी बाहेर पडली व गावाच्या बाहेर निघाली. वाटेत दोन पोलीस बोलत उभे होते... पण अशा कित्येक लॉऱ्या रस्त्यावरून जात असतात! गावाच्या बाहेर एका शेताजवळच्या आडोशात लॉरी उभी राहिली. चौघांनी पटापट बाहेर उड्या मारल्या. नोटांच्या पेट्या उचलल्या व शेत ओलांडले. हॅरीने आपले जाड हातमोजे शेतातल्या एका झुडुपात भिरकावले. शेताच्या पलीकडे एका अर्धवट बांधलेल्या घराच्या आडोशाला एक मोटरगाडी उभी होती. दोन मिनिटांत सामान भरले गेले, मंडळी आत बसली व मोटार सुरू झाली.

काम फत्ते

दुसऱ्या दिवशी सकाळी बातमी फुटली, तेव्हा एकच खळबळाट माजला. सुपरिंटेंडेंट पेरी बँकेत धावला. तिजोरीच्या मोडक्या दरवाजाकडे आणि तेथेच टाकलेल्या जाळण्याच्या साहित्याकडे एकच नजर टाकून तो म्हणाला, "हे येरा-गबाळाचं काम नाही, चांगल्या अट्टलाचं आहे."

फक्त चोवीस तास जीवदान

पेरीने तपासाला सुरुवात केली आणि हेडक्वार्टर्सला टेलिफोन केला—"एखादा कुत्रा पाठवा."

थोड्याच वेळात कॉन्स्टेबल केरी आपला कुत्रा माइक याला घेऊन हजर झाला. माइकने टाकून दिलेल्या लॉरीपासून तपासाला सुरुवात केली, पण त्याची खात्री होईना. तो एक-दोन यार्ड हुंगत जाई, पुन्हा नाक वर करून वास घेई व थांबे. हळूहळू तो शेताकडे वळला; पण पुढे त्याची प्रगती होईना! केरीने म्हटले, "साहेब, चोर शेत ओलांडून गेले... पण पुढे माइकला पुरेसा वास राहिलेला दिसत नाही."

एक सार्जंट म्हणाला, ''अशा कामाला सीझरच पाहिजे. त्याला बोलवा.''

''सीझर?'' पेरी उद्गारला. ''तुला माहीत नाही आज सीझरचे काय होणार आहे ते?''

सार्जंटने आपल्या रिस्टवॉचकडे पाहत म्हटले, ''अजून कदाचित कारभार आटोपला नसेल.''

क्षणभर पेरीने विचार केला. मग हुकूम दिला, ''हेडक्वार्टर्सला टेलिफोन करून बघ— सीझर अजून जिवंत आहे का?''

फक्त अर्धाच तास उशिरा फोन केला असता, तर उपयोग नव्हता. पण सीझर जिवंत होता आणि घडलेला प्रकार कळल्यावर त्याला आणखी चोवीस तास जीवदान देण्यात आलं— फक्त चोवीस तास!

नेहमीच्याच उत्सुकतेने सीझर कामगिरीवर हजर झाला. पण बॅरी ट्रेंटचे अंतःकरण दुःखाने जड झाले होते... 'आता या क्षणी या सगळ्या पोलीस खात्याची मदार एकट्या सीझरवर आहे; पण काम झाले की, ते त्याला मारणार!'

जेथे माइक हरला होता तेथून सीझरने सुरुवात केली. ठसा निश्चितच अगदी पुसट असला पाहिजे, कारण सीझरही मधून-मधून थांबत होता. पण हळूहळू तो विशिष्ट दिशेने पावले टाकीत होता. सर्व जण त्याच्या कौशल्याकडे स्तब्ध राहून पाहत होते. ट्रेंटच्या एकाही हुकमाची वाट न पाहता सीझर मार्ग काढीत चालला होता. एकदम तो एका झुडपात गेला— आणि एक जाडसा हातमोजा तोंडात धरून घेऊन बाहेर आला. त्याने तो ट्रेंटला दिला आणि ट्रेंटने पेरीला दिला. बहुतेक जाळण्याचे काम करणाऱ्या चोराने तो घातला असावा हे उघड होते. थोड्याच वेळात सीझरला दुसराही मोजा सापडला. माग काढीत-काढीत सीझरने शेत ओलांडले व तो त्या अर्धवट बांधलेल्या घराजवळ आला. चोर याच ठिकाणी दुसऱ्या मोटारीत बसले होते; त्यामुळे वास तेथेच संपला होता. सीझरने शक्य तेवढे सर्व केले होते.

सीझरने केलेला रहस्यभेद

सापडलेले हातमोजे पेरी तपासत होता. ट्रेंट जवळच उभा होता. सीझर ट्रेंटच्या हाताजवळ बसला होता. एकाएकी त्याने ट्रेंटच्या डाव्या खिशाला नाकाने हळूच ढुसकी दिली.

ट्रेंट म्हणाला, ''काय रे बेट्या? खिशात चॉकलेट नाही!'' पण सीझर हुंगत आणि ढुसक्या देत राहिला. पेरी म्हणाला, ''आत नक्की काही तरी आहे

असं त्याला वाटतंय.''

"आत काहीच नाही, पण सीझर सहसा इतका फसत नाही..." ट्रेंट म्हणाला.

"पाहा तर खरं, काही चुकून राहिलंय की काय ते..." पेरी म्हणाला.

ट्रेंटने खिशाचे बटण उघडले. एकदम सीझरने झडप घालून खिशात तोंड खुपसले. त्याने तोंड बाहेर काढले तेव्हा त्यात एक रुमाल होता.

प्रथम ट्रेंटला काहीच अर्थबोध होईना. मग त्याला एकदम आठवले— 'हा रुमाल आपण मर्चला भेटायला गेलो होतो तेव्हा त्याच्या दरवाज्यात सापडला होता!'

सीझर तोंडात रुमाल धरून पेरीच्या हातातल्या हातमोज्यांकडे पाहू लागला— आणि ट्रेंटच्या डोक्यात खाड्कन प्रकाश पडला.

हातमोज्यांचा वास आणि मर्चच्या रुमालाचा वास एकच होता.

म्हणजे मर्च...???

पुढचे फारसे कठीण नव्हते. श्रीयुत राजमान्य राजश्री मर्च म्हणजेच निष्णात तिजोरीफोड्या हॅरी ग्रीन.

"मला माहीतच होतं की हा सीझर शेवटी घात करील,'' हॅरी कपाळाला हात लावून म्हणाला, आणि हे टोळीच्या म्होरक्याला माहीत असल्यानेच त्याने सीझरविरुद्ध सगळा कट रचला होता. त्याने साधारण सीझरसारखाच दिसणारा एक अल्सेशियन विकत घेऊन त्याला मेंढ्या मारायला शिकवले होते. दोनदा मेंढ्या मारून झाल्यावर सीझर बदनाम झाला व 'तुरुंगा'त पडला. शेवटी तर त्याला 'फाशी'ची शिक्षाच झाली होती. म्हणजे आता सीझरचा ससेमिरा मागे लागणार नव्हता. एवढी खातरजमा झाल्यावर हॅरी आणि मंडळी उद्योगाला लागली होती; पण अखेरच्या क्षणी सीझरने रहस्यभेद केला आणि खऱ्या मारेकरी कुत्र्याचे रहस्य उजेडात आले.

ट्रेंट आनंदाने उचंबळलेल्या अंतःकरणाने सीझरला घेऊन शीलाला सांगण्यासाठी घरी धावला. मनात त्याने एक बेत आखला— "जाता-जाता एक शेरभर मटण विकत घ्यायचे— आज सीझरला मेजवानी!"

◇◇

'पोलीस डॉग' - लेखक : रॉड्रिक जेफ्रीज.

३.
सागर आणि साहस

समुद्रातली लढाई म्हणजे निसर्गाच्या रौद्र तांडवाशी मानवाने केलेला संग्राम. शौर्य आणि कल्पकता यांच्या जोरावर सागराशी बेडरपणे दोन हात करणाऱ्यांच्या या साहसकथा एका दर्यासारंगानेच लिहिलेल्या आहेत. त्या पुस्तकाची ही ओळख.

'शं नो वरुण:!'

भारतीय नाविक दलाने स्वीकारलेले हे ब्रीदवाक्य म्हणजे दर्यावर्दी भारतीयांनी फार प्राचीन काळापासून केलेली प्रार्थना आहे— 'सागरदेवता आमच्यावर प्रसन्न असो...' भटक्या मानवजातीने कित्येक हजार वर्षांपासून पृथ्वी पालथी घातली आहे. माणसाने देशदेशांतरीची पायपीट केली आहे, तशीच साता समुद्रांची सफरही केली आहे. ज्या पृथ्वीचा अधिकांश भाग पाण्याने व्यापलेला आहे, तिची परिक्रमा करताना त्याला त्या पाण्यातूनही वाट काढावी लागली यात नवल नाही. मात्र ही परिक्रमा निर्वेध झालेली नाही. सागराच्या रौद्र स्वरूपाचे माणसाला

पुष्कळदा दर्शन झाले आहे. कित्येकदा सागराच्या छातीवर पाय देणारा माणूस त्याच्या तळाशी गडप झाला आहे. पण काही प्रसंग असेही आले आहेत की सागर आणि मानवी साहस यांच्या तुंबळ झुंजीत माणसाने सागरावर मात केली आहे. वारा फोफावला असला तरी, दर्या उफाळला असला तरी, माझी वल्हवायची छाती आहे, असे आव्हान देऊन माणसाने मदमस्त सागराला नमविले आहे. प्रत्येक दर्यावर्दी देशाच्या वीरगाथेत अशा काही अजरामर साहसकथांचा अंतर्भाव आहे, आणि सागरयात्राच जर साहसाने भरलेली, तर समुद्रातली लढाई किती रोमांचकारी असेल? असे काही चित्तथरारक सागरसंग्रामही अविस्मरणीय आहेत. अशीच एक कथा स्वत: घडविणाऱ्या एका धाडसी दर्यासारंगाने त्यांतल्या त्यात वेचक प्रसंगांचा केलेला हा संग्रह.

होडी वादळात गडप झाली !

माणूस आणि दर्या यांच्या झुंजीचा पहिला सविस्तर, बिनचूक आणि रोचक वृत्तांत सापडतो तो बायबलमध्ये. इ. स. ६० या वर्षी, म्हणजे १९५० वर्षांपूर्वी घडलेली गोष्ट. सेंट पॉल या ख्रिस्ती संताला पकडून त्याला रोमच्या न्यायालयासमोर उभे करण्यासाठी जेरूसलेमजवळच्या सीझरिया नावाच्या बंदरातून एक रोमन धान्यवाहू जहाज भूमध्य समुद्रातून रोमला चालले होते. बरोबर आणखी ७० कैदी व १०० रोमन सैनिक एवढा ताफा होता. मंद झुळकीबरोबर जहाज भर समुद्रात पोचल्याबरोबर वाऱ्याने अचानक आपले स्वरूप पालटले. सूं सूं करीत तो पिसाटासारखा धावत सुटला आणि लाटांचे तांडव सुरू झाले. त्या प्राचीन जहाजाच्या कप्तानापुढे एकच मार्ग होता— लाटा नेतील तिकडे जाणे. त्यांतल्या त्यात दोन गोष्टी करता येण्यासारख्या होत्या. एक म्हणजे जहाजाच्या पाठीमागे बांधलेली व मागोमाग फरपटत येणारी जीवसंरक्षक होडी आत ओढून घेणे, आणि दुसरे म्हणजे जहाज वादळात कचकड्यासारखे मोडू नये म्हणून त्याच्याभोवती दोरखंड करकचून बांधणे. दोन्ही गोष्टी जेमतेम केल्या, पण उत्तर आफ्रिकेच्या खडकाळ किनाऱ्यावर आपटून जहाजाच्या ठिकऱ्या उडण्याची भीती कमी झाली नाही.

पहिला दिवस गेला. दुसरा गेला. तिसऱ्या दिवशी जहाज हलके करण्यासाठी आतली प्रत्येक अनावश्यक गोष्ट समुद्रास्तृप्यंतु केली— अगदी एकुलते एक पण वादळाने पार मोडून टाकलेले शीडदेखील! चौदा दिवस आणि चौदा रात्री ते मोडके जहाज त्या तुफानात तग धरून होते आणि नंतर त्या भीषण झंझावातात

एक निराळाच आवाज ऐकू येऊ लागला— लाटा किनाऱ्यावर आदळत असल्याचा. म्हणजे किनारा जवळ होता! पण भर वादळात किनाऱ्याजवळ असलेले जहाज खडकावर आपटून निकालात निघण्याची शक्यताच जास्त. मध्यरात्रीच्या अंधारात काहीच पत्ता लागत नव्हता. किंचित दूरच नांगर टाकून कशीबशी रात्र काढायची, असे कप्तानाने ठरवले. दिवस उजाडला की जहाज किनाऱ्याला जितक्या जवळ एखाद्या खाडीत किंवा खबदाडात नेता येईल तितके न्यायचे, आणि मग उड्या टाकायच्या.

पण काही खलाश्यांना तेवढा धीर नव्हता. फेसाळणाऱ्या लाटांवरून सुखरूप किनारा गाठायचा म्हणजे उथळ बुडाच्या होडीतून जायला हवे. म्हणजे जहाजावर घेतलेली होडी पुन्हा कशी तरी पाण्यात सोडून तिच्यातून निसटायला हवे. कट तयार झाला व ते खलाशी आणखी नांगर टाकायच्या मिषाने हळूहळू होडी सोडायच्या तयारीला लागले. पण ही गोष्ट पॉलच्या लक्षात आली व तो कप्तानाला म्हणाला, "हे खलाशी जर असे गेले तर जहाजाची धडगत नाही." लगेच जहाजावरच्या रोमन सैनिकांनी सपासप तलवारी उपसल्या आणि होडीला बांधून ठेवणारे दोर तोडले. सरसर करीत होडी वादळात गडप झाली!

पहाट झाली तसे जहाजावरचे अन्नधान्यही समुद्रात फेकून ते आणखी हलके करण्यात आले. सगळी तयारी झाल्यावर कप्तानाने उफाळणाऱ्या लाटांतून एक खबदाड हेरले आणि तिकडे जहाजाचे तोंड करून नांगर उचलले. नांगरांचा आधार नाहीसा झाल्याबरोबर जहाज धावतच तुफान फेसात शिरले आणि एखाद्या खेळण्यासारखे किनाऱ्यावरच्या खडकावर फेकले गेले. जहाजाच्या ठिकऱ्याठिकऱ्या उडाल्या; पण एकही माणूस दगावला नव्हता! आज माल्टा बेटाजवळील त्या खाडीला 'सेंट पॉल्स बे' असे नाव देऊन दोन हजार वर्षांपूर्वी घडलेल्या या प्रसंगाची आठवण अजरामर करण्यात आली आहे.

गुड्रिडची वीरगाथा

प्राचीन काळात जमा होणारी दुसरी साहसकथा दहाव्या शतकात, म्हणजे कोलंबसच्या कित्येक शतके आधी स्कँडिनेव्हियाच्या सुप्रसिद्ध 'व्हायकिंग' खलाशांनी अमेरिकेच्या किनाऱ्यापर्यंत केलेल्या सफरींची. नॉर्वेहून आइसलँड, ग्रीनलँड करीत- करीत व्हायकिंग खलाशांच्या दोन टोळ्या अमेरिकेच्या उजाड किनाऱ्याला लागल्या. त्या दोन्ही रोगराईने नष्ट झाल्या. पण तिसऱ्या टोळीने पाय रोवला व आतल्या प्रदेशाची पाहणी करण्यासाठी दोन टेहळे पाठवले. तीन दिवसांनी

टेहळे धावत धावत परत आले, तेव्हा एकाच्या हातात रानटी गव्हाची कणसे होती, तर दुसऱ्याच्या हातात द्राक्षांचा घड. ''हीच ती आपण ऐकलेली सुराभूमी!'' सर्व जण ओरडले. त्यांचा नेता कार्ल स्फेनी आणि त्याची सुंदर बायको गुड्रिड यांच्या नेतृत्वाखाली सर्व जहाजे खाडीतून आत-आत येत, आज ज्या ठिकाणी न्यूयॉर्कच्या गगनचुंबी इमारती उभ्या आहेत तेथे येऊन पोचली. त्या ठिकाणी वसाहत करण्यात आली आणि तेथे गुड्रिडला मुलगा झाला— जगातला पहिला अमेरिकन!

तांबूस वर्णाचे आणि भिरभिरत्या चमकदार डोळ्यांचे रेड इंडियन उथळ बुडाच्या होड्यांतून मधून-मधून सरसर करीत यायचे. पण व्हायकिंग लोकांना आपण जगातले सर्वांत पराक्रमी लढवय्ये आहोत असा अभिमान होता तो अनाठायी नव्हता. त्या राक्षसकाय माणसांच्या हातांतल्या जबरदस्त तलवारी पाहून बहुतेक वेळा रेड इंडियन काढता पाय घ्यायचे. पण एकदा ते इतक्या संख्येने आले की होड्या जणू माणसांनी उतू चालल्या होत्या. हवेतून सपासप बाण येऊ लागले आणि मग कानठळ्या बसविणारे चीत्कार करीत हल्ला! निधड्या छातीच्या व्हायकिंग वीरांनीही माघार घेऊन पाठीमागच्या टेकडीकडे पळ काढला. हातात लहान मूल असलेली गुड्रिड लढाईच्या धुमश्चक्रीत सापडली व धावू लागली. काही रेड इंडियन तिच्यामागे लागले, पण तशातही ती ओरडून आपल्या देशबांधवांना म्हणाली, ''बायल्यांनो, माझ्या हातात शस्त्र असतं, तर मी तुम्हाला दाखविलं असतं— कसं लढायचं ते!'' इतक्यात ती कशाला तरी अडखळली. एक व्हायकिंग लढाईत मरून पडला होता आणि त्याची जंगी तलवार जवळच पडली होती. त्या झुंजार युवतीने ती एकदम उचलली आणि मग तिने एक विचित्र गोष्ट केली. आपला झगा फाडून तिने आपले स्तन उघडे केले आणि त्वेषाने लढाईचे आव्हान देत तिने ते तलवारीने जोरजोराने थोपटले. तिचा पाठलाग करणारे रेड इंडियन एकदम स्तंभित होऊन थांबले— आणि एकदम भीतीने ग्रासल्यासारखे पळाले. आइसलँडच्या प्राचीन महाकाव्यात कार्ल स्फेनी-गुड्रिडच्या वीरगाथेला मानाचे स्थान आहे.

प्राचीन काळ सोडून जरा अर्वाचीन काळात आले, तर नाव पुढे येते ते फ्रान्सिस ड्रेकचे. ड्रेकने समुद्रमार्गे सबंध पृथ्वीला घातलेला वळसा हा 'सुप्रसिद्ध सफर' या नावाने ओळखला जातो. अट्टल चाचा म्हणून ओळखल्या जाणाऱ्या या ब्रिटिश खलाश्याने पृथ्वीला वळसा तर घातलाच; पण केवळ पाच जहाजांच्या जोरावर बलाढ्य स्पॅनिश आरमाराला ठिकठिकाणी लुटून अक्षरश: जहाज भरून

हिरे-माणकांच्या राशी आणि सोन्या-चांदीच्या विटा आणल्या.

इंग्लंडच्या प्लायमाउथ बंदरातून निघालेल्या ड्रेकचा काफिला बरोबर चार महिन्यांनी दक्षिण अमेरिकेत ब्राझीलच्या किनाऱ्याला लागला. नांगर टाकले व सगळे हास्यविनोद करीत बसले. इतक्यात पहाऱ्यावरचा माणूस एकदम ओरडला! सगळ्यांनी चमकून वर पाहिले— अन् एकदम सर्वत्र शांतता पसरली. अगदी आवाज न करता बऱ्याचशा रानटी लोकांनी त्यांना गराडा घातला होता. चेहरे भीषण पद्धतीने रंगविलेले... हातांत धनुष्यबाण सज्ज. ड्रेकने स्थिर नजरेने त्यांच्याकडे पाहिले आणि मग तलवार म्यानातून न काढताच तो सावकाश पावले टाकीत त्यांच्याकडे गेला. तो जवळ आल्याबरोबर त्यांनी त्याच्याभोवती रिंगण करून वाकड्यातिकड्या उड्या मारीत नाचायला सुरुवात केली. एकाने त्याची हॅट हिसकावली अन् घालून पाहिली. लगेच त्याने भेट म्हणून काही वस्तू पुढे केल्या. समरप्रसंग टळला!

ड्रेकची शर्विलकी साहसे

ड्रेक बरोबर एका वर्षाने पॅसिफिक महासागरात पोचला. ब्रिटिश जहाजे इतक्या दूर कधीच येणार नाहीत अशी खात्री असलेल्या स्पॅनिश लोकांनी बंदरात सोन्या-चांदीने लादलेली जहाजे पहाऱ्याशिवाय ठिकठिकाणी ठेवली होती. येथून ड्रेकच्या धाडसी लूटमारीला प्रारंभ झाला. ब्रिटिश जहाजे या प्रदेशात आल्याचे स्पॅनिश वसाहतींना खरेच वाटत नसे. पण ते भानावर यायच्या आत जहाजे आणि वसाहत दोन्ही साफ करून ड्रेकचे चाचे पुढचा मार्ग धरीत. एका जहाजावर त्यांना मणभर सोने मिळाले, तर दुसऱ्या जहाजावर चांदी-सोन्याच्या विटा व रत्नाच्या पेट्या मिळून ३० लाख पौंड किमतीचा ऐवज मिळाला. या स्पॅनिश वसाहती किती अफाट संपन्न होत्या याचे आणखी एक उदाहरण म्हणजे एका ठिकाणी एक माणूस घोरत पडला होता आणि शेजारी चांदीच्या भल्या मोठ्या १३ लगडी पडल्या होत्या. ड्रेकच्या माणसांनी त्याची झोपमोड केली नाही; फक्त लगडी उचलल्या!

"आता लूट पुरे!" असे ठरवून ड्रेकने आपला मूळचा बेत अमलात आणायला सुरुवात केली— पृथ्वीपरिक्रमा. इंग्लंड सोडल्यापासून दोन वर्षांनी तो पूर्वेला 'मसाल्याच्या बेटा'त जाऊन पोचला व भरपूर मसाला घेऊन निघाला. इतक्यात वादळाने गाठले. बोटीवरच्या आठ तोफा आणि तीन टन लवंगा तर्पण करून जहाज हलके केल्यावरच वादळातून निभाव लागला. तेथून जावा, सुमात्रा,

हिंदी महासागर, केप ऑफ गुडहोप आणि ३ नोव्हेंबर १५८० या दिवशी, म्हणजे तीन वर्षांनी पुन्हा प्लायमाउथ!

समुद्रावरच्या साहसकथांचा कुठलाही संग्रह जिच्याशिवाय पुरा होऊ शकणार नाही अशी आधुनिक सफर म्हणजे 'कॉन टिकी' या तराफ्याचा पॅसिफिकमधला प्रवास. थॉर हेयरडाल हा नॉर्वेजियन तरुण प्राणिसंग्रहालयासाठी पॉलिनेशियन बेटात प्राणी गोळा करीत असताना त्याला एका गोष्टीचे सारखे आश्चर्य वाटे. इथले रहिवासी उंच, गोरे व फार प्राचीन काळी दक्षिण अमेरिकेत राहणाऱ्या लोकांसारखे कसे दिसतात? पॉलिनेशिया आणि दक्षिण अमेरिका यांच्यादरम्यान साडेचार हजार मैलांचा अथांग महासागर आहे. पण दक्षिण अमेरिकेत पूर्वी असलेल्या इंका जमातीच्या पुराणात हेयरडालला अशी कथा सापडली की ही गोरी जात त्यांचा नेता कॉन टिकी याच्याबरोबर अचानक कोठे तरी गेली. पण ते पॉलिनेशियाला पोचणे शक्य आहे का? "अशक्य!" न्यूयॉर्कच्या एका प्राध्यापकाने मत दिले, "त्या काळी दक्षिण अमेरिकेला बोटीच माहीत नव्हत्या."

"पण तराफे होते." हेयरडाल म्हणाला.

प्राध्यापक म्हणाले, "तुम्ही तराफ्यात बसून पेरू ते पॉलिनेशिया असा साडेचार हजार मैलांचा प्रवास महासागरात करून बघा म्हणजे काय ते समजेल!"

हेयरडालने आव्हान स्वीकारले!

नेमके तेच करून पाहण्याचा हेयरडालने निश्चय केला. निधड्या छातीचे आणि साहसाला आसुसलेले पाच तरुण हेयरडालला येऊन मिळाले आणि तयारी सुरू झाली. पेरूच्या एका बंदरात नाविक दलाच्या धक्क्यावर प्राचीन काळच्या माहितीबरहुकूम एक तराफा बांधण्यात आला. बांधताना खिळेदेखील वापरले नाहीत कारण त्या काळात खिळे नव्हते. तराफ्याचे ओंडके दोरखंडाने बांधण्यात आले. कित्येक तज्ज्ञांनी पुनः पुन्हा सांगितले, "वेडे धाडस करू नका; ही शुद्ध आत्महत्या आहे!" पेरूच्या 'समुद्रमंत्र्यां'नी तर हेयरडालकडून असा लेखी कबुलीजबाब घेतला की तराफा पेरूच्या नाविक दलाच्या धक्क्यावर बांधण्यात आला असला तरी नाविक दलावर त्याची जबाबदारी नाही. एक तज्ज्ञ कप्तान म्हणाला, "पंधरा दिवसांत दोर तुटून तराफ्याचा निकाल लागेल, आणि नाहीच लागला तरी तुम्हाला पोचायला किमान दोन वर्षे लागतील."

हेयरडालच्या हिशेबाने चार महिने लागायला हवे होते. त्याने चार महिन्यांचे अन्न घेतले. कॅमेरा, प्रक्षेपक रेडिओ अशी काही आधुनिक उपकरणे घेतली; पण

मार्गदर्शक एकही यंत्र घेतले नाही. वारा आणि सागरातला अंत:प्रवाह यांच्या साह्याने प्राचीन कॉन टिकीने जसे आपल्या माणसांना नेले होते, तसाच हा 'कॉन टिकी' तराफा जाणार होता.

प्रवास सुरू झाला व थोड्याच वेळात वादळाने गाठले. हिरव्यागार फेसात तराफा साफ बुडून जाई आणि परत वर येई. तीन दिवस आणि तीन रात्री तो वेड लागल्याप्रमाणे नाचत होता. चौथ्या दिवशी सगळे जण जागे झाले ते "हॅलो! हॅलो!" या हाकेने. बरोबर घेतलेला पोपट आनंदाने ओरडत होता. वादळ जाऊन लख्ख ऊन पडले होते. आता त्यांना सोबत करायला असंख्य प्रकारचे मासे जवळ घोटाळू लागले. उडते मासे थेट तराफ्यात उडी मारून जेवणाची आयती सोय करीत! काही जलचर तर आकाराने इतके प्रचंड होते की सबंध तराफाच त्यांच्या घशात गडप होणार की काय, असे वाटे. लांबलचक देवमासे जवळ येऊन हा कोण प्राणी आपल्या एकांतवासात आला, म्हणून पाहू लागले. एकदा एक ७० फूट लांबीचा देवमासा आपला मार्ग सोडून तराफ्याकडे वळला आणि एखाद्या प्रचंड जहाजाप्रमाणे सरसर पाणी कापीत तराफ्याच्या दिशेने आला. एक छोटीशीच धडक आणि तराफा नष्ट झाला असता! फक्त सहा फूट अंतर राहिले आणि देवमासा पाण्याच्या खाली गेला. व्हेल शार्क नावाचा जगातला सर्वांत मोठा मासादेखील मंडळींनी पाहिला. तो इतका लांब होता की तराफ्याच्या खाली गेला तेव्हा तराफ्याच्या दोन्ही बाजूंना तो दिसत होता.

हळूहळू दिवस जात होते आणि हेयरडालची कल्पना खरी ठरत होती. दीड महिना झाला आणि अर्धे अंतर कापले गेले. पुन्हा एकदा वादळ. तुफान वाऱ्याने तराफ्यावरची एक स्लीपिंग बॅग एकदम पाण्यात उडविली. एक जण ती धरायला धावला आणि समुद्रात पडला. लगेच दुसऱ्याने पाण्यात उडी मारली आणि बहादुरीने बुडत्याला वाचविले. पाच दिवसांनी वादळ शमले. आणखी थोड्या दिवसांनी आकाशात पक्षी दिसू लागले— जमीन जवळ आल्याचे लक्षण. बरोबर ९७ दिवसांनी किनारा दिसला. वारा आणि समुद्रातले प्रवाह यांच्या बळावर ३५०० मैलांचा प्रवास त्या तराफ्याने करून दाखविला होता.

एकदाचे पोर्‌लॉक आले

या झाल्या दूरवरच्या सागरयात्रांच्या गोष्टी. खवळलेल्या समुद्रातून केलेल्या सुटकेच्या गोष्टी याहूनही चित्तथरारक. दि. १२ जानेवारी १८९९ ची गोष्ट. लिनमाऊथ नावाचे इंग्लंडमधील एक खेडे समुद्राच्या भीषण वादळाने झोडपून

निघत होते. वाऱ्याच्या अंगात जणू सैतान संचारला होता. संध्याकाळी सातचा सुमार. खेड्यातल्या लाइफ बोट असोसिएशनचा सेक्रेटरी हॉकले याच्या घरी अचानक तार येऊन थडकली— 'एक मोठे जहाज किनाऱ्याजवळ संकटात आहे. लवकरच लाइफ बोट पाठवा.' दहा मैल दूर असलेल्या पोर्लॉक वीमर नावाच्या खेड्यातून तार आली होती. हॉकलेचे साथीदार एकत्र जमले. ''आपल्याला जायलाच हवे!'' एक म्हणाला. सगळे तयार होते, पण जायचे कसे? त्या भयंकर वादळात समुद्रात लाइफबोट सोडणे सर्वथैव अशक्य होते.

मग एकाने विचित्र कल्पना काढली— ''आपण लाइफबोट जमिनीवरून पोर्लॉक खाडीपर्यंत नेऊ या! खाडी जरा आतल्या अंगाला असल्याने तेथे वादळाचा जोर कमी असेल अन् होडी पाण्यात सोडता येईल.'' थैमान घालणारा वादळवारा, अंधारी रात्र, १० मैलांचे अंतर, मध्ये उंच टेकडी आणि माणसांच्या मदतीला हॉर्सपॉवरचे यंत्र नव्हे तर खरोखरीचे घोडे! पण लगेच सगळ्यांनी कमरा कसल्या. वीस तगडे पुरुष, वीस दणकट घोडे आणि हातभार लावणारे स्त्री-पुरुष यांच्या जोरावर लाइफबोट 'लुइसा'चा जमिनीवरून प्रवास सुरू झाला. वारा इतका सोसाट्याचा होता की प्रमुखाने दिलेला हुकूम शेजारच्या माणसाला ओरडून सांगावा लागे. एकेक फूट करीत होडी डोंगर चढू लागली. थकली-भागलेली बायका-माणसे खाली पडत, पुन्हा उठत, अन् काही जण शक्तीबाहेरची मेहनत करून अखेर मागे राहत.

इंच-इंच करीत अर्ध्या मैलाची चढण संपली व उतार लागला. पुढे बांधलेले दोरखंड मागे बांधले, होडी गाडीवर करकचून बांधली आणि गाडी एकदम जोराने घरंगळत खाली न जाता हळूहळू फरफटत जावी म्हणून तिची चाकेही बांधली. मग एकीकडे माणसे जिवाच्या आकांताने त्या होडीला मागे खेचत असताना ती खाली उतरू लागली. एकदाचे पोर्लॉक वीमर खेडे आले आणि पहाटेच्या अंधारात अस्पष्ट आकृत्या दिसू लागल्या.

इतक्यात रस्ता पाहण्यासाठी पुढे गेलेला माणूस परत आला आणि म्हणाला, "पुढच्या कोपऱ्यावरून बोट पुढे जाऊ शकणार नाही! एका घराच्या बागेची भिंत अगदी वाटेत आलीय.'' क्षणाचाही विचार न करता त्या माणसांनी बरोबर आणलेल्या कुदळी-पहारी उचलल्या आणि भिंत पाडायला सुरुवात केली. वादळाच्या त्या कोलाहलातही त्यांचे घाव घरात ऐकू गेले. म्हातारी दाराशी धावत आली अन् म्हणाली, ''काय चाललंय हे? माझी भिंत का पाडता?'' दोन-चार शब्दांत त्यांनी तिला परिस्थिती समजावली. मग ती स्वतःच

भिंत पाडायला पुढे सरसावली. बरोबर दहा तासांनी सकाळी सहा वाजता बंदराला जहाज सुखरूप लागले. होडीने जमिनीवरून केलेल्या प्रवासाचे हे उदाहरण एकुलते एकच असेल.

सागराशी झुंज ही अशी चित्तथरारक. त्यातून समुद्र आणि शत्रू—दोघांशी सामना द्यायचा म्हणजे दुधारी तलवारीशी खेळ. पुस्तकात दिलेले सागरसंग्रामाचे काही प्रसंग विलक्षण नाट्यमय आहेत.

नारळाची ती 'बोलकी' कवटी

गेल्या महायुद्धात लेफ्टनंट जॉन एफ. केनेडीच्या 'पी. टी. वन ओ नाइन' (पेट्रोल टॉर्पेडो बोट क्रमांक १०९) या छोट्या बोटीचे दिव्य जगप्रसिद्ध आहे. एका जपानी विनाशिकेने केनेडीच्या छोटेखानी बोटीला धडक देऊन तिची बरोबर दोन शकले केली. पण त्यांतले एक तरंगत होते. केनेडीला तेवढेच पुरे होते. पाण्यात इतस्तत: गटांगळ्या खाणाऱ्या आपल्या नऊ-दहा साथीदारांना त्याने शांतपणे गोळा करायला सुरुवात केली. दोन्ही हातांनी दोन बुडत्यांना आधार देऊन त्याने त्यांना तरंगत्या तुकड्यावर आणले. त्यांतल्या एकाने हाय खाल्ली, तेव्हा त्याला दम भरला— "अरे तू बोस्टनचा ना? मग काय हे प्रदर्शन मांडलं आहेस?"

सगळे जमल्यावर केनेडीने विचारले, "आपण जपानी प्रदेशात आहोत. बोला— लढायचे की शरण जायचे? नीट विचार करा; कारण तुम्ही बहुतेक सगळे कुटुंबवत्सल आहात. मी काय, सडाफटिंग!" अर्थात लढायचे ठरले. चहूकडे लहान बेटे आणि बहुतेकांवर जपानी सशस्त्र ठाणी. त्यांतल्या त्यात सुरक्षित ठिकाण गाठण्यासाठी केनेडीने एका जखमी साथीदाराला पाठीवर घेऊन चार तास पोहण्याचा विक्रम केला. एका बेटावरून दुसऱ्या बेटावर, तेथून आणखी कोठे तरी. एकदा सोबत्यांना विश्रांती घ्यायला सांगून सुरक्षित जागेच्या शोधात केनेडी निघाला, तो रात्रभर पोहत होता! पुढे त्याने एका रहिवासी पोराबरोबर आपल्या ठाण्यावर गुप्त निरोप पाठविला तो नारळाच्या कवटीवर चाकूने खरवडून. हीच नारळाची कवटी पुढे अध्यक्ष जॉन केनेडीच्या टेबलावर होती!

ही कसली मासेमारी?

शिवाजीची आग्र्याहून सुटका जशी हिकमतीची, तशीच 'ओर्झेल' या

पोलिश पाणबुडीची शत्रूच्या बंदरातून सुटकाही चतुराईची. हिटलरने पोलंडवर चाल केली तेव्हा प्रचंड नाझी आरमारापुढे पोलिश नौसेना केवढी होती? चार विनाशिका, दोन पाणबुड्या आणि दोन गनबोटी— बस! नाझी विमानांनी पोलिश पाणबुड्यांची शिकार सुरू केली, तेव्हा ओर्झेलच्या कप्तानाने बहादुरीने लढा दिला. अखेर तो अतिश्रमाने भयंकर आजारी पडला, तेव्हा दुय्यम कप्तानाने ठरवले की जवळच एस्टोनियाच्या टॅलिन बंदरात आश्रय घ्यावा. एस्टोनिया तटस्थ होता, तेव्हा आंतरराष्ट्रीय कायद्याप्रमाणे बंदरात निदान चोवीस तास राहता येईल व कप्तानाला हॉस्पिटलमध्ये पाठविता येईल. चोवीस तास झाल्यानंतर ओर्झेलने बंदर सोडायची तयारी केली, तेव्हा कळले की दगाफटका आहे. नाझी जर्मनांशी हातमिळवणी केलेल्या ॲस्टोनियन सरकारने एकदम हुकूम सोडला— ''तुमच्या बोटीला अटक करण्यात येत आहे! उद्या सकाळपासून तिची शस्त्रास्त्रे काढून टाकण्यास प्रारंभ होईल.''

पाणबुडीवरचे लोक निसटण्याचा मार्ग शोधू लागले, पण काहीच सुचेना. दुसऱ्या दिवशी दुपारपर्यंत शस्त्रास्त्रे काढून टाकण्याचे बरेचसे काम झाले होते. तब्बल १६ टॉर्पेडो काढले होते, तोफेचे गोळे आणि समुद्राचे नकाशेही गेले होते; पण निसटण्याचा निश्चय कायम होता. दोन पोरसवदा अधिकाऱ्यांनी एक धाडसी कट तयार केला व त्याची अंमलबजावणी लगेच सुरू झाली. अगदी सुरुवातीला एक अधिकारी मासे पकडायला म्हणून लांबलचक गळ घेऊन किनाऱ्यावर आला आणि पाणबुडीच्या जवळच गळ पाण्यात टाकून आरामशीर बसला. बराच वेळ झाला, पण मासा काही गळाला लागेना. बिचारा उठला आणि दुसऱ्या ठिकाणी बसला. पुन्हा तेच! पुष्कळ ठिकाणी त्याने गळ टाकून पाहिला, पण मासा एकही सापडला नाही. ''बिच्चारा!'' त्याचा हा उद्योग पाहणारे एस्टोनियन अधिकारी हसून म्हणाले. हात हलवीत तो अधिकारी बोटीवर परतला, पण तोपर्यंत त्याने गळासारख्या दिसणाऱ्या त्या यंत्राने सबंध बंदराची खोली पाहिली होती व निसटण्याचा मार्ग ठरवला होता.

एकीकडे ही 'मासेमारी' सुरू असताना दुसरीकडे एका खलाशाने पाणबुडी धक्क्याला बांधून ठेवणारा पोलादी दोरखंड अशा रीतीने कापून ठेवला होता की, एक जोराचा धक्का बसल्यावर तो तट्कन तुटावा. इंजिनदेखील काढून टाकायचा हुकूम होता, पण इंजिन अधिकाऱ्याने एस्टोनियन पहारेकऱ्याला म्हटले, ''आता इंजिन काढायचं आहे, तर जरा शेवटचं क्लीनिंग-ग्रीसिंग करून टाकतो...'' टॉर्पेडो उतरवणाऱ्या खलाशाने थोडेसे टॉर्पेडो शिल्लक असतानाच असा काही

'वेंधळेपणा' केला की क्रेनचा पोलादी दोरखंडच तुटला आणि काही टॉर्पेडो बोटीवरच राहिले!

वायरलेस सेटवाल्याला सगळा सेट सुटा करून ठेवायचा हुकूम होता; त्याला मात्र आपल्या पहारेकऱ्याला हुलकावणी देणे कठीण गेले. मग त्याने त्याच्याशी दोस्ती केली आणि सहज म्हटले, "जरा एवढी तार धरता का? दुसऱ्या टोकानं मी सोडवतो..." पहारेकऱ्याने तार हातात धरल्यावर वायरलेस ऑपरेटरने काही तरी खुडबुड केली आणि एकदम पहारेकऱ्याला झणझणीत शॉक दिला. "अरेरे! माफ करा हं!" ऑपरेटर दिलगिरीने म्हणाला, "तार सोडविण्यात माझी काही तरी चूक झालेली दिसतेय. आता सगळा सेट पुन्हा लावला, तरच नीट सुटा करता येईल..." पहारेकऱ्याने हात चोळीत संमती तर दिलीच, मदतही केली. संध्याकाळपर्यंत सेट पुन्हा तयार झाला!

संध्याकाळी सहा वाजता गायरोस्कोपचा स्विच दाबून तो चालू करण्यात आला; कारण तो गरम व्हायला बरेच तास लागतात. घरघर सुरू झाल्याबरोबर संशयी एस्टोनियन अधिकाऱ्याने विचारले, "हे काय आहे?"

"काही नाही, रात्रीचा व्हेंटिलेशन फॅन आहे. मंडळी आज लवकर झोपणार आहेत..." आणि खरोखरीच थोड्या वेळाने सर्व जण जोरजोराने घोरू लागले. बरोबर मध्यरात्री ओर्झेलवर प्रकाशणाऱ्या प्रखर सर्चलाइटची तार कुऱ्हाडीच्या एकाच फटकाऱ्याने तोडण्यात आली आणि अंधारात एकच गोंधळ माजला. पाणबुडी सरसर करीत निघाली अन् बंदराच्या बाहेर पडल्याबरोबर पाण्यात गडप झाली. चिडलेल्या नाझी विनाशिकांनी शोधाचे थैमान घातले. पण ओर्झेल निघाली ती थेट इंग्लंडला पोचली.

अशाच हिमतीने आणि बेडरपणे साम्यवादी चिन्यांच्या तावडीतून स्वत:च्या बोटीची सुटका करणाऱ्या वीराने लिहिलेल्या साहसाच्या कथांचा हा संग्रह पानापानावर शौर्य, कल्पकता आणि सागराचे स्तिमित करणारे स्वरूप यांनी ओथंबलेला आहे यात नवल नाही.

◊◊

'द वर्ल्ड्स ग्रेटेस्ट सी ॲडव्हेंचर्स' - लेखक : कमांडर जॉन केरन्स.

४.
माकडांची चंद्रावर स्वारी

अमेरिकेचे मेजर जेम्स मॅक्डिविट व मेजर एडवर्ड व्हाइट यांनी जेमिनी- ४ या अंतराळयानातून ६२ पृथ्वीप्रदक्षिणा नुकत्याच पुऱ्या केल्या. चंद्राच्या दिशेने मानवाने झेप घेण्यापूर्वी, निरनिराळ्या प्राण्यांनी–विशेषतः माकडांनी– अंतराळउड्डाण करून मानवाचा मार्ग सुकर कसा केला याची अभ्यासपूर्ण माहिती असलेल्या पुस्तकाचा मनोरंजक परिचय.

पाच सहा वर्षांपूर्वी अमेरिकेतल्या एका विमानतळावर घडलेली घटना. एक प्रचंड विमान गिरक्या घेत-घेत खाली उतरले. 'रन वे'वरून धावत-धावत येऊन 'पार्किंग रॅंप'कडे वळले. वेग कमी झाला आणि ते हळूहळू थांबायच्या जागी येऊ लागले. रॅंपवर एक माणूस हातात सिग्नल घेऊन उभा होता. थांबायची नेमकी जागा दाखविणे हे त्याचे काम. विमान त्याच्या दिशेने वळल्यावर त्याचे हात खुणा करून जागा दाखवू लागले. विमान त्याप्रमाणे सरकू लागले. सिग्नलमनचे सगळे लक्ष त्या वेळी विमानाच्या चाकांकडे होते. विमान हळूहळू नेमक्या जागी

आले व थांबले. चाके फिरायची थांबल्यावर इतका वेळ सगळे लक्ष त्यांच्याकडे असणाऱ्या त्या माणसाने सवयीप्रमाणे डोळे वर करून पायलटकडे पाहिले अन् तो एकदम थंडगार झाला! पायलटच्या जागेवरून एक माकड त्याच्याकडे पाहत होते!

विमान चालविणारे माकड? आपण स्वप्नात तर नाही ना, असा भ्रम होऊन सिग्नलमन क्षणभर जागच्या जागी खिळल्यासारखा उभा राहिला. मग माकडाशेजारच्या सीटवरून पायलटने डोके हळूच वर काढले आणि दोघेही खदखदा हसू लागले. पुढे सिग्नलमन म्हणाला, "ही बेटी चिंपांझी माकडं हुशार असतात, हे मला माहीत होतं पण ती विमान चालवायला लागतील, याची मला कल्पना नव्हती..."

अंतराळोड्डाणाचे प्रयोग करणाऱ्या 'नॅशनल एरोनॉटिक्स अँड स्पेस अॅडमिनिस्ट्रेशन' ('नासा') या संस्थेचे ते विमान होते व उड्डाणाच्या प्रयोगासाठी निवडलेल्या एका चिंपांझी माकडाला अंतराळप्रवासाची सवय व्हावी म्हणून फिरायला घेऊन गेले होते.

चंद्रावर मानवाचा झेंडा

त्यानंतरच्या पाच-सहा वर्षांत पृथ्वीपुत्र मानवाने आईचा पदर सोडून जरा अंगणात पाऊल टाकले आहे असे म्हणायला हरकत नाही. अवघ्या दीड तासात पृथ्वी-प्रदक्षिणा करणारे १५-१६ पुरुष व एक स्त्री अंतराळवीर आज जगात आहेत. त्यात सुरुवातीचे काही जण एक प्रदक्षिणा घालून परतले, पण नंतर कुणी ६० प्रदक्षिणा घातल्या, तर कुणी ८०. दोघांनी तर यानाच्या बाहेर येऊन प्रत्यक्ष अंतराळात पाऊल ठेवले आहे. चंद्रावर मानवाचा झेंडा पोचला आहे, आणि शास्त्रीय उपकरणांनी खच्चून भरलेले एक अंतराळयान या क्षणाला मंगळाच्या दिशेने अथांग अवकाशातून धाव घेत आहे. दिनांक २९ नोव्हेंबर १९६४ या दिवशी ३५ कोटी मैलांच्या प्रवासाला निघालेले हे यान साडेसात महिन्यांनी दिनांक १४ जुलै १९६५ ला लाल ताऱ्यापासून अवघ्या साडेपाच हजार मैलांवर पोचणार आहे व तेथून मंगळाच्या पृष्ठभागाचे फोटो पृथ्वीवर पाठविणार आहे.

पण या विलक्षण मानवी विक्रमाचे श्रेय मानवाला जेवढे आहे, तेवढे कुणाला असेल, तर ते उंदीर, बेडूक आणि मधमाशा, कुत्री, मांजरी व अस्वल यांना. आणि मुख्य म्हणजे चिंपांझी माकडांना आहे. आज माणसाने अंतराळात

जी झेप घेतली आहे ती या निरनिराळ्या प्राण्यांनी दाखविलेल्या मार्गानेच घेतली आहे.

पृथ्वीभोवती संरक्षक दुलईप्रमाणे गुंडाळलेल्या वातावरणाच्या बाहेर काय आहे हे पाहण्याचा, आणि मग थेट तारकामंडलाचा भेद करण्याचा धाडसी बेत मानवाने आखला; तेव्हापासून त्याने जीवन-मरणाच्या काही प्रश्नांची उत्तरे आधी शोधून काढायची धडपड केली आहे. वातावरणाच्या लक्ष्मणरेषेबाहेर संचार करणाऱ्या सर्वसंहारक 'वैश्विक अणुकिरणां'पासून मानवी शरीराचे कसे रक्षण करता येईल; रॉकेटचा वेग एकदम प्रचंड प्रमाणावर वाढतो, त्याचा मानवी शरीरावर काय परिणाम होईल; शून्य गुरुत्वाकर्षणाचा काय परिणाम होईल; आणि मुख्य म्हणजे पृथ्वी-प्रदक्षिणेच्या कक्षेत जाऊन पोचलेल्या रॉकेटमधला माणूस परत खाली सुखरूप कसा आणता येईल— या सर्व प्रश्नांची उत्तरे मानवाने शोधून काढली आहेत, ती पशुपक्ष्यांच्या मदतीच्या बळावर. तसे पाहिले तर माणसाने अगदी प्रथम जमीन सोडली तेव्हापासून तो पशुपक्ष्यांवर विसंबला आहे.

पहिले उड्डाण

माणसाचे पहिले-वहिले उड्डाण म्हणजे रॉझियर नावाचा एक फ्रेंच माणूस १७८३ मध्ये एका बलूनमध्ये बसून वर गेला ते, पण त्या बलूनमध्येही रॉझियरच्या आधी कोण जाऊन आले?—तर एक बदक, एक कोंबडा व एक मेंढी, हे त्रिकूट! बलूनच्या करंडीत या अजब त्रयीने बरोबर ८ मिनिटे उड्डाण केले व मंडळी सुखरूप खाली आली. जमिनीवर जन्मलेल्या आणि जमिनीवरच जीवन घालविणाऱ्या मानवाची वातावरणशून्य व गुरुत्वाकर्षणशून्य अवकाशात शारीरिक आणि मानसिक परिस्थिती काय होत असेल, हे शोधून काढणे हा अंतरिक्ष प्रवासातला पहिला धडा. आणि तो मानवाला शिकविण्यासाठी जे प्राणी अंतराळवीर झाले त्याचा अत्यंत रोचक वृत्तांत म्हणजे हे पुस्तक.

अंतराळात जाणाऱ्या माणसाला पहिली भीती म्हणजे सर्वसंहारक अणुकिरणांची. तेव्हा अणुकिरणांचा परिणाम शोधून काढण्याच्या निमित्ताने प्राण्यांच्या अंतरिक्ष- उड्डाणाचे प्रयोग अमेरिकेत सुमारे १८ वर्षांपूर्वी सुरू झाले. पहिला नंबर कुणाचा लागला? माश्यांचा. फळांवर बसणाऱ्या माश्यांना १९४७ मध्ये रॉकेटने १०० मैल उंच उडविण्यात आले व बलूनच्या साह्याने खाली आणण्यात आले. त्यांच्यावर काहीच परिणाम झालेला दिसला नाही. मग १९५० पासून

बलूनमधून जनावरे वर जाऊ लागली. दोन वर्षांत अशी २० उड्डाणे झाली व त्यात फळमाश्या, उंदीर, डुकरे, कुत्री आणि मांजरे इत्यादी निरनिराळी मंडळी बलूनमधून एक लाख फूट उंचीवर एकेका वेळी २८ तास संचार करून आली.

डॉ. स्टॅपचे विलक्षण प्रयोग

एकीकडे आकाशात हे प्रयोग सुरू असताना जमिनीवरही निराळे प्रयोग होत होते. माणसाच्या शारीरिक सहनशीलतेची कमाल मर्यादा काय, हा यक्षप्रश्न काही निवडक माकडे, डुकरे अन् अस्वलांना विचारण्यात येत होता. कारण काही महत्त्वाच्या बाबतींत या जनावरांचे माणसांशी बरेच शारीरिक साम्य आहे. या प्रयोगासाठी डॉ. पॉल जॉन स्टॅप नावाच्या शास्त्रज्ञाने रुळावर जेट विमानाच्या वेगाने धावणारी एक उघडी रॉकेट-गाडी (स्लेड) तयार केली होती व तिच्यावर या जनावरांना बसवून त्या प्रचंड वेगाचा त्यांच्यावर काय परिणाम होतो हे अजमावण्यात येत होते. आता माकडे ती माकडेच व डुकरे ती अर्थात डुकरेच. पण बिचाऱ्या अस्वलांवर असले घातकी प्रयोग करायचे? या प्रयोगासाठी अस्वले वापरली जात आहेत असे वर्तमानपत्रात आले तेव्हा एका भूतदयावाद्याने संतापून स्टॅपला खरमरीत पत्र लिहिले, 'काय हो, तुम्हाला त्या रॉकेट-गाडीवर बांधून गाडी अफाट वेगाने सोडली तर चालेल का?'

स्टॅपने त्या पत्राला उत्तर पाठविले नाही. पण हा प्रयोग त्याने स्वतःवर आधीच करून पाहिला होता. त्याने रॉकेट स्लेडवर स्वतःला सीटमध्ये बांधून घेतले होते व मग गाडी सुरू करून काही सेकंदांतच तिचा वेग सुमारे साडेसहाशे मैल करण्यात आला... अन् एवढ्या वेगात असतानाच गाडी दीड सेकंदात थांबविण्यात आली! म्हणजे एखाद्या मोटारीने ताशी सव्वाशे मैलांच्या वेगाने दगडी भिंतीवर आदळावे तसे झाले. स्टॅपचे हे अजब वाहन इतक्या वेगाने गेले की त्या वेळी वरून फोटो घेणाऱ्या जेट विमानालाही त्याने मागे टाकले. या भयंकर वेगामुळे गुरुत्वाकर्षणाचा दाब इतका वाढला की क्षणभर स्टॅपच्या शरीराचे वजन साडेसात हजार पौंड झाले! स्टॅपला एकदा विचारण्यात आले, "तुम्ही तुमच्या या प्रयोगासाठी माकडासारखी चलाख जनावरं वापरता, त्याचप्रमाणे डुकरासारखे निर्बुद्ध प्राणी वापरता, ते का?" त्याने उत्तर दिले, "कारण काही माणसं माकडासारखी असतात आणि काही डुकरासारखी!"

पिटुकल्या उंदराची मोठी कामगिरी

दुसरे महायुद्ध संपल्यावर बरेच जर्मन शास्त्रज्ञ अमेरिकेला गेले व त्यांच्या बरोबर त्यांनी तयार केलेले जगप्रसिद्ध व्ही-टू रॉकेटही गेले. या रॉकेटच्याच जोरावर दि. १८ जून १९४८ रोजी अमेरिकेने पहिल्या प्रथम ऱ्हीसस जातीचे (म्हणजे साधे) माकड अंतराळात पाठविण्याचा प्रयत्न केला. असे चार प्रयोग झाल्यावर पाचव्या व्ही-टू मध्ये माकडाऐवजी उंदीर पाठविला, आणि उंदराने एक महत्त्वाची गोष्ट सिद्ध केली. ती म्हणजे, शरीराचे वजन संपूर्णपणे नष्ट झाले तरी शरीर काम करू शकते. गुरुत्वाकर्षण संपले की माणूस तरंगू लागेल व मग त्याला शारीरिकच नव्हे तर मानसिक संभ्रमही होईल, अशा परिस्थितीत तो अंतराळप्रवास कसा करू शकेल? या महत्त्वाच्या प्रश्नावर शास्त्रीय जगतात वादंग माजले होते. त्याचे उत्तर एका पिटुकल्या उंदराने दिले. हा प्रयोग करणाऱ्या शास्त्रज्ञाने या उंदरावर एक खास अहवाल तयार केला व त्यात म्हटले, 'उंदीर उलटा व सुलटा अशा दोन्ही अवस्थेत त्रास न होता वावरू शकत होता.'

व्ही-टूचे प्रयोग संपले तसे 'एरोबी' रॉकेटचे सुरू झाले. एकामागून एक ही रॉकेट आकाश भेदू लागली. तिसऱ्या एरोबीत पॅट आणि माइक ही माकडांची दुक्कल गेली आणि सुखरूप परत आली. एरोबीनंतर आणखी शक्तिशाली रॉकेटचा जमाना आला. पण ही सर्व रॉकेट अंतराळाचा क्षणिक भेद करून जमिनीवर पडत होती. अमेरिका व रशियात आता चुरस लागली ती पुढची पायरी गाठायची. गुरुत्वाकर्षणाची सीमारेषा गाठून पृथ्वी-प्रदक्षिणा करू शकणारे अंतरिक्षयान करण्याची. अखेर १९५७ मध्ये या शर्यतीत रशियाने अमेरिकेवर मात केली व 'स्पुटनिक' नावाचा कृत्रिम चंद्र आकाशात सोडला. पण थोड्याच दिवसांनी स्पुटनिकशी पाठशिवणी खेळत अमेरिकेचा 'एक्स्प्लोअरर' पृथ्वीला गिरक्या मारू लागला. म्हणजे पृथ्वीच्या अटकेवर मानवाचा झेंडा फडकला.

दुर्दैवी लैका

एक उत्तर सापडल्याबरोबर दुसरा प्रश्न उभा राहिला. कृत्रिम चंद्र पृथ्वी-प्रदक्षिणा करू लागले खरे; पण त्यांना परत खाली कसे आणायचे? हे कोडे सुटायच्या आधीच रशियाने दुसऱ्या स्पुटनिकमध्ये पृथ्वी-प्रदक्षिणा करणारे पहिले जनावर पाठविले, ते म्हणजे लैका नावाचा कुत्रा. लैकाचे व त्याला बरोबर कक्षेत फिरविणाऱ्या रशियन शास्त्रज्ञांचे जगभर कौतुक झाले. पण लैकाची ही अंतराळझेप सदेह स्वर्गाला जाण्यासारखीच ठरली. कारण यान खाली कसे उतरवायचे हा

प्रश्न अजून सुटलेला नव्हता व धरणीमातेला प्रदक्षिणा घालीत कुत्रा अंतराळातच नष्ट झाला.

कक्षा गाठण्याची पहिली समस्या सोडविण्याचा मान रशियाकडे गेला, तर कक्षेत पोचलेले अंतरिक्षयान पुन्हा परत मिळविण्याची समस्या सोडविण्याचा मान अमेरिकेने मिळविला. दि. ११ ऑगस्ट १९६० या दिवशी शास्त्रीय उपकरणांनी भरून डिस्कव्हरर रॉकेटबरोबर पृथ्वी-प्रदक्षिणेच्या कक्षेत पाठविलेली 'स्पेस कॅप्सूल' सुखरूप परत हस्तगत करण्यात आली. आठच दिवसांनी दुसरी कॅप्सूल तर एका विमानाने वरचेवर जाळ्यात झेलली! म्हणजे परत कसे येता येईल हे माहीत झाले होते, व अंतराळात पाऊल टाकायच्या मार्गातली पहिली अडचण दूर झाली होती.

व्ही-टू आणि एरोबीनंतर प्रचंड ॲटलास रॉकेट वापरण्यात येऊ लागले, तेव्हा तीन उंदरांनी इतिहास घडविला. सन १९६० मध्ये सॅली, ॲनी आणि मो अशी नाजूक नावे असलेल्या तीन मूषक वीरांगना ताशी १८००० मैलांच्या वेगाने ५००० मैल दूर व ७०० मैल उंच अंतराळप्रवास करून सुखरूप परत आल्या. या प्रवासात विशेष म्हणजे 'व्हॅन ॲलन रेडिएशन बेल्ट' म्हणून ओळखल्या जाणाऱ्या प्रखर अणुकिरणयुक्त प्रदेशातूनही त्याचा मार्ग होता. उंदरांना संततिनियमन फारसे माहीत नाहीच! त्याप्रमाणे उड्डाणानंतरच्या संसारात या अंतराळवीरांना बरीच प्रजा झाली, पण त्यात एकामध्येही जन्मजात अणुकिरणदोष दिसला नाही.

मात्र या सर्व यशाला एक मोठे गालबोट होते. जनावरे खूप वर जात होती आणि खाली येत होती. पण पृथ्वीला वळसा घालून खाली सुखरूप उतरणारा चतुष्पाद अंतराळवीर अजून तयार झाला नव्हता. तो विजयाचा दिवस २० ऑगस्ट १९६० ला उजाडला. दुपारची वेळ. रशियाच्या विस्तीर्ण स्टेप्स प्रदेशात येऊ घातलेल्या कडक हिवाळ्याची तयारी म्हणून गवताच्या पेंढ्या रचण्यात काही शेतकरी कोठे तरी गर्क होते. इतक्यात त्यातला एक जण आकाशात बोट दाखवीत ओरडला, ''अरे, ते बघा काय!'' सगळ्यांनी चमकून वर पाहिले. एका पॅराशूटला बांधलेले एक चकचकीत रुपेरी नळकांडे तरंगत-तरंगत खाली येत होते. ते जमिनीवर पडल्याबरोबर ते शेतकरी तिकडे धावले व नळकांडे चार बाजूंनी चौकसपणे निरखून पाहू लागले. नळकांड्याच्या एका बाजूला एक वाक्य लिहिले होते— 'हे नळकांडे ज्याला सापडेल त्याने ताबडतोब मॉस्कोला अमुक नंबरवर टेलिफोन करावा.'

तो अंतिम विजयाचा दिवस

पण त्याप्रमाणे करण्याची जरुरीच पडली नाही. कारण नळकांडे जमिनीवर टेकते न टेकते तोच एक विमान पट्कन खाली उतरले आणि त्यातली दोन माणसे नळकांड्याकडे धावली. त्यांनी नळकांड्याचा दरवाजा उघडला आणि दोन रशियन कुत्र्यांनी आनंदाने भुंकत-भुंकत बाहेर उड्या मारल्या. 'बेल्का' व 'स्टेल्का' या श्वानयुग्माची प्रसिद्ध पृथ्वी-प्रदक्षिणा ती हीच. मिनिटाला सव्वादोनशे मैल या वेगाने कुत्र्यांनी पृथ्वीला २४ तास प्रदक्षिणा घालून सुमारे साडेचार लाख मैलांचा प्रवास केला होता. या यशस्वी प्रयोगात घडलेली एक आणखी अभूतपूर्व घटना म्हणजे अंतरिक्षयान उडत असताना त्याच्या आतले दृश्य पृथ्वीवर पहिल्याप्रथम टेलिव्हिजनवर दिसू शकले. रशियन शास्त्रज्ञांना प्रयोगशाळेतल्या टी. व्ही. पडद्यावर दोन्ही अंतराळवीर कुत्री दिसत होती. दि. ९ मार्च १९६१ आणि २५ मार्च १९६१ ला आणखी दोन उड्डाणे झाली व त्यातही कुत्रे पृथ्वी-प्रदक्षिणा करून आले– आणि मग तो अंतिम विजयाचा दिवस. दिनांक १२ एप्रिल १९६१! जगातला पहिला मानवी अंतराळवीर युरी गागारीन पृथ्वीला प्रदक्षिणा घालून सुखरूप परतला. दुर्दैवी लैकाची स्मृती पार धुऊन निघाली होती, व अंतराळवीर कुत्र्यांनी अखेर मानवाला अंतराळ-विजय प्राप्त करून दिला होता.

रशियनांचा पहिल्यापासूनच कुत्र्याकडे कल. मानवी शरीराचा काही महत्त्वाचा भाग कुत्र्याच्या शरीरासारखा आहे हे खरे आहे; शिवाय कुत्र्याला बुद्धीही बरीच असते. पावलॉव्ह या सुप्रसिद्ध रशियन मनोवैज्ञानिकाचा तर मानसिक संशोधनाच्या बाबतीत कुत्र्यावर एवढा भरवसा होता की त्याने 'प्रयोगशालेय कुत्र्या'च्या नावाने स्मारक उभारले आहे. पण अमेरिकनांच्या मते कुत्र्यातला मोठा दोष म्हणजे त्याला हात नाहीत! माकड आपल्या हाताने काम करू शकते, ते कुत्र्याला पंज्यांनी शक्य नाही. चिंपांझीसारखे माकड तर इतरही महत्त्वाच्या बाबतींत माणसाच्या फारच 'जवळ' आहे. डार्विनच्या उत्क्रांतिवादावर अजूनही शास्त्रज्ञांत रण माजत असले तरी माणूस आणि जनावर यांच्यातला 'हरवलेला दुवा' अजून सापडलेला नाही याबाबत मात्र सर्वांचे एकमत आहे.

मिस्कील पण बुद्धिवान चिंपांझी

चिंपांझी आणि माणूस यांच्यातले कमालीचे साम्य पाहता या दोघांच्या मध्येच कुठे तरी हा हरवलेला दुवा दडलेला असावा असेही कित्येक तज्ज्ञांचे मत आहे. चिंपांझीची बुद्धी व तर्कशक्ती काही वेळा माणसाला खरोखरीच स्तिमित

करते. त्यामुळे काही शास्त्रज्ञांची तर असे म्हणण्यापर्यंत मजल गेली आहे की या माकडांना बोलता येत असते तर त्यांनी नक्की आपला समाज व संस्कृती स्थापन केली असती. चिंपांझी माकडे अगदी माणसासारखी चौकस असतात. त्यांना खेळायला आवडते, दुसऱ्याची नक्कल करायला आवडते, अन् दुसऱ्याची खोडी काढायलाही आवडते.

एका अमेरिकन विमानतळावर अंतरिक्ष-प्रवासासाठी ट्रेनिंग घेणारे एक माकड आपल्या ट्रेनरच्या अंगावर पाणी उडवायचे, तर दुसरे प्रयोगासाठी लागणारे एखादे महत्त्वाचे उपकरण ऐन वेळी लपवून ठेवायचे! चिंपांझी दुसऱ्या माकडाला काही सांगताना आवाजाबरोबरच माणसासारखे हातवारेही करते. आश्चर्याची गोष्ट म्हणजे चिंपांझीला लय, ताल असल्या गोष्टींचीही जाणीव असल्यासारखे दिसते. बरीचशी माकडे झाडाच्या बुंध्यावर किंवा दुसऱ्या कशावर तरी तालबद्ध ठक्ठक् वाजवीत आहेत व एखादे चिंपांझी त्या तालावर पावले टाकीत 'नाचत' आहे, असे अजब दृश्यही पाहण्यात आलेले आहे.

तेव्हा अमेरिकेने कुत्र्याच्या मागे न धावता चिंपांझीचीच निवड केली व त्याला अंतराळ-शिक्षण द्यायला सुरुवात केली. हे शिक्षण एका अजब यंत्राच्या द्वारे दिले जाते. त्याचे नाव 'सायकोमोटर'. खटके आणि स्विच यांनी भरलेल्या या यंत्रासमोर माकड खुर्चीवर बसते व काम करू लागते. यंत्राचा खटका बरोबर ओढला किंवा बटणे बरोबर दाबली की बक्षीस म्हणून काही तरी खाऊ मिळण्याची व्यवस्था असते. पण चूक झाली तर हलकासा विजेचा धक्का देण्याचीही सोय असते. लहान मुलाला अंकगणित शिकविताना अधिकाधिक कठीण गणित सोडवायला द्यावे, तीच पद्धत या ठिकाणी माकडाला शिकवताना वापरण्यात येते. उदाहरणार्थ, एका धड्यात यंत्राच्या तबकडीवरचा डावीकडचा रंगीत दिवा लावण्यात येतो. दिवा लागला की तो जोपर्यंत लागलेला आहे तोपर्यंत त्याच्या जवळचा खटका माकडाने दर वीस सेकंदांनी एकदा तरी ओढला पाहिजे. त्याप्रमाणे तो ओढला की मधला निराळ्या रंगाचा दिवा लागतो— म्हणजे पास झाल्याचे सर्टिफिकेट व खाऊ मिळण्याची खूण. त्याच वेळी उजवीकडचा दिवा मधूनच एक दोन मिनिटांनी केव्हा तरी लागतो व तो लागला की ५ सेकंदांच्या आत तिकडचा खटका दाबला म्हणजे ते डावीकडचे नित्यकर्म चालू असतानाच उजवीकडचे हे नैमित्तिक कर्म चुकू द्यायचे नाही! यानंतरचा जरा कठीण धडा म्हणजे दिवा लागला की कमीत कमी २० सेकंद थांबून मगच खटका ओढायचा; आधी ओढला तर तो घट्ट बसायचा व मग आणखी २० सेकंद ओढलाच नाही

म्हणजे खाऊ मिळणे तेवढे लांबणीवर पडले. ही सगळी तयारी कुठल्या परीक्षेची? तर अंतरिक्षयानात बसल्यावर माणसाला आवश्यक ती यांत्रिक व इतर कामे करता येतील की नाही हे शोधून काढण्यासाठी.

भावी अंतराळवीर इनॉस

इतकी जय्यत तयारी झाल्यानंतरचा तो संस्मरणीय दिवस! नोव्हेंबर १९६१. दिनांक २८-२९ ची मध्यरात्र नुकतीच उलटून गेली होती. मर्क्युरी ॲटलास नं. ५ या प्रचंड रॉकेटजवळ एक माणूस उभा होता. सर्वत्र शांतता होती; फक्त दुरून समुद्राच्या लाटांचा अस्पष्ट खळखळाट ऐकू येत होता. थोडा वेळ तो माणूस त्या अवाढव्य रॉकेटकडे पाहत उभा राहिला आणि मग जवळच्या कार्यालयाच्या इमारतीकडे वळला. हा माणूस कोण? टी. जे. ओमॅली. रॉकेट उडवायचे की नाही, हे ठरविण्याचा अखेरचा अधिकार हातात असलेला अधिकारी. तो इमारतीत शिरल्याबरोबर अंधारातून आणखी माणसे गोळा झाली. एकदम रॉकेटच्या चारी बाजूंनी प्रखर प्रकाशझोत काळोखाला चिरून गेले व रॉकेट त्या झगझगाटात न्हाऊन निघाला.

'काउंट डाऊन' सुरू झाला.

एका मैलाच्या आतच दुसऱ्या एका इमारतीत एका होऊ घातलेल्या अंतराळवीराची अत्यंत काळजीपूर्वक वैद्यकीय तपासणी चालू आहे. कोण? 'इनॉस' नावाचा चिंपांझी. छाती, डोळे, जीभ... अखेर तपासणी पुरी होते.

"चल बेटा, इनॉस—" एक माणूस म्हणतो. इनॉसला एका गाडीत बसविण्यात येते व गाडी रॉकेटच्या दिशेने चालू लागते.

पहाटेचे साडेतीन. काउंट डाऊन सुरूच आहे. हातात शेकडो प्रश्नांची मालिका घेऊन घड्याळ्याकडे पाहत-पाहत एका मोठ्या यंत्रापुढे बसलेला ओमॅली एकामागून एक प्रश्न विचारीत आहे. हॉलमध्ये निरनिराळ्या यंत्रांच्या पुढे बसलेल्या तंत्रज्ञांनी आपला प्रश्न आला की फक्त एक साधे उत्तर द्यायचे. "गो" किंवा "नो"— "जा" किंवा "थांबा."

प्रश्न विचारता-विचारता ओमॅली म्हणतो— "चार मिनिटे बाकी..."

प्रश्न चालू... "तीन मिनिटे..."

"दोन मिनिटे... एक मिनिट... १८ सेकंद..."

आता ओमॅली एक स्विच दाबतो आणि रॉकेटचे इंजिन 'तय्यार'च्या अवस्थेत येते. शेवटचे क्षण मोठ्याने मोजले जातात— "१५-१४-१३-

१२...''

''झीरो!''

एखाद्या प्रचंड पक्ष्याप्रमाणे रॉकेट हळूच वर उचलले जाते— अन् मग एकदम प्रचंड वेगाने आकाशात झेप घेते. इनॉसची गगनाला गवसणी सुरू होते. सकाळच्या कोवळ्या उन्हात ते रुपेरी रॉकेट क्षणभर तळपते अन् एकदम दिसेनासे होते.

माकडाशी शेकहँड

दुपारी १ वाजून २८ मिनिटांनी इनॉसचे यान पृथ्वीला दोनदा प्रदक्षिणा घालून ठरलेल्या ठिकाणी समुद्रात पडले व लगेच एका जहाजावर आणले गेले. दरवाजा उघडला गेला आणि घामाने ओलाचिंब झालेल्या त्या चिंपांझीने बाहेर उडी मारली. थोडा वेळ केवळ आनंदातिशयाने त्याने उड्या मारल्या अन् मग जवळ असलेल्या प्रत्येक माणसाशी हस्तांदोलन केले! माकडाने माणसाला पृथ्वी-प्रदक्षिणा करून दाखविली होती.

पुढे काय? पुस्तकाचे लेखक याचे उत्तर देतात— जेमिनी! पुस्तक लिहिले गेले तेव्हा अशी कल्पना होती की यापुढची पायरी म्हणून भीमकाय जेमिनी- रॉकेटमधून माणूस व माकड अशी जोडगोळी पाठवायची. पण जेमिनीच्या जोरावर नुकतीच चार संपूर्ण दिवस पृथ्वी-प्रदक्षिणा करून आलेली जोडगोळी दोन माणसांची होती. याचा अर्थ म्हणजे रशियाचाच माणूस प्रथम चंद्रावर पोचेल अशी सर्व जगाला वाटणारी खात्री आता डळमळीत झाली आहे, आणि अमेरिकेचे रॉकेट प्रथम सुटले तर माणसाच्या आधी माकडाचीच चंद्रावर स्वारी व्हायची— कुणी सांगावे?

'ॲनिमल ॲस्ट्रोनॉट्स' - लेखक : क्लाइड बर्गविन आणि विल्यम कोलमन.

६.
त्रिकालदर्शी माणसे

विज्ञानाच्या अतर्क्य लीलांचे कौतुक करणाऱ्या आधुनिक माणसाला अंतर्ज्ञानाची किमया मान्य नाही. आजच्या सर्वच माणसांना 'काल'चे व 'उद्या'चे दिसत नाही. म्हणूनच भूत-भविष्य वर्तविणाऱ्या व्यक्ती आश्चर्याचा विषय ठरतात. अशा काही व्यक्तींच्या या कुतूहलकथा.

उद्या काय होणार आहे? उद्या जे घडणार असेल, ते आज कळले तर?

आपल्या भविष्याच्या पोटात काय दडले आहे हे जाणून घेण्याची उत्सुकता नसलेला माणूस आजच्या तथाकथित शास्त्रीय युगातही सापडणार नाही. पण विज्ञानाच्या अतर्क्य लीलेचे कौतुक करणाऱ्या आधुनिक माणसाला अंतर्ज्ञानाची किमया मात्र मान्य नाही. 'उद्या हा कधीच न उजाडणारा दिवस आहे,' अशी एक इंग्रजी म्हण आहे. तेव्हा कधीच न उगवणाऱ्या या दिवशी घडणारी गोष्ट माणसाला आज कळणे अशास्त्रीय व म्हणून असंभव आहे, असे प्रचलित 'पुरोगामी' मत आहे. पण ज्या शास्त्रीय प्रगतीच्या आधारावर आजचा माणूस स्वत:ला पुरोगामी म्हणवितो तिचा रोख

कोठे आहे? पुरेशा वेगाने प्रवास करणारा माणूस आज निघून 'काल' परत येऊ शकेल, असे आइन्स्टाईनने सिद्ध केले आहे. काल, आज व उद्या या सापेक्ष कल्पना आहेत, असे आधुनिक शास्त्रज्ञ म्हणू लागले आहेत. मग आजच्या माणसाला कालचे व उद्याचे का दिसू नये? ते पाहू शकणाऱ्या व्यक्तींची उदाहरणे हिंदुस्थानात कमी नाहीत! जगात इतरत्रही ती वरचेवर पाहण्यास मिळतात.

इ. स. १९५६ मध्ये जीन डिक्सन नावाच्या अमेरिकन स्त्रीने असे भविष्य वर्तविले होते की १९६० च्या अध्यक्षीय निवडणुकीत विजयी होऊन अमेरिकेचा अध्यक्ष होणाऱ्या माणसाची पुढे हत्या होईल. सोळाव्या शतकात नॉस्ट्रॅडामस नावाच्या फ्रेंच भविष्यवेत्त्याने दोनशे वर्षांनी होणाऱ्या फ्रेंच राज्यक्रांतीची तारीख सांगितली होती. नेपोलियन, हिटलर, फ्रँको होणार, हे सांगितले होते, आणि पुढे आकाशात व पाण्याच्या पोटात (म्हणजे विमानांचे व पाणबुड्यांचे) युद्ध होईल, असे सांगितले होते. भविष्यकथन करणाऱ्या त्याच्या गूढ काव्यपंक्तीचा अन्वयार्थ लावणाऱ्या आधुनिक पंडितांनी त्या काव्याच्या आधारे दुसऱ्या महायुद्धात फ्रेंचांच्या मॅजिनो तटबंदीचा पाडाव, फ्रान्सचे पतन आणि जर्मन-इटालियन युतीचा पराभव या गोष्टी आधीच सांगितल्या होत्या. एडगर केस नावाचा अमेरिकन माणूस कित्येक मैल दूर असलेल्या रुग्णांना न पाहता बरे करीत असे; त्याचे भूत, वर्तमान व भविष्य सांगत असे आणि जागतिक स्वरूपाच्या घटनाही त्या घडायच्या आधीच सांगत असे. पीटर हुरकॉस नावाचा डच माणूस केवळ स्पर्शाने एखाद्याचे भूत; भविष्य सांगतो व आपल्या अतींद्रिय सामर्थ्याच्या जोरावर खुनाची रहस्ये उघडकीस आणायला पोलिसांना मदत करतो.

स्टर्नच्या आयुष्याचा पाढा

सर्वसाधारण सुशिक्षित आधुनिक माणसाने या व असल्या अतर्क्य शक्तीच्या गोष्टींची भाकडकथा म्हणून टिंगल केली नाही तरच नवल! जेस स्टर्न हा एक अमेरिकन पत्रकार अर्थातच याला अपवाद नव्हता. एके दिवशी तो न्यूयॉर्कच्या एका फॅशनेबल हॉटेलात बसला असताना जवळ बसलेल्या एका अनोळखी स्त्रीने त्याला म्हटले, "तुमच्या आयुष्याचा पाढा वाचलेला ऐकायचा आहे का?"

"म्हणजे काय?" त्याने अर्थबोध न होऊन विचारले.

"म्हणजे मी तुमचं भूत, वर्तमान आणि भविष्य सांगू शकेन..." ती शांतपणे म्हणाली.

स्टर्न टिंगलखोरपणे हसला आणि म्हणाला, "एखाद्या बाईला गाठा. बायकांना

त्रिकालदर्शी माणसे / ५३

असल्या भाकडकथा आवडतात...''

बाई पूर्वीच्या शांतपणे म्हणाली, "तुम्हाला दोन मुलं आहेत; नाही?" स्टर्नने मान डोलावली; पण त्याला आश्चर्य वाटले नाही. पुष्कळांना दोन मुले असतात. "त्यातला एक मुलगा आहे आणि एक मुलगी." बाई म्हणाली. अजूनही स्टर्नला विशेष काही वाटले नाही पण तो जायला निघणार होता तो थांबला. बाई बोलतच होती. "मुलगा मोठा आहे आणि तुमच्यासारखा दिसतो. मुलगी आईच्या वळणावर आहे."

"अरे वा!" स्टर्न उद्गारला, "कुणाकडून माझी माहिती मिळवलीत एवढी?"

पण बाईने जणू काही ऐकलेच नाही. ती सांगत राहिली— "मुलगा तुमच्यापेक्षा उंच होईल." स्टर्न स्वतः सहा फुटांहून अधिक उंच होता, त्यामुळे हे विधान लक्ष वेधणारे होते. "मुलीला कलेची आवड उत्पन्न होईल आणि घोड्यावर बसायलाही आवडेल. घोडेस्वारीत ती चांगली तरबेज होईल..." स्टर्नची मुलगी फक्त सहा वर्षांची होती, पण तिने नुकताच घोडा मागितला होता. स्टर्नने बाहेर जाण्यासाठी दरवाज्यावर हात ठेवला होता, तो खाली घेतला. "तुमचं वैवाहिक जीवन नुकतंच मोडलं आहे व तुम्ही दुसऱ्या एका मुलीशी लग्न करण्याच्या विचारात आहात..." आता स्टर्न पुन्हा खुर्चीवर येऊन बसला. "पण तुमचं तिच्याशी लग्न होणार नाही. तिची व तुमची पुन्हा भेट होणार नाही. तुम्ही निदान ७-८ वर्षे लग्न करणार नाही. जिच्याशी शेवटी तुमचं लग्न होईल ती अजून तुमच्या जीवनात आलेलीच नाही!"

हे संभाषण १९५२ मध्ये घडले. दहा वर्षांनी स्टर्नचा २१ वर्षांचा मुलगा वडिलांपेक्षा उंच झाला होता, १६ वर्षांची मुलगी चांगली चित्रे काढीत होती व घोडेस्वारीत तिने बक्षिसे मिळवली होती. स्टर्नचा काही दोष नसतानाही तो ज्या मुलीशी लग्न करण्याच्या विचारात होता तिची व त्याची पुन्हा कधीही भेट झाली नाही— आणि ५२ मध्ये अनोळखी असलेल्या एका मुलीशी त्याचे ७ वर्षांनी लग्न झाले.

अतींद्रिय सामर्थ्याचा पडताळा

पार्थिव मानवाच्या अपार्थिव सामर्थ्याची लेखकाला पहिली ओळख झाली ती अशी. येथून सुरुवात करून स्टर्नने या प्रकरणाचा छडा लावण्यासाठी शेकडो मुलाखती घेतल्या. ज्योतिषी, अंतर्ज्ञानी, त्रिकालदर्शी— ज्याच्या-ज्याच्या जवळ म्हणून कुठले तरी अतींद्रिय ज्ञान असण्याचा संभव आहे, अशांच्या भेटी घेतल्या;

केवळ वार्ताहरच करू शकेल अशी उलट-सुलट कसून तपासणी केली; त्यांनी केलेल्या चमत्कारांची चक्षुर्वैसत्यम् माहिती मिळविली; पूर्वीच्या त्रिकालदर्शी साधुसंतांनी व भविष्यवेत्त्यांनी वर्तविलेल्या भविष्याचाही कसोशीने पडताळा घेतला— आणि अखेर नाइलाजाने मान्य केले, की भविष्यकाळाकडे नेणारा दरवाजा आहे व तो ज्यांच्यासाठी उघडा आहे त्यांना भविष्यकाळ दिसू शकतो. या दरवाज्यातून जे आत गेले अशा अनेकांच्या अद्भुत सत्यकथांचा संग्रह म्हणजे हे पुस्तक.

पश्चिमेत होऊन गेलेल्या त्रिकालदर्शी व्यक्तींच्या यादीत सोळाव्या शतकातल्या नॉस्ट्रॅडामस नावाच्या फ्रेंच ज्योतिषाचा क्रमांक बराच वर लागतो. त्याने भविष्य कथन करणारे ४०० श्लोक लॅटिनमध्ये लिहिले आहेत, त्यात काही घटना थोड्याच दिवसांनी घडणाऱ्या होत्या, तर काही कित्येक शतकांनी खऱ्या ठरणाऱ्या. पहिल्या व दुसऱ्या अशा दोन्ही जागतिक महायुद्धाचे भविष्य त्याने वर्तविले होते व त्याचा तपशीलही सांगितला होता. मन्रो रॉब नावाच्या एका आधुनिक इंग्लिश पंडिताने नॉस्ट्रॅडामसच्या काव्याचे सखोल मनन केले आहे. त्याला तर फ्रेंचांच्या मॅजिनो तटबंदीचे इतके तपशीलवार वर्णन आढळले की जणू काय नॉस्ट्रॅडामसने तटबंदी बांधण्याच्या चारशे वर्षे आधी तिची जातीने पाहणी केली असावी! फ्रेंच राज्यक्रांतीचा तर नॉस्ट्रॅडोमसने इतका तपशील दिला होता की रॉबला वाटले, हा भाग कुठल्या तरी चलाख प्रकाशकाने क्रांती होऊन गेल्यावर घुसडला असावा. मूळ नॉस्ट्रॅडामसमध्ये हा श्लोक आहे की नाही याचा त्याने शोध घेतला तेव्हा त्याला न्यूयॉर्कच्या सार्वजनिक वाचनालयात गारेनसियर्स नावाच्या इंग्लिश माणसाने इ. स. १६१२ मध्ये केलेल्या नॉस्ट्रॅडामसच्या भाषांतराची एक प्रत सापडली व त्यात तो श्लोक सापडला.

राजज्योतिषाची दिव्य दृष्टी

फ्रान्सच्या या राजज्योतिषाची परीक्षा घेऊ पाहणारी मंडळीही त्याच्या काळी होतीच. एकदा नॉस्ट्रॅडामस फ्लोरिनव्हिल नावाच्या सरदाराकडे जेवायला गेला असताना अशीच परीक्षा झाली. सरदार म्हणाला, "माझ्याकडे एक काळं डुक्कर आहे आणि एक पांढरं. त्यातलं आता आपण कुठलं खाणार आहोत?"

ज्योतिषी उत्तरला, "लांडगा पांढरं खाणार आहे व आपण काळं."

हसून सरदार आत गेला व त्याने पांढरे डुक्कर मारायचा हुकूम केला. ते मारलेले प्रत्यक्ष पाहिल्यावर तो बाहेर आला.

जेवताना डुकराचे मांस आणले गेले, तेव्हा पुन्हा हसून सरदार म्हणाला,

"बघा बरं— पांढऱ्या डुकराचं मांस कसं काय लागतंय ते!"

"हे काळे डुक्कर आहे!" नॉस्ट्रॅडामस म्हणाला.

"पांढरं आहे," सरदार म्हणाला, "मी ते मारताना स्वत: पाहिलं."

ज्योतिषी खांदे उडवून म्हणाला, "काळं आहे."

इरेला पेटलेला सरदार म्हणाला, "मी आचाऱ्याला बोलावतो, म्हणजे आपला दिव्य चक्षूंना नीट दिसत नाही हे सिद्ध होईल."

आचारी आल्यावर सरदार त्याला म्हणाला, "पाहुणे म्हणतात हे काळं डुक्कर आहे." आचारी एकदम पांढराफटक पडला व कापू लागला. "मालक, क्षमा करा..." तो कसेबसे बोलला. "पांढरं डुक्कर मारलं खरं, पण ते शिजवायच्या आत एक लांडगा खिडकीतून आला अन् ते घेऊन गेला. म्हणून काळं डुक्कर मारून शिजवावं लागलं."

नॉस्ट्रॅडामस चारशे वर्षांपूर्वीचा, तर जीन डिक्सन अगदी आधुनिक. वॉशिंग्टनमध्ये एस्टेट एजंटचा व्यवसाय करणारी ही स्त्री दिव्य दृष्टीच्या बाबतीत अजब आहे. गेल्या वीस वर्षांत अमेरिकेत ज्या अध्यक्षीय निवडणुका झाल्या त्यांतल्या प्रत्येकीचा निर्णय तिने अगोदर सांगून ठेवला आहे. कुठलेही विशेष राजकीय ज्ञान नसताना तिने कोरियन युद्ध, भारताची फाळणी, मॅलेंकॉव्हनंतर बुल्गानिन सोव्हिएट पंतप्रधान होणे, रशियाचा अंतराळ स्पर्धेतला विजय, ब्रिटनमधल्या युद्धोत्तर निवडणुकीत चर्चिलची हार इत्यादी घटना वर्तविल्या होत्या.

आपले अंतर्ज्ञान सर्वांच्या हितासाठी आहे अशी सौ. डिक्सनची श्रद्धा होती. तिने एकदा विमानाच्या प्रवासाला निघालेल्या आपल्या नवऱ्याला अडविले. तो गेला नाही आणि तिकडे विमान पडले. एका ओळखीच्या इसमाला तिने सांगितले, "पुढच्या दोन आठवड्यात संयुक्त राष्ट्रसंघाचे सरचिटणीस दाग हॅमरशिल्ड यांच्याबरोबर विमानाने प्रवास करू नका; त्यात धोका आहे." दोन आठवड्यांच्या आत हॅमरशिल्डचे विमान पडले.

'आधी अँब्युलन्स बोलवा'

डिक्सनबाईची भविष्ये नेहमीच बरोबर असतात की तिच्या चुकाही होतात, हे शोधून काढायचा लेखकाने बराच प्रयत्न केला. एके दिवशी तो तिला म्हणाला, "तुम्ही असं भविष्य केलं होतं की पंडित नेहरूंच्या जागी लवकरच दुसरा माणूस येईल. पण तसं कुठं झालं आहे?"

डिक्सन म्हणाली, "वेळ सांगणं मोठं कठीण असतं. नेहरूंचं भविष्य मी

तीन-चार वर्षांपूर्वी केलं होतं. त्या वेळी कालमर्यादा दिली नव्हती. मला त्याबद्दल पुन्हा विचारण्यात आलं तेव्हा मी पाच-सहा वर्षांची मुदत दिली. अजून ती संपलेली नाही''— हे पुस्तक छापून झाल्यानंतर तो काळ संपायच्या आत नेहरूंचा मृत्यू झाला आहे.

डिक्सनबाईच्या अंतर्ज्ञानाचे एक अजब उदाहरण १९५५ मध्ये घडले. एकदा ती आपल्या ऑफिसच्या जवळच एका सौंदर्यप्रसाधनगृहात बसली होती. एकाएकी ती उठली, धावत-धावत टेलिफोनकडे गेली व तिने घाईघाईने ऑफिसचा नंबर फिरविला. जॉर्ज मिलर नावाच्या कारकुनाने टेलिफोन उचलला, तेव्हा ती ओरडली, ''मि. मिचेलला हृदयविकाराचा झटका येतोय— ताबडतोब डॉक्टरला बोलाव अन् अँब्युलन्स मागव!'' मिचेल तिच्या ऑफिसात एक सेल्समन होता व त्या वेळी तो मिलरच्या मागेच एका खुर्चीवर आरामात पेपर वाचीत बसला होता. गोंधळलेल्या मिलरने आरामात बसलेल्या मिचेलकडे पाहिले आणि टेलिफोनमध्ये म्हटले, ''पण बाई, मी आता मिचेलशी बोलत होतो. त्याची प्रकृती अगदी झकास आहे.'' डिक्सन पुन्हा ओरडली, ''आधी अँब्युलन्स बोलाव!'' मिलर पुन्हा मिचेलकडे बघायला मागे वळला अन् त्याच वेळी मिचेल एकदम खाली कोसळला. मिलर स्तंभित झाला. त्याने कसेबसे डॉक्टरला बोलावले आणि ॲब्युलन्स मागवली. डॉक्टरांनी त्याला विचारले, ''झटका आल्याचे तुम्हाला केव्हा कळले?'' मिलर म्हणाला, ''तो यायच्या क्षणभर आधी!'' डॉक्टर पाहतच राहिले.

जीन डिक्सन म्हणते त्याप्रमाणे अंतर्ज्ञानी माणसाच्या अंतर्ज्ञानाचा उपयोग जगाच्या भल्यासाठी करता येतो, तर जगात खून, दरोडे का चालू राहावेत? होय, लेखक म्हणतो एक वेळ अशी येईल की गुन्हे होणारच नाहीत; कारण गुन्हेगार लपून राहूच शकणार नाहीत. राज्यक्रांतीचे कटही अशक्य होतील; कारण गुप्तता ही चीजच राहणार नाही. पुढचे कशाला, अंतर्ज्ञानाच्या जोरावर गुन्ह्यांचा छडा लावणारी माणसे आताच अस्तित्वात आहेत. जीन डिक्सनला एकदा एका विमा कंपनीच्या अधिकाऱ्याने म्हटले, ''आमच्या कंपनीला तुमच्या ऑफिसचं काम अधिक देत जा'', तेव्हा तिने त्या कंपनीच्या नुकतीच ओळख झालेल्या दुसऱ्या एका बड्या अधिकाऱ्याचे नाव घेऊन म्हटले, ''हा माणूस जोपर्यंत तुमच्या कंपनीत आहे तोवर मी माझे पैसे तुमच्या ताब्यात देणार नाही, अन् तुम्हीही आपले पैसे त्याच्यापासून सांभाळून ठेवा....''

''काय?'' विमा कंपनीचा अधिकारी उद्गारला, ''हे गृहस्थ तर आमच्या

कंपनीचे अगदी विश्वासू असे अधिकारी आहेत.'' दोनच आठवड्यांनी हा विश्वासू माणूस ४०,००० डॉलर्स घेऊन पळाला.

हरवलेली माणसे हुडकण्यात क्रॉइसे नावाचा एक अंतर्ज्ञानी तरबेज होता. एकदा त्याला ५० मैलांवरून टेलिफोन आला, व एका हरवलेल्या लहान मुलाचा ठावठिकाणा विचारण्यात आला. त्याने टेलिफोनवर सांगितले, मुलाचे प्रेत तीन दिवसांनी अमक्या ठिकाणी कालव्यावर सापडेल; तसे ते सापडले. अमेरिकेत न्यू जर्सी येथील पोलीस तर बेपत्ता माणसे हुडकण्यासाठी व खुनाचा पत्ता लावण्यासाठी इतक्या वेळा एका अंतर्ज्ञानी स्त्रीची मदत घेतात की न्यूयॉर्कच्या टेलिफोन डिरेक्टरीत तिचे नाव 'फ्लॉरेन्स अंतर्ज्ञानी' असेच दिले आहे.

अंतर्ज्ञानी डिटेक्टिव्हांचा म्होरक्या

पीटर हुरकॉस तर या अंतर्ज्ञानी डिटेक्टिव्हांचा म्होरक्या. त्याने एकदा केवळ खुनाच्या जागी जाऊन खुनी इसमाचे नाव सांगितले व तो केव्हा पकडला जाईल त्याची तारीख सांगितली. खून झालेल्या माणसाची कुठलीही एखादी वस्तू हातात घेऊन तो खुनाचा तपशील सांगू शकतो. त्याला हे कसे समजते? तो म्हणतो, ''मी जेव्हा घटनास्थळी जातो तेव्हा तेथे घडलेली घटना एखाद्या चित्रपटाप्रमाणे माझ्या डोळ्यासमोरून सरकू लागते व अगदी बारीक-सारीक तपशीलही स्वच्छ दिसतात.''

निसर्गाचे कोडे सोडविण्यात विज्ञान नेहमीच गर्क असते; त्याला अंतर्ज्ञानाची जोड मिळाली तर? अतिप्राचीन काळी एक महाप्रलय आला होता अशी आख्यायिका बहुतेक सर्व देशांतल्या पुराणात सापडते. तो खरोखरच आला होता हे आता भूगोलशास्त्रज्ञ, भूगर्भशास्त्रज्ञ वगैरे तज्ज्ञांना मान्य झाले आहे, आणि तो का आला असावा याचे शास्त्रीय उत्तर शोधून काढण्याचा प्रयत्न सध्या चालू आहे. शास्त्रज्ञांच्या मते या महापुराणाचे मुख्य कारण म्हणजे उत्तर ध्रुवावरील बर्फ अचानक प्रचंड प्रमाणावर वितळले हे असावे. पण एडगर केस या आधुनिक अमेरिकन त्रिकालदर्शी पुरुषाच्या मते या पुराचे मुख्य कारण म्हणजे अटलांटिस बेट एकदम समुद्रात बुडाले हे होय. फार प्राचीन काळी अटलांटिक महासागरात अटलांटिस नावाचा एक अत्यंत सुसंस्कृत असा खंडप्राय समुद्रवेष्टित देश होता, पण तो केव्हा तरी अचानक समुद्रात गडप झाला, अशी आख्यायिका पश्चिमेत सर्वत्र प्रचलित आहे. पण केसच्या मते ही पुराणातली वांगी नसून ऐतिहासिक सत्य आहे. अमेरिकेतील एका प्रमुख विश्वविद्यालयाच्या भूस्तरशास्त्र विभागाचा प्रमुख असलेल्या

एका तज्ज्ञाने अटलांटिकच्या तळाच्या प्राचीन गाळाचे अणुकिरणांच्या साह्याने वयोमान ठरविण्याचा प्रयत्न केला तेव्हा त्याला केसबद्दल काही माहिती नव्हती, आणि तरीही त्याचे मत केसच्या मताशी जुळत होते.

अशा निरनिराळ्या प्रकारच्या लहान मोठ्या घटना दिव्य चक्षूंनी पाहू शकणाऱ्या अनेक माणसांची तपशीलवार माहिती नावनिशीने या पुस्तकात दिली आहे. या प्रकरणाच्या मागे लागल्यावर पहिली गोष्ट लेखकाच्या लक्षात आली ती म्हणजे ही अद्‌भुत शक्ती कुणात असेल हे सांगता येणार नाही— ती कुणातही असू शकेल. स्त्री-पुरुष, तरुण-बाल-वृद्ध, श्रीमंत-गरीब, शिक्षित-अशिक्षित— कुठलेच बंधन ही अतर्क्य शक्ती मानीत नाही. जीन डिक्सन ही श्रीमंत व प्रतिष्ठित स्त्री, तर हुरकॉस एक अशिक्षित रंगारी. काही अंतर्ज्ञानी वयोवृद्ध साधुसंत होते, तर काही खेडवळ मुले. डिक्सनसारख्या काहींनी महात्मा गांधींचा वध, भारताचे विभाजन असल्या मोठ्या घटना वर्तविल्या; तर इतरांनी जन्म, मरण, लग्न, मोटार-विमानांचे अपघात इत्यादी लहान-सहान गोष्टींचा तपशील बिनचूक सांगितला. यातली काही मंडळी भविष्य वर्तविण्यासाठी हात पाहतात, काही स्फटिकगोलात पाहतात, तर काही पत्ते पाहतात. पीटर हुरकॉसला तर त्या माणसाची कुठलही वस्तू चालते. पण या वस्तू केवळ साधनमात्र आहेत. प्रत्येक व्यक्तीला एक अतींद्रिय कंपन असते व ते त्याच्या प्रत्येक वस्तूवर सतत आघात करीत असते. ती व्यक्ती व ती वस्तू यांच्यात स्थळ काळाचे कितीही अंतर असले तरी हे कंपन म्हणजेच माणसाचा आत्मा असतो. तो ज्याला ओळखता येतो त्याला तो माणूस पुस्तकासारखा 'वाचता' येतो.

अपघातात लाभलेली सिद्धी

लेखकाला आणखी दिसले ते असे की दिव्य दृष्टी असलेल्या माणसांना तिचा साक्षात्कार केव्हाही घडू शकतो. जीन डिक्सनला साक्षात्कार झाला तेव्हा ती अवघी आठ वर्षांची होती. म्हणजे आपल्यात काही विशेष असे सुप्त सामर्थ्य आहे हे कळण्याइतकी तिला जाणीवच नव्हती. एके दिवशी लहानग्या जीनने आईला विचारले, "ते काळी किनार असलेलं पत्र कुठे आहे?"

"कसलं पत्र?" आई म्हणाली, "तू काय म्हणतेस तेच मला समजत नाही."

दोन आठवड्यांनी काळी किनार असलेले एक पत्र आले व जीनच्या आईचे वडील वारल्याची बातमी समजली. एडगर केस लहान मुलगा असताना एकदा

कसले तरी पुस्तक उशाशी घेऊन झोपला. उठल्यावर त्याने सबंध पुस्तक घडाघडा बोलून दाखविले— पूर्वी वाचलेले नसतानाही. त्याच्या अंतर्ज्ञानाची ही सुरुवात. उलट पीटर हुरकॉसची सुरुवात अशी बालवयात झाली नाही. हा अशिक्षित डच रंगारी १९४३ मध्ये ३२ वर्षांचा असताना एक घर रंगवताना ३० फूट खाली पडला व त्याला मूर्च्छा आली. जेव्हा तो शुद्धीवर आला तेव्हा हॉस्पिटलमधल्या नर्स, डॉक्टरांना त्यांची गुपिते सांगू लागला. हॉस्पिटलमध्ये हुरकॉस दोन महिने होता, व तेवढ्या काळात त्याने ही सिद्धी प्राप्त केली. आता तो स्वप्नांच्या जगात जाऊन अतींद्रिय होतो तेव्हा पोलिश, लॅटिन, स्पॅनिश आणि इतर जागेपणी मुळीच माहीत नसलेल्या भाषा अस्खलित बोलतो. जागा झाल्यावर त्याने हजारो मैल दूर असलेल्या आणि कधीही न पाहिलेल्या इमारतींची चित्रे हुबेहूब काढली आहेत. जन्मत: अंतर्ज्ञानी नसलेल्या माणसाला मागाहून अंतर्ज्ञान कसे प्राप्त होऊ शकते, याचे हे उदाहरण आहे. हुरकॉसला झालेल्या अपघाताच्या या अजब परिणामाचा अन्वयार्थ लावण्याचा प्रयत्न डॉक्टरांनी केला आहे. पण ते प्रयोगशाळेत अजून दुसरा हुरकॉस तयार करू शकलेले नाहीत.

एकदा सिद्धी प्राप्त झाल्यानंतरही ती जन्मभर बाळगणाऱ्यांची ही उदाहरणे. उलट, जन्मात एखादाच साक्षात्कार झालेली माणसेही आहेत. सप्टेंबर १९३९ मध्ये हिटलरने अगदी थोड्या वेळात पोलंड पादाक्रांत केल्यानंतर आता विजय आपलाच आहे असे बहुतेक सर्व जर्मन जनतेला वाटत होते. पण म्युनिचजवळच्या खेड्यात राहणाऱ्या एका मुलीला स्वप्न पडले आणि स्वप्नात दिसले की आपल्या घराच्या जवळ युद्धाचा अंत होणार आहे, पण आपल्या घराला धोका नाही. सहा वर्षांनी अमेरिकन सैनिकांनी हे खेडे काबीज केले व लढाईची शेवटची गोळी या घरावरून गेली. जर्मनांनी शस्त्रे ठेवली व युद्ध संपले.

हे पुस्तक लिहिल्यानंतर पण हा परिचय लेख लिहिण्याच्या आधी घडलेल्या एका मोठ्या घटनेची स्पष्ट चाहूल या पुस्तकात आहे, व ती म्हणजे पंडित नेहरूंचा मृत्यू. यापुढे आणखी काय काय घडणार आहे? नॉस्ट्रॅडामस, डिक्सन, केस इत्यादींनी १९६५ च्या खूप पुढे जाणारी भविष्ये वर्तविली आहेत. रॉबने नॉस्ट्रॅडामसच्या काव्याचा अर्थ लावला आहे, त्यावरून त्याने असे भाकीत केले आहे की, आज जिवंत असणाऱ्या माणसाच्या हयातीतच पृथ्वीचे एखाद्या परग्रहाशी युद्ध होईल! तारीख? — जुलै १९९९! हे कुठवर शक्य आहे? १९६२ च्या फेब्रुवारीत ज्या दिवशी रॉबने लेखकाला नॉस्ट्रॅडामसचे हे भविष्य सांगितले त्याच दिवशी त्याला 'न्यूयॉर्क टाइम्स'मध्ये एक लेख दिसला होता. त्याचे शीर्षक होते

: 'परग्रहांशी संबंध स्थापित करणे शक्य आहे काय, याबद्दल प्रमुख शास्त्रज्ञांचा विचारविनिमय.' लेखाच्या प्रारंभी म्हटले होते, 'इतर ग्रहांशी संबंध प्रस्थापित करण्याची शक्यता इतकी स्पष्ट आहे की या शक्यतेचा विचार करण्यासाठी नॅशनल ॲकॅडमी ऑफ सायन्सेस या संस्थेतर्फे एक परिषद भरविण्यात आली.' लेखात पुढे म्हटले होते की खगोलशास्त्रज्ञांच्या मते असा संबंध प्रस्थापित होऊ शकल्यास पृथ्वीचा आत्मनाश टाळता येईल. जेव्हा एखाद्या संस्कृतीला स्वत:चा विनाश करण्याइतके सामर्थ्य प्राप्त होते तेव्हा ती स्वत:चा नाश करून घेते, असा नियम सगळ्या विश्वात आहे किंवा काय, याचे अजून आपल्याला ज्ञान नाही, असे शास्त्रज्ञांचे म्हणणे आहे. नॉस्ट्रॅडामसने जगाच्या अंताचेही भाकीत केले आहे. अंतकाळच्या सर्वसंहारक अग्नीचे व प्रलयाचे त्याचे वर्णन पुढे-मागे एखादा 'हायड्रोजन बाँबचा दादा' जो अनर्थ घडवून आणू शकेल त्याच्याशी तंतोतंत जुळणारे आहे.

त्या स्वप्नाचा अर्थ

केसला १९३६ मध्ये एक स्वप्न पडले. त्या स्वप्नात तो इ. स. २१०० मध्ये पुन्हा जन्माला आला होता. एक अफाट पण उद्ध्वस्त शहर पुन्हा बांधले जात असलेले त्याला दिसले. "हे कोणते गाव आहे?" त्याने विचारले. कामकऱ्यांनी आश्चर्याने त्याच्याकडे पाहिले व म्हटले, "तुम्हाला माहीत नाही? हे न्यूयॉर्क आहे." केसच्या भविष्यानुसार १९५८ ते १९९८ या काळात केव्हा तरी पुढील घटना घडतील : न्यूयॉर्क शहर नाश पावेल. त्याचप्रमाणे अमेरिकेच्या पश्चिम किनाऱ्यावरील लॉस एंजेलिस, सॅन फ्रॅंसिस्को ही शहरेही नष्ट होतील. अमेरिकेच्या पश्चिम प्रदेशात धरणी दुभंगेल. जपानचा बराचसा भाग रसातळाला जाईल. युरोपचा उत्तरेचा भाग निमिषार्धात बदलेल. ज्या ठिकाणी प्राचीन काळी अटलांटिस व लेमुरिया हे सुसंस्कृत देश होते तो आता समुद्रात असलेला भाग पुन्हा वर येईल.

या सगळ्यांत कितपत अर्थ आहे? इंग्लंडमध्ये प्रकाशित होणाऱ्या एका शास्त्रीय मासिकाच्या एप्रिल १९६० च्या अंकातील एका लेखात अटलांटिक महासागरातील जमीन खरोखरीच वर येत आहे असे म्हटले आहे. 'काही ठिकाणी पूर्वी पाण्याचा तळ ४५०० फूट खोल होता, तो आता १२०० फुटांवर आला आहे व काही ठिकाणी तो १२०० फूट होता, तो फक्त ४५ फुटांवर आला आहे!' न्यूयॉर्क, लॉस एंजेलिस ही शहरे नामशेष होण्याची काही तरी शक्यता आहे

काय? एका भूगर्भशास्त्रज्ञाच्या मते हे हायड्रोजन बाँबशिवायदेखील शक्य आहे. पृथ्वीच्या पृष्ठभागाचे व गर्भाचे जे आधुनिक संशोधन झाले आहे, त्यावरून असे दिसते की पृथ्वी वाटते तितकी 'भरीव' नसून तिचा खूपसा भाग हळूहळू पाण्यात घुसत आहे, तर अनेक ठिकाणी जमीन वर येत आहे. म्हणजे, केसने वर्तविलेल्या उलथापालथीची सुरुवात शास्त्रज्ञांच्या मते आताच झालेली दिसते.

त्रिकालदर्शनाच्या या सत्यकथा

ही झाली डोळ्यांत भरण्यासारखी त्रिकालदर्शी माणसे. पण लेखकाने शेकडो लोकांच्या मुलाखती घेतल्या तेव्हा त्याला दिसले की सामान्य माणसातही अतींद्रिय ज्ञान वाढत आहे. ते का? एका डॉक्टरने लेखकाला म्हटले, ''माणूस हा जन्मतःच अतींद्रिय असतो. फार पूर्वी जेव्हा शास्त्रीय प्रगतीच्या अभावी माणसाजवळ स्वसंरक्षणाची पुरेशी साधने नव्हती तेव्हा अतींद्रिय ज्ञानाच्या बळावर तो संकटांना तोंड देत असे. मध्यंतरी हे ज्ञान वापरात नसल्याने नष्ट झाले. पण आता वैज्ञानिक प्रगती इतक्या स्तराला गेली आहे की मानवजातीने आपले जीवित स्वतःच धोक्यात घातले आहे; म्हणून पुन्हा संरक्षणाची कामगिरी बजावण्यासाठी अतींद्रिय ज्ञानाचा प्रादुर्भाव होऊ लागला आहे.''

पत्रकार-वार्ताहरांची जात अश्रद्ध म्हणून कुप्रसिद्ध. त्यातून या पुस्तकाचा लेखक भौतिकतेला वाहिलेल्या अमेरिकेचा आधुनिक नागरिक. त्यानेच सांगितलेल्या या त्रिकालदर्शनाच्या सत्यकथा! हिंदुस्थान तर त्रिकालदर्शी ऋषी-मुनींचा देश; प्रत्येक माणसाचे भूत, वर्तमान, भविष्य कथन करणाऱ्या भृगुसंहितेचा देश. सध्याच्या काळातही आपल्याकडे पूर्वजन्माच्या गोष्टी बिनचूक सांगणाऱ्या माणसांची अनेक उदाहरणे वर्तमानपत्रांतून प्रसिद्ध होत असतात. तेव्हा याच धर्तीचे पुस्तक लिहिण्याचे आपल्याकडे एखाद्याने मनावर घेतले तर ते याहूनही अधिक 'सुरस आणि चमत्कारिक' होऊ शकेल.

◇◇

'द डोअर टु द फ्युचर' - लेखक : जेस स्टर्न

६.
रहस्य–राणी

दक्षिण अमेरिकेत रहस्य-राणी म्हणून ओळखली जाणारी पंचवीस वर्षांची पामेला हॉकिन्स ही अमेझॉन नदीच्या खोऱ्यात हजारो मैल पसरलेल्या प्रचंड अरण्याच्या दुर्गम भागात एखाद्या वनराणीसारखी राहते. तिच्या दैनंदिन जीवनावर आधारलेल्या 'द फरबिडन वर्ल्ड ऑफ द जॅग्वार प्रिन्सेस' या इंग्रजी पुस्तकाचा हा रसीला परिचय.

अखेर शोध लागला होता! निबिड जंगल आणि नद्यांमागून नद्या ओलांडीत कित्येक दिवस प्रवास केल्यानंतर एके दिवशी जेन डॉलिंजरच्या वाटाड्यांनी एका विशिष्ट स्थळी होडी किनाऱ्याला लावली. ज्या क्षणासाठी जेनने जीव धोक्यात घालून जंगल तुडवीत दीड-दोन महिने काढले होते तो क्षण आला होता. होडी जेथे थांबली होती तिथे किनाऱ्यावरच्या एका झाडाला एक जाड लोखंडी दोरखंड बांधला होता, व तो नदीच्या पाण्यावरून पलीकडे नेला होता. कुठे? त्या दुसऱ्या टोकाशी काय होते? नदीवर दाट धुके पसरले होते व तो दोर त्या

धुक्यातून अज्ञातात नाहीसा झाला होता. वाटाडे निघून गेले व त्या निर्मनुष्य एकांतात जेन उत्कंठित अंत:करणाने वाट पाहत बसली. काही क्षण गेले व मग त्या धुक्यातून एक लाकडी पाळणा दोरखंडावरून सरकत-सरकत येताना दिसला. आत एक सुंदर गौरकाय युवती बसली होती— रहस्यराणी पामेला!

पंचवीस वर्षांची पामेला हॉकिन्स सबंध दक्षिण अमेरिकेत रहस्य-राणी म्हणून ओळखली जाते. जवळजवळ प्रत्येकाने तिच्याबद्दल ऐकले आहे; पण तिला प्रत्यक्ष पाहिलेला माणूस विरळाच. अमेझॉन नदीच्या खोऱ्यात हजारो मैल पसरलेल्या प्रचंड अरण्याच्या एका अत्यंत दुर्गम भागात ती एखाद्या वनदेवतेसारखी राहते. पामेलाबद्दल निरनिराळ्या अफवा प्रचलित आहेत. काही म्हणतात ती एक तरुण व सुंदर चेटकीण आहे, आणि आपल्या जादूने पुरुषांना गुलाम करून आपल्याजवळ ठेवते. काहींच्या मते ती एक तरुण व सुंदर पण एकाकी स्त्री असून परिस्थितीमुळे तिला घनदाट अरण्यात रानटी जीवन जगावे लागत आहे. काही म्हणतात ती ज्या जंगलात राहते त्या जंगलाइतकीच भीतिदायक व त्या जंगलातल्या 'जॅग्वार' चित्त्याइतकीच हिंस्र आहे. उलट ती ज्या रानटी रेड इंडियन लोकांच्या सहवासात राहते ते तिला वनदेवता मानतात आणि आपले रानटी सण व धार्मिक विधी तिच्या देखरेखीखाली पार पाडतात.

रहस्य-राणीच्या राज्यात पाऊल

पामेला हॉकिन्स कोण आहे? तिने आधुनिक जगाकडे पाठ फिरवून अमेझॉनच्या घनदाट अरण्यात रानटी व हिंस्र जमातींच्या संगतीत जीवन घालविणे का पसंत केले आहे? या रहस्याचा छडा लावण्यासाठी जेन डॉलिंजर ही साहसी अमेरिकन लेखिका तिच्या शोधात निघाली, आणि आज तिचा शोध संपला होता!

पाळण्यातून उतरलेली तरुणी खरोखरीच जंगलची राणी दिसत होती. तिने कमरेभोवती चित्त्याचे कातडे लपेटले होते. छातीला रंगीबेरंगी पिसांची चोळी होती व गळ्यात चित्त्याच्या दातांची माळ होती.

''ये!'' पामेलाने स्पॅनिश भाषेत जेनचे हसून स्वागत केले; ''तू येणार असल्याची बातमी काही दिवसांपूर्वी जंगलच्या पडघमवर कळली, तेव्हापासूनच मी तुझी वाट पाहतेय...'' निबिड अरण्यात चट्कन निरोप पाठवायचा एकच मार्ग व तो म्हणजे पडघम. एका वसाहतीतल्या नगाऱ्यावर टिपरी पडते व खुणेचे आवाज आसमंतात घुमू लागतात. आवाज दुसऱ्या नगाऱ्यापर्यंत पोचतो व तो

नगारा त्याच खुणा वाजवू लागतो. वृक्ष-वेलींच्या भिंती ओलांडीत आवाज पसरतो आणि खुणेचे शब्द शेवटपर्यंत पोचतात. पामेलाला असाच निरोप मिळाला होता— 'एक तरुण गौरकाय स्त्री तुमची चौकशी करीत-करीत जंगलात येत आहे...'

जेनने तिच्याबरोबर पाळण्यात बसून पैलतीरावर पाऊल ठेवले ते या रहस्यराणीच्या राज्यात. त्यानंतरचे काही महिने जेनने या विलक्षण तरुणीच्या निकट सहवासात, कल्पनातीत अनुभवांनी भरलेले जीवन जगण्यात घालविले, आणि तिच्या आयुष्याची कहाणी ऐकली. ती अद्भुत कहाणी म्हणजेच हे पुस्तक.

पाचव्या वर्षीच वनवास!

पीटर हॉकिन्स या ऑस्ट्रेलियन प्राध्यापकाचे क्लेमेन्शिया नावाच्या अतिसुंदर स्पॅनिश तरुणीशी लग्न झाले तेव्हा त्याला स्वर्ग दोन बोटे उरला. काही काळ स्वर्गसुखात गेला. पण पामेलाचा जन्म झाला आणि क्लेमेन्शिया हे जग अचानक सोडून गेली. तेव्हापासून पीटरच्या जीवनातले स्वारस्य गेले, आणि उत्खननशास्त्रज्ञ होऊन तो दक्षिण अमेरिकेच्या अफाट जंगलातून भटकू लागला. अशा भटकंतीत त्याला जंगलाच्या खूप खोलवर आत एक निसर्गरमणीय ठिकाण सापडले, आणि तेथेच त्याने आपल्या मुलीबरोबर जीवन घालवायचे ठरवले. शेकडो चौरस मैल जंगल सरकारकडून विकत घेऊन त्याने स्वतःच्या हातांनी छानशी बंगली बांधली आणि चहा-कॉफी व रबराचे मळे लावले. निरनिराळ्या वनचर जमातींशी मैत्री करून त्यांना आपल्या जागेत वसाहती करू दिल्या व मळ्यात काम दिले. अशा रीतीने वयाच्या अवघ्या पाचव्या वर्षी पामेलाने आधुनिक जगाकडे पाठ फिरवून वनवास पत्करला. नाना प्रकारचे प्राणी, रंगीबेरंगी पक्षी, शेकडो जातींच्या वृक्षवेली, आणि निरनिराळ्या रानटी इंडियन जमाती, हेच तिचे विश्व झाले.

त्यानंतर थोड्या दिवसांनी एक अजब घटना घडली. पीटर आणि त्याचे सहकारी दूर मळ्यात काम करीत असताना छोटी पामेला आपल्या इंडियन दाईचा डोळा चुकवून जंगलात फिरायला निघाली. घरापासून साधारण अर्ध्या मैलावर ती झाडाझुडपांतून वाट काढीत होती. इतक्यात एका झाडाच्या बुध्यांशी एक गोजिरवाणे मांजर दिसले. तो गोंडस प्राणी पाहून पामेला खाली बसली व तिने मोठ्या प्रेमाने त्याला मांडीवर घेतले. पामेला आपल्या इवल्याशा हातांनी

मांजराला गोंजारू लागली. तोच पाठीमागून गुर्रर्र असा आवाज आला. तिने मागे वळून पाहिले— एक प्रचंड जॅग्वार चित्ता तिच्यामागे उभा होता! पामेलाच्या मांडीवरचे मांजर म्हणजे त्या चित्त्याचा छावा होता. पुढे काय झाले? छोटी पामेला एव्हाना जंगलात एवढी रुळली होती की कुठलेही जनावर तिला आपला सवंगडी वाटू लागले होते. ती त्या चित्त्याशी लाडे-लाडे बोलू लागली. जनावराला जसे भय ओळखता येते तसे प्रेमही जाणता येते. चित्त्याने पाहिले की आपल्या छाव्याला काही धोका नाही— आणि मग तो तिच्याजवळ बसला. मग ती एवढीशी बालिका आणि तो जंगलाचा कर्दनकाळ यांचे हितगुज सुरू झाले. पामेला आपली छोटी-छोटी बोटे चित्त्याच्या मऊ-मऊ केसांतून फिरवी, आणि तो आळीपाळीने आपल्या छाव्याला चाटी व पामेलाचा गाल चाटी. पामेला त्या चित्त्याशी खेळत दिवसभर त्या ठिकाणी बसली असती. पण तिची दाई घाबऱ्या-घाबऱ्या तिला शोधीत आली आणि समोरचे दृश्य पाहून दिङ्मूढ झाली. क्षणभर तिचा आपल्या डोळ्यांवर विश्वास बसेना. मग तिने किंकाळी फोडून भीतीने थरथरा कापत माघार घेतली व पुरुषांना हाका मारल्या. पीटर आणि त्याचे इंडियन साथीदार बंदुका व भाले घेऊन धावले; पण तोपर्यंत चित्ता आपल्या छाव्याला घेऊन झाडीत अदृश्य झाला होता. त्या दिवसापासून ते रानटी लोक तिला वनदेवता मानू लागले.

दुर्दैवाचा आघात

दिवसामागून दिवस जात होते. पीटर हॉकिन्सचे मळे आता दूरवर पसरले होते, आणि चहा, कॉफी, रबर, कापूस, जंगली जनावरांची कातडी अशा निरनिराळ्या मालाने भरलेले मचवे तो शेजारच्या शहरी पाठवीत होता. पामेलाही वयात येत होती, व पीटर तिला निरनिराळ्या गोष्टी शिकवत होता. गणितापासून वाङ्मयापर्यंत विविध विषयांची पुस्तके तो तिच्यासाठी मागवीत असे. प्रवासाला शहरात जाई, तेव्हा तिच्यासाठी निरनिराळे फॅशनेबल कपडेही तो आणी. पामेला ते एकदा घालून पाही अन् कपाटात ठेवून देई.

एके दिवशी सकाळी पीटरने गळ उचलला व तो पामेलाला म्हणाला, “ब्रेकफास्टची तयारी कर— झकास मासे पकडून आणतो....” पण थोड्याच वेळात खूप मोठा आरडाओरडा ऐकू आला आणि मग वन्य शोकगीताचे हृदयभेदक स्वर त्या जंगलात घुमू लागले. पामेला पुतळ्यासारखी उभी राहिली. थोड्या वेळाने काही लोकांनी एक डोली आणली व खाली ठेवली. आत पीटरचे

छिन्न-विच्छिन्न प्रेत होते. एका चित्त्याने त्याचा बळी घेतला होता.

आता पामेला एकटी पडली होती; पण तिच्या भोवतालच्या रानटी जगाने तिला आपली देवता म्हणून स्वीकारले होते. तिने वडिलांचा कारभार हातात घेतला व आता ती खऱ्याखुऱ्या अर्थाने जंगलची राणी झाली. दिवसभर ती मळ्यांच्या देखरेखीत, हिशेब ठेवण्यात व व्यवसाय सांभाळण्यात गर्क असे; पण रात्री रानटी पडघम वाजू लागले की तिचे शरीरही लयबद्ध हालचाल करू लागे. पाच-सहा भाषांतले उच्च वाङ्मय ती आवडीने वाचत असे, पण तिने आपला रानटी पोषाख बदलला नाही. पामेलाच्या अजब व्यक्तिमत्त्वातल्या या दोन विरोधी तत्त्वांचे कोडे जेन डॉलिंजरला अखेरपर्यंत सुटले नाही.

पामेलाचे प्रमत्त यौवन व लावण्य न्याहाळताना जेनच्या मनात एक कुतूहल सारखे जागे होई— या एकाकी वनराणीच्या जीवनात पुरुष आले असतील की नाही? पामेलाने हसून उडवाउडवीचे उत्तर दिले— "आतापर्यंत माझ्या आयुष्यात फक्त सहा गोरे पुरुष आले आहेत, आणि त्यातले तिघे मिशनरी होते, म्हणजे त्यांना धरायचे नाही!"

मग उरलेले तीन! कधी ना कधी आपल्याला तीन रोचक कहाण्या ऐकायला मिळतील अशी जेनला आशा होती, आणि हळूहळू त्या गोष्टी बाहेर आल्या.

पामेला आठ-नऊ वर्षांची असताना एके दिवशी काही इंडियन वनचरांना एक गोरा माणूस मरणोन्मुख अवस्थेत जवळच्या नदीकिनारी पडलेला दिसला. त्यांनी त्याला उचलून पीटर हॉकिन्सच्या घरी आणले व पीटरने त्याची शुश्रूषा केली. बरा झाल्यावर पीटरचा निरोप घेताना मायकेल पॉवर्सने छोट्या पामेलाच्या हातावर चार-पाच टपोरे व चमकदार असे हिरवे खडे ठेवले.

"किती छान दगड आहेत!" पामेला म्हणाली, "कुठे मिळाले हे?"

"दगड नाहीत बेटा," पॉवर्स हसून म्हणाला, "ते अस्सल पाचू आहेत!"

दुसऱ्या महायुद्धात शिपाईगिरी करीत असताना पॉवर्स जखमी होऊन हॉस्पिटलमध्ये पडला व पुस्तके वाचून वेळ काढू लागला. एके दिवशी त्याच्या हातात एक अजब पुस्तक पडले. त्यात दक्षिण अमेरिकेतल्या प्राचीन इंका संस्कृतीचे, इंका लोकांच्या अमाप संपत्तीचे आणि त्यांच्या एका भरगच्च पण गुप्त अशा पाचूंच्या खाणीचे वर्णन होते. वाचता-वाचता पॉवर्सच्या कल्पनाशक्तीने पेट घेतला व त्याने निश्चय केला— आपण ही पाचूची खाण शोधून काढायची! शक्य तेवढी माहिती गोळा करून व अरण्यप्रवासासाठी लागणारे सर्व साहित्य

घेऊन पॉवर्सने अमेझॉनच्या प्रचंड जंगलात पहिले पाऊल ठेवले तेव्हा त्याच्या सामानात एक लहानशी विचित्र वस्तू होती— एक शिटी.

दिवसामागून दिवस गेले, सुधारणेची सर्व चिन्हे मागे पडली. आता पॉवर्स त्या अथांग जंगलातून फक्त आपल्या छोट्याशा होकायंत्राच्या बळावर वाट काढू शकत होता— इतक्यात अचानक त्याच्या भोवती हिंस्त्र पिग्मी वनचरांचा गराडा पडला. त्यांनी तोंडाला लावललेले विषारी 'ब्लो-पाईप' त्याच्यावर रोखले होते.

पाचूंच्या खाणीच्या शोधात

हाच तो क्षण! पॉवर्सने हातातली शिटी तोंडाला लावली आणि जोराने फुंकली. सभोवतालच्या वृक्षराजींत तो कर्कश आवाज घुमला आणि मग पॉवर्स मोठमोठ्याने वेड्यासारखा हसत सुटला. वेडे चाळे करणाऱ्या माणसाला रानटी लोक देव मानतात, या माहितीच्या जोरावर त्याने ही शिटीची युक्ती योजली होती. ती फसणार की फळणार? काही क्षण गेले; पण तेवढ्या क्षणांतच त्या पिग्मींचे चेहरे भीतीने गोठले व त्यांनी त्याच्यासमोर मान झुकवली. शिटीचा विजय झाला होता व तिच्या जोरावर पॉवर्सला देवपण प्राप्त झाले होते. तीन महिने त्या वसाहतीत राहिल्यावर पॉवर्स तेथून निसटला. आता होकायंत्र जी दिशा दाखवीत होते, तिथला प्रदेश औशिरी नावाच्या अत्यंत क्रूर जमातीचा होता. पण पाचूची खाण त्याच दिशेला होती.

पुन्हा शिटीने मात केली आणि पॉवर्स आता औशिरींचा म्होरक्या झाला. पण हा काटेरी मुकुट नीट पेलायचा असेल तर पूर्वीच्या म्होरक्याला नामोहरम करणे आवश्यक होते. कारण त्याच्या डोळ्यांत एकच भाव लकाकत होता : एका वेळी दोन म्होरके जिवंत राहणे शक्य नाही! पॉवर्सने काही विचार करून त्याला आव्हान दिले— "सुसरी अन् मगरींनी भरलेल्या नदीच्या पात्रात तुझे-माझे द्वंद्व होऊ दे. जो जिंकेल, तो जगेल..." द्वंद्वाच्या दिवशी पहाटे पॉवर्स जंगलात गुपचूप गेला व एक विशिष्ट वनस्पती शोधू लागला. आधीच्या जमातीने त्याला शिकवले होते की त्या वनस्पतीचा रस अंगाला फासला की तिच्या उग्र वासाने मगरी दूर राहतात. सगळ्या जमातीच्या देखत दोघांनी पाण्यात उड्या घेतल्या, तेव्हा पॉवर्सच्या अंगावर रसाचे चिलखत होते. अर्थात निकाल लागायचा तोच लागला— पॉवर्सच्या प्रतिस्पर्ध्याचा एका मगरीने लवकरच फडशा पाडला.

खाण सापडली, होकायंत्र गेले!

आता पॉवर्स त्या रानटी लोकांचा राजा झाला. शिकारीचे दिवस आले आणि टोळ्या-टोळ्यांनी ते लोक निरनिराळ्या दिशांना पांगले. पॉवर्स एका शिकाऱ्याला घेऊन एका विशिष्ट दिशेने निघाला. दोन दिवस सतत प्रवास झाला आणि तिसऱ्या दिवशी त्यांना डोंगराळ प्रदेश लागला. चालता-चालता ते एका उंच कड्यावर आले व त्यांनी खाली पाहिले— ती सबंध खाण देदीप्यमान पाचूंनी चमचम करीत होती!

दोन दिवसांनी ते दोघे शिकारीहून परतले तेव्हा पॉवर्सचे खिसे पाचूंनी भरले होते. त्या रात्री शिकारीची मेजवानी झाली आणि यथेच्छ मद्यपान झाले तेव्हा दारूच्या नशेत पॉवर्सने एक प्राणघातक चूक केली— आपले होकायंत्र आपल्या साथीदार शिकाऱ्याला बक्षीस देऊन टाकले! पाचूंची खाण सापडली होती. आता शहरातून पुरेशी माणसे आणि आधुनिक साधने आणली म्हणजे संपत्तीला तोटा नाही. दुसऱ्याच दिवशी पॉवर्स तेथून निसटला आणि थोड्याच वेळात त्याला आढळले की होकायंत्राशिवाय त्या अफाट जंगलातून वाट काढणे त्याला सर्वथैव अशक्य होते. एक झाड दुसऱ्या झाडासारखे, एक पायवाट दुसऱ्या पायवाटेसारखी, आणि एक नदी दुसऱ्या नदीसारखी दिसत होती. दिवसांमागून दिवस गेले, जवळचे अन्न संपले आणि मिळतील ती कंदमुळे खात पॉवर्स इतस्ततः भटकू लागला. अखेर मरणोन्मुख स्थितीत तो एका ठिकाणी पडला आणि पीटरच्या इंडियन नोकरांना सापडला.

"इथून गेल्यावर पॉवर्सचे काय झाले?" जेनने विचारले.

"त्याने जवळच्या शहरात साहसी लोकांची एक सशस्त्र टोळी तयार केली आणि तो पुन्हा त्या प्रदेशात गेला. पण गेला तो गेलाच. तो व त्याची टोळी जंगलात कुठे गडप झाली, हे कुणालाच कधी कळले नाही."

—पहिल्या पुरुषाची ही गोष्ट!

अमेझॉनच्या विस्तीर्ण जंगलाने चार-पाच देश व्यापले आहेत. त्यातला एक कोलंबिया. बहुतेक सर्व दक्षिण अमेरिकन देश हुकूमशहांच्या हातात आहेत, त्याप्रमाणे पंधरा-वीस वर्षांपूर्वी कोलंबियात रोजस मिनिला नावाचा हुकूमशहा राज्य करीत होता. त्याच्या एका अत्यंत क्रूर हस्तकाचे नाव जुआर रॉड्रिग्ज कॅस्टिलो. मिनिलाच्या राजकीय प्रतिस्पर्ध्यांचे खून पाडणे हे त्याचे काम. त्याच्या अमानुष क्रौर्यामुळे तो स्पॅनिश भाषेत 'अल् ब्रूटो' (पशू) म्हणून ओळखला जाई.

रक्षकांचा जागता पहारा

पुढे १९५७ मध्ये कोलंबियात क्रांती झाली, व मिनिलाचे सरकार उलथून पाडण्यात आले. अर्थात कॅस्टिलोला जीव वाचविण्यासाठी डोंगरात पळून जावे लागले. तेथे त्याने दरोडेखोरांची एक टोळी उभारली व खून-दरोड्यांना प्रारंभ केला. पण त्याचा एकेक साथीदार पोलिसांच्या बंदुकीला बळी पडत गेला, व एकट्या पडलेल्या कॅस्टिलोला पकडण्यासाठी जंगी बक्षीस जाहीर झाले, तेव्हा त्याने विचार केला की खोल जंगलात जाऊन लपलेले बरे. आपली बंदूक आणि काडतुसांचा साठा घेऊन तो जंगलात घुसला. पण त्याला लवकरच कळले की या घनदाट वृक्षराजींत बंदुकीचा काही उपयोग नाही. एखादा वनचर झाडावर लपून आपल्या विषारी बाणाने केव्हाच त्याचा मुडदा पाडू शकला असता. ज्या-ज्या रानटी वसाहतीत तो आसऱ्याला गेला तेथे त्याला अन्न मिळे, पण थारा मिळत नसे. ती वन्य माणसे त्याच्या बंदुकीकडे पाहत, त्याच्या क्रूर मुद्रेकडे पाहत, आणि त्यांच्या डोळ्यांत शत्रुत्वाचा भाव जागा होई. पुढे-पुढे तर हे लोक आपल्याला ठार मारायला कमी करणार नाहीत अशी भीती वाटून कॅस्टिलो त्यांना टाळू लागला.

आता त्याला आसराही मिळेना व अन्नही. उपाशीपोटी वणवण करीत लपत-छपत तो आत-आत जात होता. दिवसांमागून दिवस चालले होते. इतक्यात त्याला जणू स्वर्ग सापडला! एका मोकळ्या जागेत काही झोपड्यांची वसाहत होती आणि मध्यभागी एक छानदार घर होते. आजूबाजूला इंडियन बायका काम करीत होत्या व त्या छानदार घराच्या बागेत एक अत्यंत सुंदर गौरकाय तरुणी फुलझाडांना पाणी घालीत होती. कॅस्टिलो थोडा वेळ झाडाआड लपून बघत राहिला. त्या तरुणीचे अनावृत सौंदर्य आकंठ प्राशन करून त्याचे डोळे आसुरी आनंदाने चमकू लागले.

'शाबास बेट्या!' तो मनात स्वत:ची पाठ थोपटीत म्हणाला, 'कुणाच्याही नकळत तू स्वर्ग शोधून काढलास म्हणायचा. आता बंदुकीच्या जोरावर ही बंगली आणि ही पोरगी— दोन्ही तुझ्याच...'

कुणाच्याही नकळत? इथेच कॅस्टिलोने चूक केली होती. कारण पामेलाच्या प्रदेशात पाऊल टाकल्या दिवसापासून अरण्यातले पडघम वाजू लागले होते. कॅस्टिलोचे प्रत्येक पाऊल गुप्तपणे न्याहाळले जात होते, व रानटी टिपऱ्यांनी पामेलापर्यंत निरोप केव्हाच पोचविला होता. "एक खुनशी चेहऱ्याचा माणूस हातात शस्त्र घेऊन लपत-छपत आपल्या प्रदेशात शिरला आहे..."

पामेलाने त्याच्या ‘स्वागता’ची तयारी केली होती.

साधारण तासभर लपून कॅस्टिलोने खात्री करून घेतली की जवळपास कोणी पुरुष दिसत नाही. मग तो बंदूक सरसावून पामेलाच्या घरात शिरला.

“ओरडू नकोस, नाही तर ठार मारीन!” तो गुरगुरला.

पामेला शांत होती. त्याच्या डोळ्याला डोळा भिडवून ती म्हणाली, “तू कोण आहेस आणि तुला काय हवे आहे? तू कोणीही अस— उपाशी दिसतोस, तेव्हा तुला खायला देईन ते खा आणि रस्ता धर.”

कॅस्टिलो मोठ्याने हसला. “तू मला हुकूम करतेस?”

“हो,” पामेलाने त्याच शांतपणाने उत्तर दिले, “आणि तो तुला का पाळावा लागेल हे पाहायचे असेल तर माझ्या मागोमाग ये...”

त्याच्याकडे पाठ फिरवून पामेला बाहेर आली आणि अंगणात उभी राहिली. बंदूक सरसावीत कॅस्टिलो बाहेर आला.

“घराच्या भोवती बघ!” पामेलाने फर्मावले. कॅस्टिलोची नजर चहूकडे गर्रकन फिरली. बंगलीच्या भोवती झुडपांचे रिंगण होते व प्रत्येक झुडपाशी एकेक वनचर तयारीत बसला होता. प्रत्येकाच्या तोंडात प्राणघातक ब्लो-पाइप होता व नेम कॅस्टिलोवर!

“या ब्लो-पाइपमधल्या तीरांना क्युरेर नावाचे विष लावलेले आहे,” पामेला म्हणाली. “हे विष इतके जहाल असते की एखाद्या बाणाने तुझ्या अंगावर किंचितसा ओरखडा पडला तरी अर्ध्या तासात मरशील आणि माझ्या अंगाला नुसता हात लावलास तरी एकच नाही, तर शंभर बाण तुझ्या शरीरात सपासप घुसतील!...”

कॅस्टिलोने पुन्हा एकवार भोवताली पाहिले आणि त्याला घाम फुटला. पामेलाने दिलेले अन्न पोटात ढकलून त्याने खालच्या मानेने पुढची वाट धरली.

हेच आपले जग!

तिसऱ्या पुरुषाची आठवण झाली तेव्हा मात्र पामेलाचे अंत:करण कष्टी झाले. पिएर लावल हा एक तरुण फ्रेंच मानवशास्त्रज्ञ होता, व इंडियन वन्य जमातींचे प्रत्यक्ष निरीक्षण करण्यासाठी पीटर हॉकिन्सच्या जंगलात आला होता. पीटरने पाहुण्याची व मुलीची ओळख करून दिली व दोघांचे एकमेकांवर प्रथम-दर्शनी प्रेम बसले. पिएरच्या सहवासातले ते दिवस पामेलाला स्वर्गसुखाचे वाटले. एके रात्री हातात हात गुंफून पौर्णिमेच्या चांदण्यात दोघे फिरायला

निघाले. धरणी चांदण्यात न्हाऊन निघाली होती. हजारो वनपुष्पांच्या सुगंधाने वातावरण भारावले होते. पिएरने पामेलाला एकदम हृदयाशी कवटाळले. पामेला देहभान विसरली. पिएरने विचारले, ''माझ्याशी लग्न करशील? हे रानवट जीवन टाकून माझ्याबरोबर युरोपला चल...'' पामेलाने मान वर केली. जवळची नदी चांदण्यात जणू रुप्याचे पाणी घेऊन वाहत होती. रात्रीच्या पक्ष्यांचे मधुर कूजन ऐकू येत होते. फुलांचा सुगंध आसमंतात दरवळला होता. दूरवर एखाद्या मीलनोत्सुक चित्त्याने मादीला घातलेली आर्त साद ऐकू येत होती. पामेलाने ओळखले, हेच आपले जग!

पिएर एकटा परतला !

पामेलाचे मालाचे मचवे शहरातून परत येत, तेव्हा औषधे व इतर आवश्यक वस्तू आणीत. त्या वस्तू आल्या की, आपल्या 'प्रजाजनां'ना वाटण्यासाठी पामेला सगळ्या खेड्यांच्या फिरतीवर निघायची. हा दौरा चांगला दोन-तीन आठवडे चालायचा आणि तिची भेट प्रत्येक वसाहतीत एखाद्या पर्वणीसारखी साजरी व्हायची. जेन असताना दौऱ्याची वेळ आली, तेव्हा पामेलाने तिला बरोबर घेतले.

एव्हाना जेनला येऊन बरेच महिने झाले होते, व आता शहरात परतण्याचे विचार तिच्या मनात येऊ लागले होते, म्हणून जंगलाचा अखेरचा निरोप घेण्यापूर्वी निरनिराळ्या चालीरीतींच्या वनचरांचे जीवन त्यांच्यातच राहून पाहून घ्यावे या इच्छेने जेन निघाली.

प्रत्येक वसाहतीत जंगलच्या राणीला शोभेल असा पाहुणचार घेत दोघी चालल्या. नाचगाण्याचे सोहळे होत होते अन् चित्रविचित्र धार्मिक विधीही पार पडत होते. एका जमातीत रात्रीच्या मुक्काम असताना पहाटे जेनला कसल्या तरी आवाजाने जाग आली. तिने उठून पाहिले तर शेजारी पामेला नव्हती. झर्रकन झोपडीच्या बाहेर येऊन ती इकडे-तिकडे पाहू लागली. वसाहतीत एकही माणूस नव्हता, पण दुरून कसला तरी लयबद्ध आवाज येत होता. पहाटेच्या धुक्यातून वाट काढीत जेन आवाजाच्या रोखाने निघाली. आवाज मोठा होत गेला आणि एका विलक्षण दृश्याने स्तिमित होऊन ती अचानक थांबली. ती सबंध रानटी जात नदीच्या किनारी गोळा झाली होती आणि अरुणोदयाची लालिमा पसरलेल्या पूर्वेकडे हात वर करून लयबद्ध आवाजात कसले तरी गाणे गात व शरीर हेलकावीत उभी होती. आणि त्या सगळ्यांच्या पुढे एका उंच दगडावर पामेला

उभी होती. तिनेही उगवतीकडे तोंड करून हात वर केले होते आणि इतर वन्य स्त्रियांप्रमाणे तिचेही वक्ष अनावृत होते. सूर्यबिंब वर येताच सगळ्यांनी भुईवर प्रणिपात केला आणि पामेलाच्या उंच सुरात सूर मिसळून ते सर्व रानटी जीव सूर्यदेवाचे स्तुतिगान करू लागले. जेन हा सर्व प्रकार पाहून थक्क झाली. आधुनिक वाङ्मय वाचलेली आणि एरव्ही प्रगत विचारांची पामेला आता शरीरानेच नग्न नव्हे तर मनाने रानटी अशाअवस्थेत जेनला दिसली होती. जेन धावत-धावत परत आली व तिने झोपेचे सोंग केले. थोड्या वेळाने पामेला सगळा सोहळा संपवून परत आली— पण जेनजवळ काही बोलली नाही.

आव्हान देणारे मादक नृत्य!

...आणि त्यानंतरचा तो अद्भुत प्रसंग! एका वसाहतीत पामेलाच्या आगमनाच्या सुमुहूर्तावर 'कुमारिकांचा नाच' करायचे ठरले. तयारीची धामधूम सुरू झाली. तीन- चार दिवस निरनिराळ्या जनावरांचे मांस मोठमोठ्या भांड्यांत शिजविण्यात आले व भरपूर दारूही तयार करण्यात आली. पौर्णिमेची रात्र उगवली व सोहळ्याला प्रारंभ झाला. एका मोकळ्या जागेत सर्व जण अर्धवर्तुळाकार बसले. दोन पडघम वाजू लागले तशी पामेला उठली आणि हातात एक सोन्याचा साप उंच धरून मध्यभागी आली. लगेच काही तरुणी तिच्याभोवती गोळा झाल्या. कमरेला फक्त छोटेसे कातडे गुंडाळलेल्या त्या नवयौवना आपले रसरशीत तारुण्य आणि मदमस्त सौंदर्य दाखवीत वर्तुळाकार फिरल्या. पामेला आपल्या जागी परतली. मुखियाने इशाऱ्याचा हात वर करून खाली आणल्याबरोबर नगाऱ्यावर एकदम टिपरी पडली व त्याच क्षणी त्या तरुणींपैकी एक तरुणी एकदम उडी मारून मध्यभागी आली. मग तिने नृत्याला आरंभ केला. चित्त्याच्या चपळाईने भरलेल्या त्या उत्तान अंगविक्षेपांचा एकच अर्थ होता— एका कामातुर मादीचे ते नराला आव्हान होते. नाचाचा वेग व त्यातली उत्तानता वाढत गेली आणि एकदम एक तरुण उडी मारून रिंगणात आला. त्याने तिला एका दमात उचलून खांद्यावर टाकले व झट्कन रिंगणाच्या बाहेर उडी घेतली. मादीला नर मिळाला होता. लगेच दुसऱ्या तरुणीने रिंगणात उडी मारून नाचाला सुरुवात केली. तीच लय, तीच उत्तानता, तेच सुस्पष्ट आव्हान! पुन्हा एका तरुणाने आत उडी मारली. एकामागून एक तरुणी नाचत होत्या आणि जोडीदार जिंकीत होत्या.

...आणि मग काही तरी अघटित घडले. पामेला तट्कन उठून उभी

राहिली. तिचे खांदे लयबद्ध हालचाल करू लागले. तिच्या डोळ्यांत एक जगावेगळी चमक आली. कसल्या तरी तंद्रीत तिने आपली चोळी काढली अणि एकदम रिंगणात उडी घेतली. जेन थिजून पाहू लागली. जेनच काय, प्रत्येक वनचर डोळे फाडफाडून पाहू लागला. त्याचा आपल्या डोळ्यांवर विश्वास बसेना. प्रत्यक्ष आपली राणी— आपली देवता कुमारिकेचा नाच करणार?

पण पामेला देहभान हरपली होती. तिचे शरीर विजेसारखे लवलवत होते आणि सौंदर्याने व यौवनाने ओथंबलेले तिचे अंग-प्रत्यंग चराचराला आव्हान देत होते. जंगलची स्वामिनी जिवाचा स्वामी शोधीत होती. त्या नाचात मूर्तिमंत काम थैमान घालीत होता. वेग वाढत गेला आणि पामेला झपाटल्यासारखी नाचत सुटली. तो नाच म्हणजे एक हृदयभेदक आक्रोश होत— कुठे आहे माझा प्रियकर? कुठे आहे माझा प्रियकर?

सगळे जण मंत्रमुग्ध होऊन पाहत राहिले. एकही वनचर तरुण आपल्या देवतेचा हात धरण्यासाठी पुढे जायला धजला नाही. पामेलाला वेड तर लागले नव्हते? जेनला वाटले, मोठ्याने ओरडावे— 'पामेलाऽ थांब, थांब!' पण तिच्या तोंडून शब्द फुटत नव्हता.

इतक्यात मेघगर्जना झाली आणि पाऊस कोसळू लागला. जादूचा धागा तट्‌कन तुटावा त्याप्रमाणे पामेलाचे अवसान गळाले व ती चिखलात खाली कोसळली. जेनने तिला उचलून आसऱ्याला नेले, तेव्हा या रहस्य-राणीचे रहस्य उलगडले होते. एकीकडे आधुनिक संस्कृतीचे संस्कार झालेली ही वनराणी अशीच एकाकी जीवन कंठणार— निबिड अरण्यात हिंस्र श्वापदांच्या आणि त्याहून अधिक हिंस्र वनचरांच्या सहवासात.

◊◊

'द फर्‌बिडन वर्ल्ड ऑफ द जॅग्वार प्रिन्सेस' - लेखिका : जेन डॉलिंजर

७.
युद्ध कसे हरावे?

''एक दिवस असा येईल की त्या दिवशी चीन भारतावर आक्रमण करील!'' हा उद्गार चिनी आक्रमणाच्या पुष्कळ अगोदर म्हणजे १९५२ मध्ये भारतीय लोकसभेमध्ये काढला गेला. डॉ. सिन्हा यांची ही वाणी खरी तर ठरलीच, पण तिच्या अनुषंगाने त्यांनी व्यक्त केलेली इतर भाकितेही प्रत्यक्ष भोगण्याचा प्रसंग आज येऊन ठेपला आहे.

हे सिन्हा म्हणजे केंद्रीय मंत्री श्री. सत्यनारायण सिन्हा नव्हेत.

रशियाच्या लाल सेनेत एक भारतीय कप्तानाच्या पदावर!...

एक भारतीय आफ्रिकेत एका सुंदर गुलाम स्त्रीचा मालक?...

दलाई लामाची तिबेटमधून सुटका करून त्याला गुप्तपणे व हिंदुस्थानात सुखरूप आणण्याच्या धाडसी कटात एका भारतीयाचा प्रामुख्याने हात!

'विश्वास ठेवा अगर ठेवू नका' या धर्तीची ही आश्चर्ये आहेत. कारण पैशाच्या दारिद्र्यापासून विचारांच्या दारिद्र्यापर्यंत जे अनेक प्रकारचे दारिद्र्य

आपल्याकडे सर्वत्र दिसते, त्यात 'अनुभवाचे दारिद्र्य' हाही एक मोठा भाग आहे. सर्वसाधारण भारतीय माणसाच्या आयुष्यात काय घडते असे विचारले, तर त्याचे उत्तर 'नेति नेति' असेच द्यावे लागेल. 'आता आणखी नको,' असे म्हणत असतानाच झालेला जन्म, तुटपुंजे पोटार्थी शिक्षण, लहानशी नोकरी, मोठे कुटुंब, पेन्शनीत निघाल्यावर निरुद्योगी विश्रांती; आणि अखेर चाळीच्या चौकात एक लहानशी दुखवट्याची सभा... बस! या आयुष्यात रोमांचकारी घटना कुठल्या? तर सिनेमाला गेल्यावर पडद्यावर दिसतात, त्या!

जसे आमचे जीवन, तसेच आमचे वाङ्मय. जोसेफ कॉनरॅड, रुआर्क असल्या लेखकांचे रंगीबेरंगी अनुभवांनी खच्चून भरलेले लिखाण वाचले; इतकेच काय, पण साध्या-साध्या पाश्चिमात्य स्त्री-पुरुषांनी केवळ स्वानुभवाच्या बळावर लिहिलेल्या रंगतदार पुस्तकांचे 'रीडर्स डायजेस्ट'मधले संक्षेप वाचले म्हणजे आपल्याकडील लेखकाने चार पुस्तके वाचून लिहिलेले पाचवे पुस्तक रसहीन, पोकळ वाटते. पण हा नियम सिद्ध करणारा एक अपवाद नुकताच हाती आला. तो म्हणजे डॉ. सत्यनारायण सिन्हा यांचे 'चायना स्ट्राइक्स' हे इंग्रजी पुस्तक. डॉ. सिन्हा (मंत्री आहेत ते नव्हेत!) १९५२ मध्ये लोकसभेत उभे राहिले व म्हणाले, "मी एक धोक्याची सूचना देतो. ती म्हणजे एक दिवस असा येईल की त्या दिवशी चीन भारतावर आक्रमण करील."

भाईबाजीच्या त्या जमान्यात आपल्या आश्चर्यकारक विधानाला पाठिंबा देणारा पुरावा म्हणून सिन्हानी 'कॉमिन्फॉर्म' या आंतरराष्ट्रीय साम्यवादी संघटनेने तयार केलेला एक नकाशा लोकसभेपुढे मांडला. त्या नकाशात हिंदुस्थानचा बराचसा भाग चिनी प्रदेश म्हणून दाखविण्यात आला होता. पण सिन्हांचे मत तत्कालीन राजकीय फॅशनला अनुसरून नव्हते. त्यांनी मांडलेला नकाशा खोटा आहे असा त्यांच्यावर आरोप करण्यात आला. आठ महिने तपासणी झाल्यावर नकाशा खरा आहे असे ठरले आणि सिन्हांनी ५२ मध्ये केलेले भाकीत ६२ मध्ये बरोबर दहा वर्षांनी खरे ठरले!

सुरस आणि चमत्कारिक !

हे भाकीत इतक्या पूर्वी करता येण्यासाठी लागणारे 'चक्षुर्वै सत्यम्' ज्ञान लेखकाने कसे मिळवले याची धाडसी कथा म्हणजे हे पुस्तक. ते वाचले म्हणजे आम्ही भारतीयांनी 'युद्ध कसे हरावे?' याचा विशेष अभ्यास केला होता की काय, असे वाटू लागते! तिबेटचा घात झाला त्या दिवसापासूनच भारतावरील

चीनच्या आक्रमणाची तयारी सुरू झाली, असे सांगून लेखकाने जो इत्थंभूत इतिहास वाचकांपुढे मांडला आहे तो आश्चर्यकारक आहे. इतकेच नव्हे, तर तो सहजासहजी विश्वास ठेवता येण्याजोगा नाही, याची लेखकाला स्वत:लाही जाणीव आहे. म्हणून ज्या घटनांबद्दल आपण लिहिले आहे त्यांच्याशी आपला संबंध किती जवळून व प्रत्यक्ष आला आहे— नव्हे, त्या घटनांच्या धुमश्चक्रीतच आपले आयुष्य कसे गेले आहे, हे वाचकांना पटविण्यासाठी लेखकाने पुस्तकाच्या पहिल्या भागात आपल्या आयुष्याचा परिचय करून दिला आहे.

हा भाग वाचला म्हणजे लेखकाने मुख्य विषयाची दिलेली माहिती अधिक विस्मयजनक की स्वत:च्या आयुष्याचे केलेले वर्णन अधिक विस्मयजनक असा प्रश्न पडतो. प्रारंभी विचारलेल्या तिन्ही प्रश्नांचे उत्तर लेखकाच्या जीवनात होकारार्थी मिळते, यावरूनच या 'सुरस आणि चमत्कारिक' पुस्तकाच्या लेखकाचे जीवन तितकेच सुरस आणि चमत्कारिक होते याची चुणूक दिसते. पुस्तकाचे प्रत्यक्ष लिखाणही याच वातावरणात झाले. प्रस्तावनेच्या पहिल्याच वाक्यात लेखकाने सांगितले आहे की, 'हे पुस्तक लिहिण्याचा प्रारंभ तुरुंगात झाला; पॅरिस, बर्लिन व मॉस्कोमध्ये लिहिणे चालू राहिले आणि पामीरच्या पठारावरून जात असताना एका रशियन विमानात ते लिहून पुरे झाले.'

बनारस हिंदू विद्यापीठात शिक्षण घेत असताना कोवळा सत्यनारायण क्रांतिकारक झाला व परिणामत: एके दिवशी त्याला शिक्षण सोडून अचानक भूमिगत व्हावे लागले. बनारसहून कलकत्त्याला जात असताना गाडीत एका सिलोनी गृहस्थाची ओळख झाली व ते त्याला सिलोनला घेऊन गेले. कोलंबोला असताना एके दिवशी हे गृहस्थ काही कामानिमित्त बंदरात नांगरलेल्या बोटीवर गेले. मदतनीस म्हणून सत्यनारायण बरोबर गेला. सिलोनी गृहस्थांचे काम सुरू असताना चौकस बुद्धीचा सत्यनारायण बोट बघत हिंडत होता. एका खोलीत मऊ-मऊ गादी होती तिच्यावर तो पहुडला आणि झोपी गेला. त्याला जाग आली तेव्हा बोट भर समुद्रात होती. मार्च १९३०. ध्यानी-मनी नसताना सोळा वर्षांचा सत्यनारायण एकटाच जगाच्या सफरीवर निघाला होता.

सोफीची सुटका

बोट नेपल्स बंदराला लागली तेव्हा बोटीवरच्या रशियन आचाऱ्याने या भारतीय मुलाची एका ओळखीच्या रशियन लेखकाकडे चोरून रवानगी केली. हा लेखक म्हणजे मॅक्सिम गॉर्की! गॉर्कीने आश्रय दिला व उपदेश केला,

"बर्लिनला जाऊन शीक व तेथून रशियाला जा." गॉर्कीच्या मदतीने बर्लिन विश्वविद्यालयात दोन वर्षे शिक्षण घेतल्यावर सत्यनारायण सिन्हाने रशियाला जाणाऱ्या बोटीवर पाऊल ठेवले. काही दिवस मॉस्कोत काढल्यावर सिन्हाला कॉवरॉव गावी लष्करी शिक्षण केंद्रात पाठविण्यात आले. इंग्लिश, जर्मन, हिंदी अशा निरनिराळ्या भाषा येत असल्याने हा भारतीय तरुण लवकरच रशियाच्या लाल सेनेत कप्तानाच्या पदापर्यंत पोचला! पण याच सुमाराला स्टॅलिनच्या झोटिंगशाहीला ऊत आला होता. ज्या गॉर्कीच्या मदतीने सिन्हाने रशियात प्रवेश केला त्याच गॉर्कीच्या मदतीने त्याने रशियाला रामराम ठोकला.

रशियाहून सुटलेला लेखक ब्रुसेल्सला येऊन ठेपला व तेथे एका वृत्त-संस्थेचा भटक्या वार्ताहर झाला. याच सुमारास मुसोलिनीने ॲबिसिनियावर चढाई केली व लेखकाला आदेश मिळाला— 'युद्धवार्ताहर म्हणून आदिस अबाबाला जा.' पुन्हा भ्रमंती! बोटीने, उंटावरून व खेचरावरून मजल-दरमजल करीत सोफी नावाच्या व्यापारी ठाण्याला सिन्हा येऊन पोचले. चांदण्या रात्री सोफीला बाजार भरला होता. कसला? गुलाम स्त्रियांचा!

एका सुंदर स्त्रीकडे बोट दाखवून सिन्हांचा खेचरवाला म्हणाला, "काय साहेब, सौदा करणार का? माल एकदम ताजा अन् सस्ता! —कुठल्याही 'हरम'मध्ये शोभेल."

"मला उपयोग नाही." सिन्हा म्हणाले. त्या मुलीकडे वळून इजिप्शियन अरबीत त्यांनी विचारले, "मी तुला विकत घेऊन मोकळी सोडली तर कुठं जाशील?"

"माझ्या आईकडे. ती ॲबिसिनियात अगदी आतल्या भागात राहते."

"चल, मी तुला तिकडे नेतो," सिन्हा म्हणाले. त्यांनी तिला विकत घेतली आणि सोफीला मिळाली म्हणून सोफी तिचे नाव ठेवले. पुन्हा प्रवास सुरू. या वार्ताहराने पाठविलेल्या युद्धाच्या बातम्या युरोपीय वृत्तपत्रांत झळकल्या व त्यांनी ॲबिसिनियाच्या बादशहाचे लक्ष वेधले. बादशहाने लेखकाला बोलावणे पाठविले व तेव्हापासून सिन्हा केवळ वार्ताहरच राहिले नाहीत तर जवळजवळ सैनिकच झाले. काही दिवसांनी प्रवास पुन्हा सुरू झाला. बरोबर सोफी होतीच. एके दिवशी एक इटालियन विमान डोक्यावरून इतक्या जवळून उडत गेले की काफिल्यातले उंट व खेचरे घाबरून सैरावैरा पळाली. विमान दिसेनासे झाले व त्याच सुमारास एका नरमेधी रानटी जमातीचे पडघम ऐकू येऊ लागले. सोफी कुठे दिसत नव्हती.

"सोफी कुठाय?" सिन्हांनी खेचरवाल्याला विचारले.

"तिला मी तिच्या खेचरामागे पळताना पाहिले," त्याने जंगलाकडे बोट

दाखवून उत्तर दिले.

सिन्हा गोळी झाडीत-झाडीतच जंगलात घुसले. पण रानटी लोक पसार झाले होते आणि एका बलिवेदीवर सोफीचे मस्तकविहीन धड पडले होते.

सहा वर्षांच्या परदेशप्रवासानंतर सिन्हा १९३६ मध्ये भारताला परतले तेव्हा ते २२ वर्षांचे होते. कलकत्त्याला मित्रांनी त्यांचे स्वागत केले. पण त्याचबरोबर पाठीमागे सी. आय. डी. चा ससेमिराही लागला. तुरुंगवास, पोलिसी छळ हे सर्व अनुभव आले. अखेर त्यांनी तिबेटमध्ये आश्रय घेतला.

हिंदुस्थान स्वतंत्र झाल्यावर सिन्हा हिंदुस्थानात परतले व मग सरदार पटेल आणि पंडित नेहरूंकडून त्यांना परदेशातील वकिलातीत महत्त्वाची कामे मिळाली. बर्लिनला असताना त्यांना हिटलर व स्टॅलिन यांच्यामधला एक गुप्त करार मिळाला. जर्मन परराष्ट्र मंत्रालयाच्या छापील कागदावर टाइप केलेल्या या करारात ब्रिटिश साम्राज्याची जी वाटणी केली होती, तीत स्टॅलिनच्या हवाली हिंदुस्थान करण्यात आला होता. नेफा व लडाख हा चीनचा भाग दाखविणारा कॉमिन्फॉर्मकृत नकाशाही याच वेळी लेखकाला मिळाला.

पुढे १९५२ मध्ये लेखक सिक्किमची राजधानी गंगटोक येथे असताना त्याला साध्या वेषात काही चिनी लष्करी अधिकारी दिसले. भारतावरील आक्रमणाच्या वेळी चिनी सेना ज्या रस्त्याने यायची होती त्याचे नकाशे तयार करण्याचे काम हे अधिकारी करीत होते.

चिनी लष्करी छावणीत

लेखकाने वर्णन केलेला त्याच्या आयुष्यातील सर्वांत रोमांचकारी प्रसंग म्हणजे दलाई लामांची तिबेटहून सुटका करण्याच्या कटात त्याने बजावलेली महत्त्वाची कामगिरी. मार्च १९५९ मध्ये दलाई लामाने चिनी वर्चस्व झुगारून स्वातंत्र्याची घोषणा केली. त्याच महिन्याच्या १२ तारखेला दलाई लामाचा पंतप्रधान सुरखांग शापे याने लेखकाला एक गुप्त संदेश पाठविला. त्यात दलाई लामाची तिबेटहून सुटका करण्याच्या कामी साह्याची विनंती केली होती. लेखक लगेच तिबेटमध्ये गेला व दलाई लामास गुप्त वेशात निसटता यावे म्हणून एका तोतया दलाई लामाला चिन्यांना परिचित अशा मार्गाने हिंदुस्थानात आणण्याचे अत्यंत धोक्याचे काम त्याने पत्करले.

मार्च महिन्याच्या अखेरी-अखेरीस तिबेटी बंडाला भर आला होता व लेखक त्या धुमश्चक्रीत होता. एकदा तो व त्याचा नेहमीचा खेचरवाला लॉबसांग

हे बर्फाच्या वादळात सापडले. समोरचे काहीच दिसत नव्हते. दोघे अंदाजाने चाचपडत चालले होते. वादळ शांत झाले, तेव्हा त्यांना दिसले की आपली व आपल्या टोळीची चुकामूक झाली आहे. आपण आहोत एका चिनी लष्करी ठाण्याच्या आत! समोर मृत्यू उभा ठाकला होता. क्षणभर दोघे थिजल्यासारखे जागच्या जागी उभे राहिले. नंतर लॉबसांग पुढे झाला व त्याने ओळख करून दिली— "हे एक रशियन तांत्रिक सल्लागार आहेत व मी यांचा दुभाषा, मूळचा खोतानी भटक्या जमातीचा." चिनी अधिकाऱ्यांपैकी एकाला त्याच्या बोलण्यात कझाक उच्चार असल्याचा भास झाला व ओळख पटली. "वादळात आमचे आयडेंटिटी पेपर्स हरवले आहेत!" असा लेखकाने खुलासा केला, तेव्हा त्यांच्यासमोर एक नोंदवही ठेवण्यात आली. सिन्हांनी त्या वहीत आपली माहिती लिहिली– हिंदीत! मजकूर रशियन भाषेत आहे की आणखी कुठल्या भाषेत आहे, याचा एकाही चिनी अधिकाऱ्याला पत्ता लागला नाही. त्या रात्री शत्रूचा पाहुणचार झोडून दुसऱ्या दिवशी दोघे निसटले व टोळीला येऊन मिळाले. दरम्यान खोटा दलाई लामा चिन्यांच्या हाती सापडला होता. आता लेखकाकडे काम आले ते दलाई लामाचा सोन्याने लादलेल्या खेचरांचा तांडा हिंदुस्थानात सुखरूप घेऊन जाण्याचे. तांडा हिंदुस्थानच्या दिशेने कूच करू लागला. तिबेट व हिंदुस्थानला जोडणारी खिंड नथुला दृष्टिपथात आली. इतक्यात झुडपाआडून काही चिनी सैनिकांनी बाहेर झेप घेतली व बंदुका रोखून त्यांनी दरडावून विचारले, "ह्या खेचरांच्या पाठीवर काय आहे?"

लेखकाला वाटले, झाले— संपले! पण लॉबसांग मोठ्याने हसून म्हणाला, "सोने आहे साहेब, शंभर नंबरी सोने! दलाई लामाचे सोने!"

"काय वेडा आहेस की काय?" चिनी अधिकारी म्हणाला, "तुझा विनोद तुझ्याजवळच ठेव, सुव्वर कुठला! चला, चालते व्हा इथून!"

लेखकाने तांडा मुकाट्याने हिंदुस्थानच्या हद्दीत आणला आणि त्याच दिवशी त्याला रेडिओवर बातमी समजली की, खरे दलाई लामा हिंदुस्थानात सुखरूप येऊन पोचले आहेत.

अशा रीतीने पुस्तकाच्या पहिल्या भागात स्वत:च्या जीवनाचा 'स्टंटपट' दाखविल्यानंतर लेखकाने दुसऱ्या व प्रमुख भागात चिनी आक्रमणाची साद्यंत पूर्वपीठिका दिली आहे.

लडाख गिळंकृत केला!

दि. १ जानेवारी १९५० रोजी माओ त्से तुंगने घोषणा केली की

तिबेटची 'मुक्तता' करणे हे लाल चीनच्या सैन्याचे एक कर्तव्य आहे आणि त्याच वर्षाच्या ऑक्टोबर महिन्यात चिनी सैन्य तिबेटमध्ये घुसले. नोव्हेंबरमध्ये महर्षी अरविंद म्हणाले, ''आता चीनची आक्रमक सेना भारताच्या उंबरठ्यापर्यंत येऊन ठेपली आहे!'' पण सरकारच्या डोळ्यांवर दोन हजार वर्षांच्या भारत-चीन मैत्रीची धुंदी होती. भारत या कैफात असतानाच चीनने लडाख गिळंकृत केला.

चीन १९५९ च्या उन्हाळ्यात हिंदुस्थानवर स्वारी करण्याच्या अगदी बेतात होता; पण याचा रशियाखेरीज इतर कुणालाच पत्ता नव्हता. लेखक म्हणतो, ''रशियाने त्या वेळी चिनी आगेकूच थोपवली नसती तर हिंदुस्थानचे पतन झाले असते.'' रशियाच्या या विरोधाचे कारण म्हणजे चिनी कारस्थाने केवळ भारताविरुद्धच नव्हेत, तर रशियाविरुद्धही चालली आहेत, याचा याच सुमाराला रशियाला सुगावा लागला आणि ज्याप्रमाणे तिबेट घशात घातला, त्याचप्रमाणे रशियाच्या वर्चस्वाखाली असलेला आऊटर मंगोलिया घशात घालण्याचाही चीनचा मनसुबा आहे हे उघड करणारे नकाशे रशियाच्या हातात पडले.

येथून रशियन-चिनी वैमनस्याला प्रारंभ झाला व या वैमनस्यामुळेच हिंदुस्थानवर १९५९ मध्ये येऊ घातलेला प्रसंग टळला. पण वेळ आली नसली तरी काळ आला होता. या संकटकाळाची सुरुवात चीनने अक्साई चीन प्रदेश पादाक्रांत केला तेव्हापासून झाली. सिंक्यांगमधून 'चीनच्या तिबेट प्रदेशा'त जाण्याचा हा एकमेव मार्ग आहे, या सबबीवर हा प्रदेश मुकाट्याने कब्जात घेऊन तेथे लगेच रस्ता बांधण्यात आला; परंतु या ठिकाणी लागणारे सामान सिंक्यांगचे अफाट वाळवंट ओलांडून ४००० मैलांवरून पुरविणे अत्यंत कठीण होते. रशियाहून त्या काळी मिळत असणारी मदत सिंक्यांगमध्येच परस्पर पोचती व्हावी, असे चीनने रशियाला म्हटले. पण चीनच्या विस्तारवादी कारस्थानाची आपल्यालाही चांगलीच झळ बसणार याची रशियाला कल्पना आल्याबरोबर रशियाने आपले सामान सिंक्यांगमध्ये पोचविण्यास नकार दिला, व केवळ याच कारणास्तव चीनला त्या वेळी अक्साई चीनच्या पुढे मजल मारता आली नाही.

दि. २० ऑक्टोबर १९६२ या दिवशी वीस हजार चिनी सैनिकांनी पाच हजार भारतीय सैनिकांवर अचानक हल्ला केला; तेव्हा भारतीय हेर खात्याला चिनी सैन्याच्या संख्याबलाचीही कल्पना आली नाही व त्याच्या उद्दिष्टाचीही कल्पना आली नाही, असे लेखकाने म्हटले आहे. कहर म्हणजे, प्रत्यक्ष हल्ल्याच्या वेळी चिन्यांनी भारतीय सेनाधिकाऱ्यांचे रेडिओ संदेश 'जॅम' केले व त्याच 'वेव्हलेंग्थ' वर (ही त्यांना कशी कळली?) हिंदी, उर्दू, तमिळ इत्यादी भाषांतून

परस्परविरोधी हुकूम देऊन एकच गोंधळ उडवून दिला. अवघ्या चार दिवसांत तावांगचा सबंध प्रदेश चिन्यांच्या हातात गेला. दि. १८ नोव्हेंबरला चिन्यांनी सेला, बॉम्डिला व चॅकू प्रदेशावर चढाई केली व तीन दिवसांत हा सर्व प्रदेश पादाक्रांत केला. युद्धबंदीनंतर परत जाताना त्यांनी तेथे एक फलक लावला— ''२१ नोव्हेंबरपासून चॅकू आमच्या कब्जात होते. आज आम्ही ते सोडून जात आहोत. आवश्यकता वाटल्यास परत येऊ.''

आक्रमण का थांबले?

दि. २१ नोव्हेंबर १९६२ या दिवशी चिनी संपूर्णपणे 'जितं मया' अशा अवस्थेत होते. मग त्यांनी एकदम आक्रमण का थांबविले? 'न्यूयॉर्क टाइम्स'ने या घटनेला गौडबंगाल म्हटले. ज्या शिखरापर्यंत चिनी पोचले होते तेथून त्यांना ब्रह्मपुत्रेचे सबंध सुपीक खोरे पायाशी पसरलेले दिसत होते. आसामचे खनिज तेल, तागाचे सोनेरी पीक आणि चहाचे मळे आटोक्यात दिसत होते. इतके प्रलोभन पुढे असताना चिन्यांनी आपला उगारलेला हात खाली का आणला?

लेखकाने याची जी कारणे दिली आहेत त्यांतले पहिले कारण म्हणजे चिनी सैनिक अर्धपोटी होते. चढाईवर आलेल्या सैनिकांजवळ जेमतेम एक महिन्याचे रेशन होते व तेही संपुष्टात आले होते. दुसरे म्हणजे खाली असलेल्या भारतीय सैन्याची शस्त्रास्त्रे चिन्यांनी डोंगरावर चढविलेल्या शस्त्रास्त्रांपेक्षा अधिक संहारक होती. आणखी एक कारण म्हणजे अमेरिकेसारखा मातबर मित्र ताबडतोब भारताच्या मदतीला धावून आला होता. एक महत्त्वाचे कारण म्हणजे चिनी हवाईदलामध्ये रशियात केलेली मिग विमाने आहेत, पण त्यांच्यासाठी लागणारे सुटे भाग व खनिज तेल (जळण) या दोहींचा पुरवठा रशियाने ऐन वेळी तोडल्यामुळे चिनी हवाईदल आक्रमणाला साथ देऊ शकले नाही; ते जमिनीवरच पडून राहिले. असेच महत्त्वाचे पण कुणाला फारसे माहीत नसलेले कारण म्हणजे चिन्यांचा ५००० मैल लांबीचा पुरवठामार्ग (सप्लाय लाईन) धोक्यात आला होता. हा मार्ग बराचसा रशिया व आऊटर मंगोलियाच्या हद्दीजवळून जात होता व तेथे तो बराच खच्ची करण्यात आला होता. एकीकडे या अडचणी, तर दुसरीकडे सिंक्यांग व तिबेटला जोडणारा मार्ग मिळाला होता आणि १५००० चौरस मैलांचा भारतीय प्रदेशही पदरात पडला होता. तेव्हा युद्ध-तहकुबीचा मानभावी मोठेपणा दाखविण्याची ही नामी संधी होती.

हिमालयातील या लढाईच्या बाबतीत लेखकाच्या मते अत्यंत खेदजनक

गोष्ट म्हणजे दैन्यावस्थेबद्दल कुप्रसिद्ध असलेल्या चिनी सैनिकांपेक्षाही भारतीय जवानांजवळचे सामान व त्यांचे कपडे निकृष्ट दर्जाचे होते. नेफात बर्फावरच्या लढाईसाठी आपल्या जवानांचे कपडे कसे होते, तर जंगलातल्या लढाईला योग्य असे हलके. थागला रिजच्या लढाईवर गेलेल्या पहिल्या ब्रिगेडच्या बंदुका जुन्या मॉडेलच्या होत्या व गोळ्यांचा साठा अपुरा होता. आसामची रेल्वे अवघ्या पन्नास मैलांवर असूनही सामानपुरवठा विमानातून टाकावा लागत होता. जवानांसाठी खास तयार केलेले कपडे काही देशद्रोही कंत्राटदारांनी चिन्यांना विकले असेही लेखकाचे म्हणणे आहे. एक महत्त्वाची गोष्ट म्हणजे प्रत्येक जवानाजवळ सुमारे ७० पौंड वजनाचे सामान व हत्यारे होती, तर चिनी सैनिकांच्या सामानाचे वजन इतके हलके होते की डोंगरावर धावणेदेखील त्यांना जमू शकले आणि शेवटी, चिनी हल्ले कुप्रसिद्ध अशा 'मानवी लाट' (ह्युमन वेव्ह) तंत्राने झाले. या तंत्रात आपल्याच सैनिकाकडे माणूस म्हणून न पाहता 'गन-फॉडर' म्हणून पाहण्याची जी दृष्टी आहे, ती भारतीय संस्कृतीला न पचणारी.

असा गाफीलपणा काय कामाचा?

येथवर 'युद्धस्य कथा' सांगून झाल्यावर पुस्तकाच्या शेवटी लेखकाने रशिया- चीन वैमनस्यावर एक स्वतंत्र प्रकरण जोडले आहे. ऐन वेळी चीनला रशियाकडून लष्करी व इतर मदत न मिळाल्यानेच चीनचे भारतावरील आक्रमण अर्धवट राहिले, यावर लेखकाने भर दिला असल्याने ती मदत का मिळाली नाही याची माहिती देण्यात त्याने हे प्रकरण खर्ची घातले आहे.

लेखकाच्या माहितीप्रमाणे मार्च १९६० मध्ये सिंक्यांगमध्ये चिनी सरकारविरुद्ध उठाव झाला, तेव्हा रशियन लष्करी व इतर मदतीवरच ते बंड फोफावले. शिवाय चिनी सत्ताधिकाऱ्यांनी ८ ते १० डिव्हिजनला लागेल एवढे लष्करी सामान रशियाकडून परस्पर सिंक्यांगमध्ये पोचते व्हावे अशी मागणी केली तेव्हा ह्या ओसाड वाळवंटात एवढे मोठे लष्कर काय करीत आहे, असा रशियाला प्रश्न पडला. या प्रश्नाचे उत्तर शोधीत असताना काशगर येथील चीनच्या आर्मी हेडक्वार्टर्समधल्या रशियन प्रतिनिधीला भारतावरील चढाईचा सगळा तपशील कळला. हे आक्रमण पुढे-मागे आपल्यालाही भोवणार हे लक्षात आल्याबरोबर रशियाने मदतीचा हात आखडता घेतला.

चिनी सैनिकांनी १९६० पासूनच सोव्हिएट प्रदेशातही हातपाय पसरण्यास प्रारंभ केला असे रशियन वृत्त आहे. १९६२ ह्या एका वर्षातच चीन-रशिया सीमेवर

एकूण ५००० चकमकी उडाल्या. चीनने १९६३ च्या उन्हाळ्यात सैबेरियावर आक्रमण करण्याचा बेत केला, तेव्हा शहाला काटशह म्हणून रशियाने कझाक बंडखोरांच्या चार डिव्हिजन सिंक्यांगमध्ये गनिमी युद्ध करण्यास पाठविल्या. लेखकाच्या म्हणण्याप्रमाणे सध्या सिंक्यांगमधील चीन-रशिया सीमारेषेवरील दोन्ही राष्ट्रे एकमेकांवर सशस्त्र भुरटे हल्ले वरचेवर करीत आहेत. विशेष म्हणजे रशियन सरकारचे एक स्वतंत्र 'सिंक्यांग खाते' आहे. यावरूनच हे स्पष्ट होते की साम्यवादी देश म्हणून रशियाला चीन 'भाईराष्ट्र' वाटावयास हवा असला, तरीही चीनच्या बाबतीत भारताने दाखविला तसा अक्षम्य गाफीलपणा रशिया दाखवीत नाही.

आश्चर्यकारक विधानांची रेलचेल असणाऱ्या या पुस्तकात लेखकाने असेही म्हटले आहे की, 'चिन्यांनी केलेल्या पराभवाचा कलंक धुऊन काढण्याचा एक साहसी मार्ग मी पंतप्रधान नेहरूंना सुचविला होता. तो म्हणजे तिबेटवरच प्रतिहल्ला करणे. तिबेटमध्ये जाणाऱ्या चुंबी खोऱ्यातून भारतीय सैन्याने घोडदौडीने आगेकूच केली तर ल्हासादेखील कब्जात येण्याची शक्यता आहे.' लेखक म्हणतो, चिन्यांना ल्हासामधून किंवा सबंध तिबेटमधून हुसकून लावण्याची कल्पना वेडपट आहे असे कल्पनादरिद्री व शामळू मनोवृत्तीच्या मंडळींना वाटेल; पण ती तशी नाही हे या शतकाच्या सुरुवातीस ब्रिटिश लष्करी पर्यवेक्षकांनी तिबेटची पाहणी करताना दाखवून दिले आहे. चुंबी खोऱ्यातून तिबेटमध्ये घुसणे शक्य आहे हे कर्नल यंग हजबंड याच्या मोहिमेने सिद्ध केले होते.

लष्करी तज्ज्ञांचा हवाला देऊन लेखकाने म्हटले आहे की चिन्यांनी तिबेटमध्ये खनिज तेलाचे व लष्करी सामानाचे जे साठे जागोजागी उभारले आहेत ते नष्ट करणे हाच चिनी आक्रमणाची शक्यता मुळातून उखडून काढण्याचा खरा मार्ग आहे. पण त्यासाठी भारतीय सैन्य तिबेटमध्ये घुसले पाहिजे. ते शक्य आहे काय? भारत सरकार इतका धाडसी विचार करू शकेल काय? शांतंइपापम्!

आता या पुस्तकात सत्य कुठले आणि झिलई कुठली? 'सोऽहम्'च्या थाटात लिहिलेल्या कुठल्याही पुस्तकाच्या बाबतीत या प्रश्नाचे उत्तर कठीण असते. पण हा नीर-क्षीरविवेक प्रत्येक वाचकाने स्वतःच करायला हवा. सत्य हे कल्पनेपेक्षाही चमत्कारिक असू शकत नाही काय? चीन हा दोन हजार वर्षांपासून भारताचा मित्र आहे या कल्पनेपेक्षा दोनच वर्षांपूर्वी चीनने भारताच्या पाठीत खंजीर खुपसला हे सत्य अधिक चमत्कारिक नाही काय?

◇◇

चायना स्ट्राइक्स - लेखक डॉ. सत्यनारायण सिन्हा.

८.
चित्त्याशी दोस्ती

एक माणूस आणि एक चित्ता यांच्या दोस्तीची जशी ही कथा आहे, त्याचप्रमाणे अरण्यातील जीवनात भरलेल्या नाट्याचे हृद्य दर्शनही तिच्यात आहे. शौर्य, सामर्थ्य, चाणाक्षपणा, जगण्याची अदम्य इच्छा, आणि निसर्गाचा भव्य विलास, अशा निरनिराळ्या धाग्यादोऱ्यांनी हे नाट्य विणलेले आहे.

ही एक प्रेमकथा आहे— माणूस आणि चित्ता यांच्यातल्या अजब प्रेमाची— खरीखुरी कथा!

आपल्या आवडत्या चित्त्यावर हल्ला करणाऱ्या वाघाच्या अंगावर केवळ हातातली हॅट घेऊन धावून जाणाऱ्या माणसाची ही गोष्ट आहे; जंगलातल्या जोडीदाराची हाक ऐकूनही धन्याकडे परतणाऱ्या चित्त्याची ही गोष्ट आहे. आजारी पडलेल्या लाडक्या चित्त्याला मांडीवर घेऊन औषध पाजणाऱ्या अन् काळजीने तीन-तीन दिवस तहान-भूक विसरणाऱ्या माणसाची ही गोष्ट आहे. उलट धन्याने

इतर कुणाचेही लाड केले तर मत्सर वाटणाऱ्या आणि प्रेमभरात त्याच्या नाकाला नाक लावून त्याचे 'एस्किमो चुंबन' घेणाऱ्या चित्त्याची ही गोष्ट आहे. वन्य पशूंचे माहेरघर असलेल्या आफ्रिकेत अनेक ठिकाणी राखीव जंगले आहेत. अशा एका विस्तीर्ण जंगलाचा वॉर्डन– संरक्षक म्हणून रानटी जनावरांच्या निकट व रोमांचकारी सान्निध्यात कित्येक वर्षे घालविलेल्या डेसमंड व्हॅरडे नावाच्या शिकाऱ्याने पाळलेल्या चित्त्याची ही चित्तवेधक कथा आहे.

पाण्यातील तुफान धुमश्चक्री

या अजब प्रेम प्रकरणाची सुरुवात दक्षिण आफ्रिकेतील बेचुआनालँडच्या घनदाट अरण्यात लिंपोपो नदीच्या किनारी एका भर दुपारी झाली. नदीच्या किनाऱ्यावर व किनाऱ्यालगतच्या पाण्यात खांब रोवून पाण्याच्या पातळीचे मोजमाप व्हॅरडे घेत होता. थोड्या खोल पाण्यात रोवलेल्या एका खांबाच्या पलीकडे कसली तरी हळूच हालचाल झाली अन् व्हॅरडे एकदम मागे सरला. त्याच्या चाणाक्ष नजरेने एक भली मोठी मगर पाण्याच्या पृष्ठभागाखाली टिपली होती. "बरं झालं, बाईसाहेब वेळेवर दिसल्या..." असे पुटपुटत तो दुसरीकडल्या खांबाकडे वळला. थोड्या वेळाने एक सुंदर चित्ता जवळच्या झाडीतून बाहेर पडला. व्हॅरडे काही क्षणापूर्वी ज्या ठिकाणी उभा होता तिथेच पाणी प्यायला वाकला— आणि त्या अतिचपळ जनावरालाही काय झाले हे कळण्याच्या आत त्याची मान मगरीच्या जबड्यात सापडली. क्षणापूर्वी संथ असलेल्या त्या पाण्यात एकदम तुफान धुमश्चक्री माजली. चित्ता प्राण पणाला लावून मान सोडविण्याचा प्रयत्न करीत होता, तर मगर त्याला नेटाने पाण्यात ओढून बुडविण्याचा प्रयत्न करीत होती. व्हॅरडेने घाईघाईने बंदूक उचलली आणि मगरीवर रोखून झाडली. गोळी लागल्याबरोबर मगरीचे धूड उलटेपालटे झाले व चित्त्याच्या मानेवरची तिची पकड सुटली. पण गोळीचा तेवढाच उपयोग झाला होता; कारण सरसर पाणी कापीत ती निघून गेली. गोळी लागल्याबरोबर मगर एकदम उलथली, तेव्हा तिच्या पुढच्या पायात एक लोखंडी साखळी दिसली.

"अच्छा, ही मुलेंबे आहे तर!" व्हॅरडे उद्गारला.

बऱ्याच वर्षांपूर्वी बा-क्वेना या रानटी जमातीने ही मगर आपली 'कुलस्वामिनी' म्हणून पाळली होती व तिचे नाव 'मुलेंबे' ठेवले होते. ते लोक तिची पूजा करीत व तिला खायला घालीत. पण सुधारणेचे वारे या जमातीच्या अंगावरून गेल्यापासून मुलेंबेला कोणी विचारीत नव्हते, आणि म्हणून तिला स्वत:च्या पोटापाण्याची

व्यवस्था स्वत:च करावी लागत होती.

व्हॅरडे चित्त्याजवळ गेला, पण त्याच्या मदतीचा उपयोग झाला नव्हता. चित्त्याचे प्राण निघून गेले होते. ती एक मादी होती व तिची आचळे दुधाने भरलेली होती; त्या अर्थी जवळपास तिची गुहा व तेथे तिचे छावे असावेत, असा व्हॅरडेने तर्क केला. दुसर्‍या दिवशी केलेल्या शोधात त्याचा हा तर्क बरोबर ठरला आणि एका वृक्षाच्या खाली, खबदाडात तिची तीन पिले सापडली. ती घरी आणली खरी, पण त्यांना दूध कसे पाजायचे? व्हॅरडेला एकदम कल्पना सुचली आणि त्याने हाक मारली, "रेक्स, इकडे ये पाहू!"

त्याची कुत्री जवळ आली. तिला नुकतीच पिले झाली होती. रेक्सला खाली बसवून व्हॅरडेने चित्त्याच्या छाव्यांना तिच्या आचळांशी लावले. एकीकडे रेक्सचा मालक हळूहळू तिचे डोके थोपटू लागला आणि दुसरीकडे तिची ही विचित्र प्रजा स्तनपान करू लागली. पण हे फार दिवस चालले नाही. रेक्स जरा सावत्रपणाच दाखवायची. त्यामुळे दोन छावे थोड्या दिवसांनी मेले. राहिली ती एक मादी. तिला पावडरचे दूध बाटलीने मिळू लागले, अन् तिला ते आवडायचेही. आता दाढीवाला व्हॅरडेच त्या पिलाची आई झाला. दुसरा कुणी जवळ आला की ती फिस्कन अंगावर यायची. काही दिवसांनी पायट नावाचा एक जंगली माणूस व्हॅरडेने नोकरीवर ठेवला. त्याने प्रेमाने कुरवाळायला हात पुढे केला. पण तो छावा इतक्या जोराने फिस्कारला की पायट दचकून मागे सरला अन् कौतुकाने म्हणाला, "बाप रे! ही तर 'गारायाका' (भुतांची आई) आहे." तोच बारशाचा दिवस!

गारायाका एकटी पडल्यावर रेक्सची पातळ झालेली माया पुन्हा जरा भरून आली व गारायाका अन् तिची सावत्र भावंडे एकत्र नांदू लागली. त्यांचा आवडता खेळ म्हणजे लपाछपी. अर्थात चित्ता केव्हा हळूच पाठीमागून यायचा याचा रेक्सच्या पोरांना बहुधा पत्ता लागायचा नाही! त्या मूळच्या जंगली जनावराला शिकारीचा माग काढायची कला जन्मजातच अवगत होती. आपल्या 'आई'वरचे गारायाकाचे प्रेम मात्र दिवसेंदिवस वाढत होते. व्हॅरडेच्या मांडीवर किंवा तो पडला असेल तर थेट त्याच्या छातीवर ठाण मांडून तो छावा त्याच्या गालाशी गाल घाशी. व्हॅरडे आपल्या जंगली राज्याच्या फिरतीवर निघाला की जीपमध्ये शेजारच्या सीटवर गारायाका हक्काने बसे.

शिकारीचे पहिले धडे

शिकार कशी करावी याचे पहिले धडे गारायाकाला रेक्सकडून मिळाले. पहिल्या शिकारी म्हणजे पक्षी अन् फुलपाखरे. जवळून उडणाऱ्या पक्ष्याला गारायाका मोठ्या शिताफीने अन् चपळाईने पकडायची. चित्ता किती चपळ असतो! एके दिवशी व्हॅरडेने पाच चित्त्यांचा एक कळप पाहिला व त्यांच्याशी शर्यत लावली. त्याने ॲक्सलरेटरवर पाय दाबला आणि जीपच्या स्पीडोमीटरचा काटा २५ वरून ३० वर गेला. ३० चे ४० झाले, ५० चे ६० झाले. चित्ते बरोबरीने धावत होते. पुढे रस्ता खराब होता म्हणून जीपचा वेग कमी करावा लागला; पण चित्त्यांच्या कपाळावर घामाचा टिपूस नव्हता.

लहानसान प्राण्यांची उमेदवारी झाल्यानंतर गारायाका हरणाकडे वळली. एके दिवशी ती बंदुकीच्या गोळीसारखी एका हरणामागे धावत होती. अंतर कमी-कमी होत चालले होते. व्हॅरडे, पायट, दुसरा एक साथीदार फ्रेडी आणि रेक्स— सर्व जण कौतुकाने पाहत होते. आता शेवटच्या उडीत चित्ता हरणाला खाली पाडणार— इतक्यात एका सिंहिणीने झुडपाआडून तीरासारखी उडी मारून हरीण खाली पाडले. दोघी जणी एकमेकींकडे पाहू लागल्या. 'ही कोण बया मध्येच उपटली?' सिंहीण बरीच मोठी होती अन् खरी शिकार तिनेच केली होती. घशातल्या घशात गुरगुरत ती गारायाकावर उडी मारण्यासाठी खाली दबली; पण गारायाकाही कमी नव्हती. तिने 'फिस्' असा आवाज केला, युद्धाचा पवित्रा घेतला अन् सिंहिणीच्या चार-पाच सणसणीत मुस्कटात ठेवल्या. काय हे! बायका नाही तरी भारीच भांडकुदळ!

तेवढ्यात सिंहिणीची बहीणही हातवारे करीत येऊन पोचली, तेव्हा मात्र व्हॅरडेने गारायाकाला मागे फिरण्यासाठी हाक मारली. पायट व फ्रेडी मोठ्याने ओरडले आणि रेक्सने भुंकून एकच गोंधळ घातला. सिंह बावरून जागच्या जागी थबकले आणि त्या क्षणाचा फायदा घेऊन गारायाकाने एका उडीत जीप गाठली. अर्थात व्हॅरडे आणि कंपनीने लगेच काढता पाय घेतला हे सांगायला नकोच. पुढे या सिंहिणी नेहमी दिसायच्या. व्हॅरडेने त्यांची नावे शीला आणि मॉल अशी ठेवली.

'आता हललास तर फुकट मरशील!'

एकदा व्हॅरडे छावणीत बसला असताना दुरून बंदुकीचा आवाज आला. चोरटे शिकारी! राखीव जंगलात चोरून घुसून प्राण्यांना मारून नेणाऱ्या मंडळींपासून

श्वापदांचे रक्षण करणे हे तर व्हॅरडेचे मुख्य काम होते. व्हॅरडे, पायट व फ्रेडी घाईघाईने तयार झाले. गारायाका तयार होतीच. तिने नेहमीप्रमाणे फ्रंट सीटवर आपली जागा घेतली आणि आवाजाच्या रोखाने जीप निघाली. पायट व फ्रेडी दोघेही जंगलातला माग काढण्यात वाकबगार. त्यांनी दाखविलेल्या ठिकाणी जीप सोडून सर्व जण दाट जंगलात शिरले. गारायाका वास घेत-घेत माग काढणाऱ्या शिकारी कुत्र्याप्रमाणे पुढे-पुढे चालली होती. थोड्या वेळाने तिची चर्या बदलली आणि ती घशातल्या घशात गुरगुरू लागली. सर्व जण सावध झाले. चोर बहुतेक जवळपासच असावेत. चित्ता आणखी थोडा पुढे गेला अन् एकदम उलट-सुलट कोलमडला व हवेत उचलला गेला. झाडाला बांधलेल्या एका मजबूत तारेत गारायाकाचा एक पाय घट्ट अडकला होता आणि त्या एकाच पायाने ती हवेत लोंबकळत होती. एकदम सगळे जण पुढे धावले. पायट व फ्रेडीने चित्त्याला वर उचलण्याचा व व्हॅरडेने फास सोडविण्याचा प्रयत्न केला. पण गारायाका अंगात संचारल्याप्रमाणे धडपडत होती. एका क्षणात तिचा पाळीवपणा नष्ट होऊन ती हिंस्र श्वापद झाली होती. थोड्याच वेळात तार कापून तिची सुटका करण्यात आली व तिला शांत करून मंडळी पुढे सरकली. एका मोकळ्या जागेत त्यांनी पाऊल ठेवले आणि पाच रानटी माणसे फासे तयार करण्यात गर्क असलेली दिसली. व्हॅरडे व त्याच्या दोन साथीदारांनी त्यांना घेरले. व्हॅरडेने विचारले, ''तुमची बंदूक कुठाय?''

''बंदूक... साहेब,'' साळसूदपणाचा आव आणून त्यांच्या म्होरक्याने विचारले, ''बंदूक कुठली?''

याचा अर्थ बंदूक असलेला माणूस निसटला असावा. चित्ता दूर एका झुडपाकडे टक लावून पाहत होता. तो तिकडे इतका रोखून पाहत होता की तिथे काय आहे याचा छडा लावायचे व्हॅरडेने ठरवले. इतक्यात त्या झुडपाआडून एक रानटी माणूस बाहेर आला. त्याने हातातली बंदूक सावकाशपणे खांद्याला लावली, नेम घेतला आणि गोळी झाडली. बेट्याचा नेम अगदीच रद्दी! व्हॅरडेच्या बाजूने चार-पाच फुटांवरून गोळी गेली. व्हॅरडेने उलट आपली बंदूक रोखली अन् म्हटले, ''आता हललास तर फुकट मरशील!''

त्या माणसाने आपल्या जुन्यापुराण्या बंदुकीकडे पाहिले व तो मुकाट्याने शरण गेला. त्या दिवशी त्या टोळीला छावणीवर आणता-आणता जनावरांच्या पायवाटांवर लावलेले वीस-बावीस फासे व्हॅरडे आणि कंपनीने तोडून टाकले. थोड्याच वेळापूर्वी गारायाकाची झालेली गत आठवून व्हॅरडेच्या मनात नेहमी घर

करून असणारी एक इच्छा एकदम वर उफाळून आली— 'आपले स्वत:चे एक राखीव जंगल असावे... त्याला मी उंच कुंपण घालीन, त्या जंगलात देवाची लेकरे असलेली ही जनावरे सुखाने नांदतील, हिंस्र मानवापासून सुरक्षित राहतील.' पण जंगल विकत घ्यायला लागणारे पैसे आणायचे कुठून?

गारायाकाचा आजार

जेवणाच्या वेळी वाढलेले लुसलुशीत ताजे मांस मोठ्या चवीने खायचे, जेवण आटोपल्यावर मिशा चाटून-पुसून स्वच्छ करायच्या आणि मग भरल्या पोटी समाधानाने गुरगुर आवाज करीत धपकन धन्याच्या मांडीवर ठाण मांडायचे— हा गारायाकाचा नित्य क्रम. पण एके दिवशी ती काही खाईना. व्हॅरडेने तिला घातलेले मांस नीट तपासले. ते तर ताजे होते. 'हिने पक्षीबिक्षी खाल्ले वाटतं..?' असे त्याला वाटले.

पण कुठे पिसे दिसेनात. जरा अस्वस्थ मनाने व्हॅरडे आपल्या कामाला गेला. दुपारी येऊन त्याने पाहिले तर चित्ता मलूल झाला होता आणि पलंगाखाली जाऊन बसला होता. व्हॅरडेने जवळ जाऊन त्याच्या नाकाला हात लावला. ते नेहमीप्रमाणे थंड व ओलसर नव्हते, तर गरम व कोरडे होते. याचा अर्थ एकच होता— गारायाका आजारी होती. दुपारच्या जेवणाच्या वेळी व्हॅरडेने मांसाचे छोटे-छोटे तुकडे केले व गारायाकाचे लाड करीत तिला भरविण्याचा प्रयत्न केला. पण गारायाकाने मान फिरवली. आता मात्र व्हॅरडेला सुचेनासे झाले. पायट म्हणाला, "ताप उतरवणाऱ्या मुळीचा काढा देऊ या!"

काढा तयार झाला. पण पाजायचा कसा? व्हॅरडेने चित्त्याला मांडीवर घेतले व जवळजवळ अर्ध्या तासाच्या खटाटोपीनंतर दोघांनी मिळून चमच्या-चमच्याने अर्धा काढा कसा तरी त्याच्या घशात घातला. नंतर व्हॅरडेने अलगद उचलून त्याला त्याच्या टोपलीत ठेवले आणि वर पांघरून घातले. व्हॅरडे बाहेर येऊन कँप फायरजवळ बसला, तेव्हा त्याला भूकच नव्हती. थोड्या वेळाने झोपडीतून विचित्र आवाज येऊ लागला आणि तो आत धावला. गारायाका भडाभडा ओकत होती. तिच्या मुद्रेवरून दिसत होते की तिची आतडी पिळवटून निघत होती, आणि तिचे क्लेश पाहून तिच्या धन्यालाही भडभडून येत होते. व्हॅरडेने ती सगळी घाण हाताने साफ केली. रात्रभर ओकणे सुरू होते. सकाळ झाली, तेव्हा चित्ता अगदी निपचित पडला होता.

काळाशी झुंज

काळजीने काळवंडलेल्या व्हॅरडेने ओळखले की पोटात काही अन्न गेले नाही, तर चित्ता फार काळ टिकणार नाही. पण करायचे काय? मटणाचे सूप तयार केले आणि व्हॅरडे व फ्रेडी यांनी मिळून ते कसे तरी तिच्या तोंडात ढकलले. पण थोड्याच वेळात तेही ओकून पडले. काढा आणि सूप, काढा आणि सूप! आणि सारख्या ओकाऱ्या. तिसरा दिवस उजाडला. व्हॅरडेने स्वत: तीन दिवस जवळजवळ काहीच खाल्ले नव्हते. चवथ्या रात्री चित्ता इतका निश्चल पडला की व्हॅरडेला वाटले— झाले, संपले! आपला जानी दोस्त आपल्याला सोडून गेला! पण अजून धुगधुगी होती... त्या दिवशी व्हॅरडेने डोळ्यांत औषध घालायच्या ड्रॉपरने सूप पाजले. एका वेळी दोन-चारच थेंब— पण ते पोटात जात होते. पाचवा दिवस... सूपचा वाडगा व ड्रॉपर घेऊन व्हॅरडे जवळ गेला, तेव्हा गारायाकाच्या मलूल नजरेत अपेक्षेची अस्पष्टशी चमक दिसली. व्हॅरडेच्या मनात एकदम विचार आला— वैऱ्याची रात्र टळली की काय? त्याने परीक्षा घेण्यासाठी ड्रॉपर वापरण्याऐवजी सूप बशीत ओतले व बशी चित्त्याच्या पुढ्यात ठेवली. गारायाकाने सूप चाटून फस्त केले! एकदम बाहेर धावत जाऊन व्हॅरडे आनंदातिशयाने ओरडला, ''अरे, तिनं खाल्लं!'' फ्रेडी आणि पायट दोघांचेही डोळे आनंदाने चमकले. गारायाका काळाशी झुंज देऊन यशस्वी झाली होती.

एका संध्याकाळी कॅम्प फायरभोवती सगळे डुलक्या घेत होते. रेक्स, तिची पोरे, गारायाका आणि कंपनी. गारायाका अर्धवट झोपेत होती. कसला तरी लहानसा आवाज झाला म्हणून काय आहे हे पाहण्यासाठी रेक्स गेली. पुढची घटना निमिषार्धात घडली. विजेच्या चपळाईने एका वाघराने रेक्सवर उडी घेतली. वाघराचे डुरकणे आणि रेक्सचे ओरडणे यांचा एकच गोंधळ उडाला. एक-दोन मिनिटेच लढाई चालली व मग ते वाघरू कुत्र्याला ओढीत झाडीत नेऊ लागले. रेक्सला संकटात अडकलेली पाहून चित्त्याने जी उडी मारली ती थेट वाघाच्या पाठीवर. नंतर झालेल्या धुमश्चक्रीत वाघराने कुत्र्याला सोडले अन् दुसऱ्याच क्षणी चित्त्याला खाली पाडले. व्हॅरडेजवळ त्या वेळी हातात काहीच शस्त्र नव्हते. त्याने डोक्यावरली हॅट हातात घेऊन वाघराला झोडपायला सुरुवात केली. फ्रेडी अन् पायटही कॅम्प फायरमधल्या जळत्या काड्या घेऊन मोठमोठ्याने ओरडत धावले. आता मात्र त्या जनावराने पळायचे ठरवले व जाता-जाता रेक्सच्या एका पोराच्या तोंडात काड्कन मारून ते झाडीत पसार झाले. रेक्स खूपच जखमी झाली होती. व्हॅरडेने तिला मलमपट्टी केली, पण तिचे लक्षण

ठीक दिसत नव्हते. दुसऱ्या दिवशी पहाटे तिने एक सुस्कारा सोडला व धनी हळूहळू डोके थोपटीत असतानाच तिचे प्राण गेले.

प्रियकराची निवड!

दोन वर्षांची गारायाका आता 'वयात' आली होती. ती नेहमी दुपारच्या वेळी धन्याला फिरायला बोलावीत असे. पण त्या दिवशी फिरायला निघताना तिच्या नजरेत एक निराळीच चमक होती. पुढे चित्ता अन् मागे माणूस— असे ते निघाले. थोड्या वेळाने गारायाका थांबली व खाली बसून काही झुडपांकडे निरखून पाहू लागली. व्हॅरडे एका झाडाच्या आड लपला व काय होते ते पाहू लागला. थोडा वेळ स्तब्धतेत गेला आणि मग एका चित्त्याची हाक ऐकू आली. गारायाकाच्या अंगावरून जणू वीज सरसरत गेली. एका झुडपाआडून एक सुंदर चित्ता बाहेर आला—रोमिओ! त्या दिवशी कॅम्पवर व्हॅरडे परत फिरला, तेव्हा गारायाकाने त्याच्याकडे पाहिलेदेखील नाही. ती रात्र तिने बाहेरच काढली. जंगलच्या रहिवाश्याला जंगलची हाक ऐकू आली होती. त्यातून 'अर्थोऽहि कन्या परकीय एव', तेव्हा कधी तरी हे असे होणारच, म्हणून व्हॅरडेने आपल्या मनाची तयारी कित्येक दिवस चालविली होतीच. तरीही त्याचे मन उदासीनतेने भरून आले. दुसऱ्या दिवशीच्या भटकंतीत व्हॅरडेला दोन चित्ते दिसले— गारायाका आणि रोमिओ! गारायाका धावतच आली आणि धन्याच्या पायाला डोके घासू लागली. रोमिओ दुरून पाहत होता. गारायाकाला खायला घातलेले मांसाचे तुकडे तिने रोमिओला नेऊन दिले. त्याने मोठ्या चवीने ते खाल्ले अन् एकमेकांचे लाड करीत ती दोघे पुन्हा दृष्टिआड झाली. व्हॅरडेचा ऊर भरून आला... मुलगी सुखात होती!

दुसऱ्या दिवशी गारायाका परत दिसली. धन्याकडून तिने लाड करून घेतले. पण जवळच्याच झुडपाआडून पाहणाऱ्या जावईबापूंना मात्र आपल्या नवपरिणीत वधूचा हा माहेरच्या माणसांचा सोस फारसा आवडलेला दिसला नाही. व्हॅरडेने ते ओळखून काढता पाय घेतला व मधुचंद्र पुन्हा सुरू झाला. थोड्या दिवसांनी गारायाका परत आली ती होऊ घातलेल्या बाळांची सोय नीट व्हावी म्हणून. दोन-अडीच महिन्यांनी तिला दोन गोजिरवाणे छावे झाले. एवढीशी पोर म्हणून घरी आणलेली गारायाका दोन मुलांची आई झाली होती!

नदीच्या पातळीचे मोजमाप घेण्याचे दिवस पुन्हा आले होते आणि व्हॅरडे गारायाकाला घेऊन मुलेंबे मगरीच्या डोहाजवळ पुन्हा दाखल झाला. मुलेंबे

पाण्याखाली कुठे दडली आहे हे ओळखणे कठीण नव्हते. कारण जवळ एक पाणघोडा आपल्या मादीला व बछड्याला धोक्याची सूचना देत होता— 'मुलेंबेपासून सावध राहा!' व्हॅरडे पाणघोड्याकडे पाहत होता. इतक्यात मुलेंबे होती तेथे अचानक भयंकर अनर्थ माजला! गारायाकाला व फ्रेडीला हाका मारीत व्हॅरडे काय झाले हे पाहण्यासाठी पुढे धावला, तेव्हा त्याला एक अत्यंत विचित्र दृश्य दिसले. ती प्रचंड मगर निपचित पडली होती व तिच्याभोवती एका अजस्त्र अजगराचा विळखा पडला होता. विळखा अधिकाधिक घट्ट होत होता व मुलेंबेची शेपटी तलवारीसारखी झटपटत होती. तिचे अजस्त्र सुळे अजगराचे डोके पकडण्यासाठी धडपडत होते. तरीही पकड घट्ट होत होती. आता मुलेंबे धापा टाकू लागली. क्षणभर ती मेल्यासारखी निश्चल पडली आणि मग तिने एकदम सगळे बळ एकवटून निकराने सुटकेचा प्रयत्न केला. शेपटीच्या तलवारीने अजगराचे तुकडे करण्यासाठी तिने ती वर उचलली व तीच चूक तिला प्राणघातक ठरली. विजेच्या चपळाईने अजगराने आपल्या शेपटीच्या वेटोळ्यात मगरीची शेपटी पकडली व उलटी वाकवायला सुरुवात केली. ते एक भीषण मल्लयुद्धच होते. मगरीची शेपटी उलटी वाकत-वाकत चालली अन् काड्‌कन आवाज झाला.

–अजगराच्या विळख्यात मगरीच्या कण्याचे दोन तुकडे झाले होते!

व्हॅरडेचे व त्याच्या साथीदाराचे डोळे त्या भयंकर द्वंद्वावरून क्षणभरही हलले नव्हते. अजगर हळूहळू निघून गेल्यावर व्हॅरडे मगरीकडे धावला आणि त्याचे डोळे एकदम विस्फारले. मगरीच्या तोंडाजवळ कसले तरी खडे पडले होते. त्याने एक उचलला. तो एक मौल्यवान निळा हिरा होता! जवळच आणखी काही रत्ने पडली होती. अपचनावर उपाय मगरी खडे गिळत असतात. मुलेंबेने दगड म्हणून गिळलेली रत्ने लढाईच्या भरात बाहेर ओकली होती. व्हॅरडेने व फ्रेडीने मगरीचे पोट फाडले अन् आत रत्नांचा साठाच सापडला!

स्तिमित झालेल्या व्हॅरडेच्या डोळ्यांसमोर स्वत:च्या मालकीचे व उंच कुंपण असलेले एक खासगी जंगल उभे राहिले. त्यात गारायाका आणि तिचे सर्व वन्य सवंगडी हिंस्त्र मानवापासून सुखरूप बागडणार होते! कारण आता त्याचे स्वप्न खरे करू शकणारी संपत्ती अक्षरश: त्याच्या पायाशी पडली होती!

जंगलचे राज्य

एक चित्ता अन् एक माणूस यांच्यातल्या दोस्तीच्या या रंगतदार कथेत

जिव्हाळा आहे, तसेच नाट्यही आहे. अरण्यातल्या जीवनात तर पदोपदीच नाट्य भरलेले असते, आणि त्या नाट्याचे हृद्य दर्शन या कथेत जागोजागी होते. शौर्य, सामर्थ्य, चाणाक्षपणा, जगण्याची अदम्य इच्छा, आणि निसर्गाचा भव्य विलास अशा निरनिराळ्या धाग्यादोऱ्यांनी हे नाट्य विणलेले आहे, अन् त्यावर मानवी क्रूरतेचे व कपटाचे काळे डागही आहेत!

जंगलच्या राज्यात माणसासारखे बेजबाबदारपणे व नीतिनियमांना सोडून वागणे चालत नाही, याचे जिवंत उदाहरण म्हणजे गारायाकावर एकदा हल्ला करणाऱ्या शीला व मॉल या बहिणी-बहिणी असलेल्या सिंहिणींपैकी शीलाचे! शीला तशी जरा उठवळच. एके दिवशी तिच्या यजमानाच्या राज्यात एक मवाली आला अन् शीलाची नजर चळली. प्रकरण वाढत गेले आणि शीला कळपातून फुटून प्रियकराबरोबर गेली. एवढ्यावर संपले का?—छे! तिच्या प्रियकराला नुसती प्रिया नको होती, तर राज्यही हवे होते! याचा परिणाम व्हायचा तोच झाला. एके दिवशी पती आणि प्रियकर यांचे तुंबळ द्वंद्व झाले. शीलाच्या सवती आणि बाकीची प्रजाही तोतयाचे बंड मोडून काढण्यासाठी तुटून पडली आणि सगळ्यांनी मिळून त्याला हद्दपार केले. नंतर खवळलेल्या पतिराजांनी आपल्या बदचाल बायकोकडे मोर्चा वळवला. तिला त्याने खरपूस झोपडून काढली अन् घराबाहेर घालवली!

जंगलातले नाट्य कधी असे विनोदी असते, तर कधी भीषण! पाच-सहा हत्तींचा एक शांत कळप एका हत्तिणीची रखवाली करीत होता व ती बाळाला जन्म देत होती. अशा नाजूक वेळी एका प्रवासी टोळक्याने त्यांची खोडी काढली. सात टन वजनाच्या एका हत्तीने त्यांच्याकडे मोर्चा वळविला, तेव्हा टोपलीतून सफरचंदे सांडावीत तशी ती माणसे मोटार सोडून पळाली, आणि चेंडूशी खेळताना गारायाका जितक्या सहजतेने तो उचलीत असे तितक्याच सहजतेने त्या हत्तीने ती मोटार उंच उचलून धाडधाड जमिनीवर आपटली व तिचा चुराडा केला.

याच्या उलट युद्धपिपासू हत्तींच्या एका कळपाने एका जमातीच्या छावणीवर हल्ला केला होता तेव्हा व्हॅरडेच्या नेतृत्वाखाली अगदी पद्धतशीर लढाई झाली. व्हॅरडेने छावणीभोवती जाळाचे कडे करून किल्ला लढविला. निधड्या छातीचा गजपती त्या जाळ्यातूनही आत शिरला, पण व्हॅरडेच्या गोळीने त्याला टिपला. सेनापती पडल्यावर मात्र हत्तींनी पाठ फिरवून पळ काढला!

असा हा सगळा संघर्ष!

अरण्याच्या रंगमंचावर अहर्निश सुरू असलेल्या नाटकाचे हे जसे रसभरित अंक आहेत, तसे चटकदार छोटे-छोटे प्रवेशही आहेत. एका प्रवेशात आपल्या पाडसाच्या रक्षणासाठी सिंहाशी झुंज देऊन त्याला खाली लोळविणारे हरीण आहे, तर दुसऱ्यात पाडसाच्याच रक्षणासाठी सिंहावर स्वतःच हल्ला करून लाथेसरशी त्याची कवटी फोडणारा जिराफ आहे. एका ठिकाणी विंचू विरुद्ध रानटी कोळी असे समसमान द्वंद्व आहे, तर दुसरीकडे आठ-दहा रानटी कुत्र्यांनी घेरलेला एकटा सर्पराज असा विषम संघर्ष आहे

—आणि हा सगळा संघर्ष, हे सगळे नाट्य वाचकांसमोर सजीव करणारी उत्कृष्ट छायाचित्रे पुस्तकाच्या पानापानांवर विखुरलेली आहेत. एका चित्रात चित्ता खदखदा हसत आहे, दुसऱ्यात तो दोन-दोन सिंहाशी सामना देत आहे. एका चित्रात धन्याला गारायाका लाडे-लाडे खेटून बसली आहे, तर दुसऱ्यात 'जेवायला येता नं?' म्हणून रोमिओला प्रेमाने बोलावीत आहे. एका चित्रात हत्तींचा कळप अगदी शिस्तबद्ध व्यूह रचून शत्रूवर चाल करीत आहे, तर दुसऱ्यात तितक्याच शिस्तीने तो आई होऊ घातलेल्या हत्तिणीची राखण करीत आहे.

असे हे या चित्त्याचे जग. हीन माणुसकी विसरून, या मानवेतर जगाशी समरस झालेला असा हा माणूस.

◇ ◇

'गारायाका : द स्टोरी ऑफ ए चीटा - लेखक : डेमसंड व्हॅरडे.

९.
तरंगते रहस्य

उसळत्या सागरात जहाजाला जलसमाधी मिळणे शक्य आहे; पण समुद्रात वर्षानुवर्षे जहाज बेपत्ता होणे शक्य आहे काय?—नुसते बेपत्ता नव्हे, तर चित्तथरारक अशी रहस्ये मागे ठेवून! या सागरी रहस्यांची गुंतागुंतही तेवढीच विलक्षण आणि भयचकित करणारी आहे.

एखाद्या शाळकरी पोराच्या खिशातली पेन्सिल हरवावी त्याप्रमाणे एखादे प्रचंड जहाज बेपत्ता होणे शक्य आहे काय? एखाद्या चोरीचे किंवा खुनाचे कोडे अखेरपर्यंत सुटू नये त्याप्रमाणे, मागमूस न राहता नाहीसे झालेले एखादे जहाज कधीच न उलगडलेले तरंगते रहस्य ठरणे शक्य आहे काय? कदाचित पूर्वीची जहाजे वारा नेईल तिकडे जात, त्या वेळी असे घडू शकले असेल; पण रडार, रेडिओ आणि इतर अनेक आधुनिक वैज्ञानिक साधनांनी सज्ज अशी हजारो टन वजनाची हल्लीची जहाजे 'हरवू' शकतात, हे कोणाला खरे वाटेल काय? पण अशा सागरी रहस्यकथा खरोखरीच घडल्या आहेत. काही काही जहाजांच्या

बाबतीत घडलेल्या घटना तर इतक्या अजब आहेत की एखादा सुपीक डोक्याचा रहस्यकथाकारही इतकी चमत्कारिक कल्पना करायला धजणार नाही! अशा काही अजब पण सत्य सागरी रहस्यकथांचा संग्रह 'फेमस मिस्टरीज ऑफ द सी' या पुस्तकात ब्रॉमॅन ब्रीड या लेखकाने केला आहे. या प्रत्येक कथेच्या शेवटी एक भले मोठे प्रश्नचिन्ह आहे— 'त्या जहाजाचे काय झाले?' पण या प्रश्नाचे उत्तर अजून मिळालेले नाही. उत्तर द्यायचेच झाले तर एकच— जहाज 'हरवले!'

काय होता त्या स्वप्नाचा अर्थ?

क्लॉड सॉमर हा तसा शाबूत डोक्याचा एक ब्रिटिश व्यापारी. पण त्याला सारखे एक वाईट स्वप्न पडत होते. एका आधुनिक, आरामशीर जहाजात बसून तो प्रवास करीत होता. स्वप्नात त्याला दिसे की रक्ताचे डाग असलेले चिलखत धारण केलेला एक माणूस समुद्रातून वर येई व त्याला बोलावीत असे. त्या माणसाच्या एका हातात एक लांबलचक तलवार व दुसऱ्या हातात रक्ताने भरलेली चिंधी असे. सॉमर दचकून जागा होई, तेव्हा त्याला घाम फुटलेला असायचा! पण ते स्वप्न त्याचा पाठपुरावा करीत होते.

काय होता त्या स्वप्नाचा अर्थ? ते स्वप्न पुन: पुन्हा पडू लागले तेव्हा सॉमरची खात्री झाली की, ज्या 'वाराटा' आगबोटीतून सॉमर प्रवास करीत होता त्या बोटीबद्दल, स्वप्नातला तो माणूस काही तरी सुचवीत होता. बोट ऑस्ट्रेलियाहून इंग्लंडला चालली होती व स्वप्ने पडायच्या वेळी दरबानला पोचणार होती, शेवटी सॉमरने ठरवले, बोटीचे काही तरी बरेवाईट होणार आहे. दरबानला बोट पोचली तेव्हा तिकिटाच्या पैशाचे नुकसान सोसून त्याने बोट सोडली!

दि. २६ जुलै १९०९ या दिवशी दरबानहून केपटाऊनला जाण्यासाठी 'वाराटा' निघाली व २८ तारखेला सॉमरला निराळे स्वप्न पडले— वाराटा वादळातून मार्ग काढीत होती, इतक्यात एक पर्वतप्राय लाट आली आणि बोट गडप झाली!... दरम्यान, २७ तारखेला समुद्रात 'वाराटा' व 'क्लॅन मॅकिंटायर' या बोटींची भेट झाली, नावांचे सिग्नल झाले व हवामानाचे परस्पर शुभ चिंतन झाले. वाराटा सुरळीत चालली होती. त्या दिवशी रात्री क्लॅन मॅकिंटायरला खूप मोठ्या वादळातून मार्ग काढावा लागला.

'वाराटा' केपटाऊनला २९ तारखेला पोचायला हवी होती; पण दिवस उलटला तरी तिचा पत्ता नव्हता. तरी फारशी खळबळ माजली नाही. लहान जहाजेही वादळातून सुखरूप आली होती, आणि वाराटा तर ९००० टन

वजनाचे प्रचंड जहाज. पण दिवसामागून दिवस गेले तरी वाराटाचा पत्ता लागला नाही. शेवटी शोध करणारी जहाजे पाठविण्यात आली.... आणि ती हात हलवीत परत आली! मुख्य म्हणजे जहाज फुटल्यावर जी मोडतोड समुद्रावर तरंगताना आढळते, तसा एक तुकडादेखील कुणाला आढळला नाही. निरनिराळ्या ठिकाणांहून निरोप येत होते की, 'वाराटासारखे दिसणारे एक जहाज अमुक एका ठिकाणी दिसले'; पण ते निराळेच निघे. उलट, एका कप्तानाला ३-४ प्रेते दिसल्यासारखे वाटले; पण ती देवमाशाची घाण होती.

दि. २३ ऑगस्टला ब्रिटिश नौदलाच्या बोटींनी शोध सोडून दिला. महिन्यामागून महिने गेले व १९१० साल उजाडले. अखेर लंडनला चौकशी कोर्ट भरविण्यात आले तेव्हा गोंधळात टाकणाऱ्या काही परस्परविरोधी गोष्टी उजेडात आल्या. एक म्हणजे जहाजावर सुरक्षिततेची सर्व आधुनिक साधने उपलब्ध होती व क्लॅन मॅकिंटायरची भेट झाली तेव्हा वाराटा सुरळीतपणे चालली होती. जहाज अगदी नवीन होते व त्याचा हा दुसराच प्रवास होता. दुसरी म्हणजे जहाज प्रथमपासूनच इतके हेलकावे खात होते की काही खलाशांनी पहिल्या प्रवासातच बोलून दाखविले होते की 'जहाज कधी तरी रसातळाला जाणार!'

पण खरोखरी काय घडले होते, हे रहस्य अजून कायम आहे. त्या प्रचंड जहाजावरच्या सामानाची एक काडीही कोठे सापडली नाही आणि जहाजावरच्या शेकडो माणसांपैकी एकाही माणसाचा मागमूस लागला नाही; फक्त सॉमरचे स्वप्न मात्र खरे ठरले होते!

साओ पावलोचे काय झाले?

वाराटा हे ९००० टनांचे जहाज, तर 'साओ पावलो' ही २०००० टनांची आरमारी बोट. तिचे चिलखत ९ इंच जाड पोलादी पत्र्याचे होते. तिच्यावर १८ तोफा होत्या. सन १९१० मध्ये ब्राझीलच्या आरमारासाठी इंग्लंडला बांधलेले हे प्रचंड सशस्त्र धूड म्हणजे त्या वेळच्या सागरी युद्धातली एक अमोघ शक्ती होती. पण या युद्धनौकेचे नशीब असे की युद्धाचा प्रसंगच तिच्यावर कधी आला नाही. अखेर एकही तोफेचा गोळा न उडविता ही बोट पेन्शनीत निघाली व रिओ द जनिरोच्या बंदरात संथपणे हेलकावू लागली. आणखी काही वर्षे गेली व १९५१ मध्ये ती एका ब्रिटिश पोलाद कंपनीच्या प्रतिनिधीच्या दृष्टीस पडली. पोलादाच्या अति-तुटवड्याच्या त्या युद्धोत्तर काळात

त्याला लगेच कल्पना सुचली—'ही जुनी बोट विकत घेतली तर बरेच पोलाद मिळेल.'

सौदा झाला आणि इंग्लंडहून विल्यम पेंटर नावाचा तज्ज्ञ ब्राझीलला दाखल झाला. एवढ्या मोठ्या धुडाला सबंध महासागर ओलांडून ओढीत न्यायचे म्हणजे बऱ्याच डागडुजीची जरुरी होती. पण पेंटर अनुभवी होता. छोट्या तोफांसाठी असलेली भोके बुजविण्यात आली, मोठ्या तोफा हलू नयेत म्हणून बांधून टाकण्यात आल्या आणि दरवाजे, पोर्टहोल इत्यादी कुठल्याही जागेतून पाणी शिरणार नाही अशी काळजी घेण्यात आली. सर्व तयारी जय्यत झाली, व मग बोटीला वेसण घालून एक-एक दोरखंड 'बस्लर' व 'डेक्स्टेरस' या दोन छोट्या गलबतांना बांधण्यात आला आणि दि. १८ सप्टेंबर १९५१ या दिवशी ते प्रचंड धूड ओढीत महासागर ओलांडायला ती गलबते निघाली. पेंटर व ७-८ इतर माणसे लक्ष ठेवण्यासाठी म्हणून साओ पावलोवर प्रवास करीत होती.

प्रवास अगदी हळू पण नीट चालला होता. नोव्हेंबर उजाडला तसे मात्र समुद्राने रौद्ररूप धारण केले. दिनांक ४ नोव्हेंबरला रात्री तर प्रलयकाळच समीप आला आहे की काय असे वाटू लागले. वेसण घातलेली ती अजस्त्र नौका बांधून ठेवलेल्या वेड्याप्रमाणे थैमान घालू लागली! दोन्ही छोटी गलबते जिवाचे रान करून तिला वठणीवर आणण्याची शिकस्त करीत होती. इतक्यात ते घडले—एका पाठोपाठ एक दोन्ही दोरखंड तुटले! आता ती बोट एखाद्या राक्षसी प्रेताप्रमाणे इतस्तत: भटकायला मोकळी होती! लगेच एका गलबताच्या कप्तानाने रेडिओने पेंटरशी बोलण्याचा प्रयत्न केला, पण उत्तर मिळाले नाही. मध्यरात्रीच्या सुमारास आकाश किंचित निवळले तेव्हा दोन्ही कप्तानांनी नाइट ग्लासमधून शोध घेतला, पण साओ पावलो कोठेही दिसत नव्हती. एक प्रचंड आगबोट हरवली होती!

सकाळी ८ वाजता वादळ शमले व ५ मैलांपर्यंत दृष्टी पोचू शकली, पण ती युद्धनौका दृष्टिपथात नव्हती! लगेच डेक्स्टेरसच्या कप्तानाने ब्रिटिश नौसेनेला संदेश पाठविला. आणखी एक गलबत व ब्रिटिश हवाईदलाची विमाने मिळून शोध सुरू झाला. रात्र पडली, तेव्हा विमानांनी संदेश पाठविला, "काही दिसत नाही. उद्या सकाळी पुन्हा शोधू." दुसऱ्या दिवशी अमेरिकन व पोर्तुगीज विमानेही शोधात सामील झाली. तासांमागून तास गेले, दिवसांमागून दिवस गेले व एकूण दीड लाख चौरस मैलांचा जलसंचार शोधून झाला; पण त्या युद्धनौकेचा मागमूस लागला नाही. तिचे काय झाले? तिच्यावर असलेल्या विल्यम पेंटरचे आणि

त्याच्या बरोबरच्या माणसांचे काय झाले? या प्रश्नांची उत्तरे अजून मिळालेली नाहीत. चौकशीअंती असा कयास करण्यात आला की दोरखंड तुटल्यावर एका तासाच्या आत तिला जलसमाधी मिळाली असावी. पण याला पुरावा काहीच नाही! उलट इंधन नसलेली 'मृत' जहाजे ५०-५० वर्षे समुद्राच्या पाठीवर तरंगत राहिल्याची उदाहरणे आहेत.

क्रोनोमीटरचा रहस्यमय प्रवास

अफाट समुद्रावर जहाजे नाहीशी होतात व गवताच्या गंजीत टाचणी हरवावी त्याप्रमाणे माणूस स्वस्थ बसतो. पण किनारा फारसा नजरेआड नसतानाही एखादे जहाज गुप्त होते तेव्हा त्यातले रहस्य काय असावे याचा विचार करणाऱ्याची मती कुंठित होते. दि. १० डिसेंबर १९०३ रोजी 'व्हिएन्ने' हे फ्रेंच आरमाराचे मालवाहू जहाज रोचेफोर्ट ते टूलोन या छोट्याशा प्रवासाला निघाले तेव्हा ही वाट त्याच्या पायाखालची झाली होती. बिस्केचा उपसागर थोडासा वादळी होता खरा, पण सुएझमधून येऊन जिब्राल्टरला वळसा घालणारी अनेक ब्रिटिश जहाजे त्या प्रदेशात फिरत होती. अवघ्या २-३ दिवसांचा प्रवास होता; पण त्या दोन-तीन दिवसांतच व्हिएन्ने अचानक बेपत्ता झाले! अखेर २० डिसेंबरला शोध सुरू झाला, आणि एका फ्रेंच युद्धनौकेने आठवडाभर तपास करून दीड हजार मैलांचा जलभाग पालथा घातला, पण पत्ता नाही!

असेच दोन महिने गेले.... आणि एके दिवशी फ्रान्सच्या दक्षिण किनाऱ्यावर जहाजावरचे क्रोनोमीटर नावाचे एक यंत्र सापडले. तपास करण्यात आला व ते व्हिएन्नेवरचे ठरले. क्रोनोमीटर पाण्यापेक्षा खूपच जड असते व ते तरंगू शकत नाही. मग हे क्रोनोमीटर किनाऱ्यावर कसे आले? व्हिएन्ने बुडाले असेल तर त्याचे क्रोनोमीटर समुद्राच्या तळाशी असलेल्या जहाजातच असायला हवे होते. किनाऱ्याच्या जवळ व रहदारीच्या मार्गात एक जहाज पाहता-पाहता गुप्त झाले होते. ते फुटले असेल तर प्रेते किनाऱ्यावर लागायला हवी होती. एकही प्रेत मिळाले नाही. मिळाले काय? तर तरंगू न शकणारे जहाजावरचे एक जड यंत्र!

वाराटा हे जहाज नाहीसे झाले तेव्हा एका प्रवाशाला जणू त्याची चाहूल लागली होती. असाच एक प्रकार १९ व्या शतकात घडला. लंडनजवळच्या एका बंगल्यात बेंजामिन वेस्टर नावाचा माणूस शांत झोपला होता. पहाटेची वेळ होती. इतक्यात त्याच्या नोकराने घाबऱ्या-घाबऱ्या त्याला जागे केले व कसेबसे म्हटले, "तुम्हाला कोणी तरी बाहेर हाका मारीत आहे... आवाज नक्की टिरोन

पॉवरचा आहे— ते म्हणत आहेत मी पावसात बुडालो!'' वेब्स्टर खडबडून जागा झाला. हा काय प्रकार आहे? त्याचा मित्र आणि जगप्रसिद्ध नट टिरोन पॉवर त्या क्षणी हजारो मैल दूर अमेरिकेच्या दौऱ्यावर होता. धावत-धावत खाली जाऊन त्याने दरवाजा उघडला. पावसाचा झोत एकदम अंगावर आला, पण बाहेर कोणीच नव्हते.

दि.१३ मार्च १८४१ ची ही घटना आणि ११ मार्चला इंग्लंडला परतण्यासाठी 'प्रेसिडेंट' बोटीने पॉवर निघाला होता. प्रेसिडेंट ही त्या काळची प्रचंड राजेशाही आगबोट. दि. १२ व १३ ला अटलांटिक महासागरात वादळे होती खरी, पण प्रेसिडेंटसारख्या जगप्रसिद्ध बोटीला काही होईल हे शक्य नव्हते; पण प्रेसिडेंट ठरलेल्या दिवशी आली नाही. दिवसांमागून दिवस गेले आणि पोचण्याची वेळ चांगलीच टळून गेली. काही दिवसांनी त्याच मार्गाने येणाऱ्या पाठीमागच्या बोटी पोचल्या, पण त्यांनी प्रेसिडेंटला पाहिले नव्हते. १२-१३ तारखांच्या वादळातून लहान-लहान बोटी सुखरूप आल्या होत्या; पण हा तरंगता प्रासाद गडप झाला होता. कोठे? कसा? या प्रश्नाचे उत्तर त्या रात्री वेब्स्टरच्या नोकराला स्पष्टपणे ऐकू आलेल्या त्या रहस्यमय शब्दांतच असू शकेल— ''मी पावसात बुडत आहे...''

माणसाला आत्मा असतो तसा बोटीला असतो काय? निदान अशी शंका येण्याजोगे काही प्रसंग दर्यावर्दी जीवनात घडलेले आहेत. 'जॉर्ज हेन्री' आणि 'रेस्क्यू' ही दोन जहाजे उत्तर ध्रुवाजवळच्या एका निर्जन बंदरात नांगरून उभी होती. जॉर्ज हेन्रीचा कप्तान हॉल हा ध्रुव प्रदेशाचे संशोधन करण्यासाठी आला होता. रेस्क्यूवर त्याचे सामान होते, माणसे नव्हती. अचानक वादळ उठले, तेव्हा हॉलला रेस्क्यूची काळजी वाटू लागली. कारण तिला सांभाळायला कोणीच नव्हते. इतक्यात सभोवतालचा झंझावात भेदून एका खलाशाची आरोळी ऐकू आली— ''रेस्क्यू नांगरासकट सरकायला लागली आहे...!'' वादळाच्या धुमश्चक्रीत नीट काही दिसत नव्हते. तरीदेखील हॉलला एवढे दिसले की रेस्क्यूचे निर्जीव धूड नांगरासकट खडकाळ किनाऱ्याकडे हेलकावत जात होते. हॉलला वाटले— झाले, 'रेस्क्यू'चा निकाल लागला.

ही काय भुताटकी?

दुसऱ्या दिवशी सकाळी हॉलने पाहिले. रेस्क्यू अजून तरंगत होते. पण वादळाचा जोर ओसरला नव्हता आणि रेस्क्यू अजूनही खडकाळ किनाऱ्याकडे

मरणाच्या खाईत चालले होते. सबंध सकाळभर ते जहाज त्या 'आ' वासून बसलेल्या खडकाच्या तावडीत जात होते आणि मग एक प्रचंड लाट आली व ते जहाज एखाद्या खेळण्यासारखे किनाऱ्यावर फेकले गेले. त्या फेसाळ पाण्यात इतस्तत: मोडके तुकडे तरंगू लागले. हेन्री जॉर्जवरचे खलाशी डोळ्यांत प्राण आणून ही घटना पाहत होते. इतक्यात बर्फाचे वादळ सुरू झाले व काहीच दिसेनासे झाले.

सप्टेंबर १८६० नंतरचे आठ महिने हॉलने संशोधनात घालविले व मग तो पुन्हा पहिल्या जागी आला. पण रेस्क्यू कोठे होते? ज्या खडकावर ते आदळले होते, तेथे काहीच नव्हते. कदाचित एव्हाना जहाजाचे अगदी बारीक-बारीक तुकडे झाले असण्याचाही संभव होता. आता हॉलने देवमाशाची शिकार सुरू केली. दिवसांमागून दिवस गेले. एकही मासा दिसत नव्हता. अचानक टेहळ्याची आरोळी ऐकू आली. कसले तरी धूड दिसले अन् एकदम सगळ्यांनी डोळे विस्फारले. कारण तो काळा आकार म्हणजे देवमासा नव्हता; रेस्क्यू जहाज होते! खलाशांना भ्रम झाला की आपण जहाजाचे भूत तर पाहत नाही ना? पण ते रेस्क्यूच होते. त्याची खूपच मोडतोड झालेली होती, पण ते इतक्या शिस्तीत चालले होते की, कोणी तरी त्याला चालवीत असावे, असे प्रत्यक्ष हॉललादेखील वाटले. ते जवळून गेले तेव्हा खलाशांनी डोळे ताणून पाहिले— पण जहाजावर एकही माणूस नव्हता. खलाशी एकमेकांकडे भयभीत नजरेने पाहू लागले. एवढ्या अथांग समुद्रात रेस्क्यूने नेमके आपल्या जोडीदार जहाजाला कसे शोधून काढले होते?

त्या दिवशी संध्याकाळी वारा फोफावला, दर्या उफाळला आणि हळूहळू जहाजाभोवती बर्फाच्या मोठमोठ्या तुकड्यांची गर्दी होऊ लागली. त्यांची जहाजाशी टक्कर होऊ नये म्हणून खलाशी मोठमोठ्या काठ्या हातात घेऊन बर्फ दूर लोटू लागले. इतक्यात त्या धुक्यातून एक प्रचंड काळा आकार त्यांच्या रोखाने येऊ लागला— पुन्हा रेस्क्यू! आणि ते बर्फाच्या गर्दीतून इतक्या कुशलतेने वाट काढीत होते की जणू काही सुकाणू एखाद्या वाकबगार नाविकाच्या हाती असावे! समुद्रातून बिनचूक वाट काढीत ते हेन्री जॉर्जच्या रोखाने येऊ लागले— जणू आपल्याला वाऱ्यावर सोडणाऱ्या माणसावर सूड उगविण्यासाठी! आता फक्त दोनशे यार्ड अंतर राहिले... १००... ५०... काही खालाशांनी डोळे मिटले तर काहींनी भीतीने जहाजाच्या दुसऱ्या टोकाला धाव घेतली. आता फक्त ३० यार्ड राहिले... आणि एकदम काही तरी झाले. रेस्क्यूने आपले तोंड फिरवले आणि ते

हेन्री जॉर्जला जवळ-जवळ घसटून पुढे गेले.

आता मात्र खलाशांचे धाबे दणाणले. ही नक्की भुताटकी आहे. एकही माणूस जहाजावर नसताना हे जहाज इतक्या कुशलतेने वाट कशी काढते? आणि ते आपल्याच मागे का लागले आहे? ती रात्र संपली, दुसरा दिवसही संपला आणि संध्याकाळ झाली. आता हेन्री जॉर्ज पहिल्या ठिकाणी आले होते.

सगळे जण जेवायला बसले आणि आचारी वाढू लागला. त्याने सहज पोर्टहोलमधून बाहेर पाहिले... आणि त्याच्या हातातले भांडे एकदम खाली पडले! चमकून हॉलने पाहिले— अगदी प्रथम रेस्क्यू ज्या ठिकाणी नांगरून उभे होते, नेमके त्याच जागी पुन्हा उभे होते! सबंध रात्रभर कोणी झोपले नाही. रेस्क्यू केव्हा 'हल्ला' करते, याची प्रत्येक जण वाट पाहत होता. पहाटे रेस्क्यू अगदी हळूहळू सरकू लागले— हेन्री जॉर्जच्या दिशेने. जणू या वेळी त्याने हल्ल्याची पद्धत बदलली होती. अगदी हळूहळू ते सारखे सरकत होते. खलाशांची बोबडी वळाली, पण हॉलने तेथून हलायला नकार दिला आणि मग संध्याकाळी वारा सुटला व रेस्क्यू जोराने हलू लागले– उघड्या समुद्राच्या दिशेने. दुसऱ्या दिवशी सकाळपर्यंत ते दिसेनासे झाले. ते कोठे गेले? माहीत नाही! एकही माणूस वल्हवायला नसताना कुशलतेने वाट काढणारे ते मोडके जहाज समुद्राच्या पाठीवर अजूनही कोठे तरी हिंडत असेल.

मेलेला अधिकारी बोटीवर!

रेस्क्यूवर भुताटकी होती काय? असेल किंवा नसेल; पण 'यूबी-६५' या पहिल्या महायुद्धातल्या जर्मन पाणबुडीवर असा काही तरी प्रकार नक्की होता. ही पाणबुडी बांधायला सुरुवात केली तेव्हापासूनच ती शापित असल्याचे दिसू लागले. बांधकामाला जेमतेम सुरुवात झाली, एवढ्यात एक भलीमोठी पोलादी तुळई खाली कोसळली व दोन कामकऱ्यांचे प्राण गेले. खलाशी कुजबुजले— बोट अवलक्षणी आहे. बांधकाम पुरे व्हायच्या सुमारास इंजिनरूममध्ये विषारी वायू अचानक पसरले आणि तीन माणसे गुदमरून मेली. आता खलाशांची खात्रीच झाली की ही बोट भुताटकीने पछाडलेली आहे. पाणबुडीने पाण्यात पाऊल ठेवल्यावर कप्तानाने पहिल्या बुडीची तयारी केली. सर्व 'ऑल वेल' असल्याची खातरजमा झाल्यावर कप्तानाने बोटीवरच्या एका अनुभवी इंजिनिअरला म्हटले, ''बुडी मारण्याआधी एकदा बोटीच्या पृष्ठभागाची नीट पाहणी करून ये.'' तो इंजिनिअर कॉनिंग टॉवरमधून वर चढला— आणि चकार शब्द न

काढता त्याने समुद्रात उडी घेतली! का? तसे कारण काहीच नव्हते. पण प्रत्येक भीतिग्रस्त खलाशी या रहस्यमय आत्महत्येचे कारण मनात काय ते समजला! कप्तानाने स्वत: सर्व यंत्रे तपासून बुडीचा हुकूम दिला. पाणबुडी खाली गेली ती थेट समुद्राच्या तळाशी! काही केल्या ती वर उठेना. खलाशाची खात्री झाली, आता सर्व संपले! कप्तान बोट वर आणण्यासाठी पुन:पुन्हा यंत्रे फिरवीत होता आणि अचानक यंत्रे चालू झाली व बोट वर उठली.

बंदरात पोचल्यावर तिची दुरुस्ती काळजीपूर्वक झाली आणि पहिल्या झटापटीसाठी सामान भरले जाऊ लागले. सगळ्यात शेवटी टॉर्पेडो भरले जाऊ लागले— इतक्यात प्रचंड धडाका झाला. काहीही कारण नसताना एक टॉर्पेडो फुटला आणि ५ माणसे जागच्या जागी गतप्राण झाली. पुन्हा दुरुस्ती! अधिकाऱ्यांनी ठरविले, हे काम बहुतेक ब्रिटिश घातपात्यांचे असावे. पण खलाशांची तर भीतीने बोबडी वळली होती. बहुतेकांना काही दिवस रजा देण्यात आली व थोडेसे खलाशी पहाऱ्याला ठेवले. एके दिवशी पहाऱ्यावरचा फर्स्ट लेफ्टनंट आपल्या खोलीत आरामात कॉफी पीत होता; इतक्यात पेटी ऑफिसर धडपडत आत आला. त्याचा चेहरा पांढराफटक पडला होता. तो कसाबसा म्हणाला, ''तो मेलेला माणूस बोटीवर आलाय!''

काय भानगड आहे? फर्स्ट लेफ्टनंट धावत-धावत वर गेला. त्याला कोणी दिसले नाही. पण भीतीने थरथरणाऱ्या आणखी एका खलाशाने तीच गोष्ट सांगितली. टॉर्पेडोने मेलेला एक सेकंड लेफ्टनंट अचानक त्यांच्यासमोर प्रकट झाला होता. तो हळूहळू बोटीच्या टोकापर्यंत चालत गेला आणि मग वळून त्याने छातीवर हात बांधले व तो त्यांच्याकडे पाहू लागला. काही क्षणांनी तो अंतर्धान पावला... हे सगळे आपण पाहिल्याचे ते दोघे शपथेवर सांगत होते!

काही दिवस गेले आणि 'यूबी-६५' लढायला गेली. तिचा नेम अचूक होता, व काही ब्रिटिश जहाजांना रसातळाला पाठविल्यानंतर मंडळींना जरा 'नॉर्मल' वाटू लागले. एके दिवशी बॅटरी रीचार्ज करण्यासाठी पाणबुडी वर आली. दोन्ही बाजूंना टेहळे ठेवण्यात आले. इतक्यात टेहळ्याने बोटीच्या टोकाकडे बोट दाखविले— तोच मेलेला अधिकारी छातीवर हात बांधून समुद्राकडे पाहत शांतपणे उभा होता— फर्स्ट लेफ्टनंट, कप्तान... सगळ्यांना तो स्पष्ट दिसला!

मीही भूत पाहिले!

काही दिवस गेले. कप्तान बदलला; पण भूत बदलले नाही. एके दिवशी बोटीच्या प्रमुख गनरला एकदम वेडाचा झटका आला व त्याने आत्महत्या केली. त्यानंतर एके दिवशी फर्स्ट लेफ्टनंट दुर्बिणीतून क्षितिज न्याहाळीत होता. इतक्यात दुसरा एक अधिकारी वर चढून त्याच्या शेजारी आला व त्याने पाण्यात उडी घेतली. लढाईवरून 'यूबी-६५' परतली, तेव्हा नवीन कप्तानाने रिपोर्ट दिला— मीही भूत पाहिले.

—आणि त्यानंतर दि. १० जुलैची सकाळ. इंग्लिश खाडीच्या जवळ 'एल् २' ही अमेरिकन पाणबुडी गस्त घालीत होती. इतक्यात दूर क्षितिजावर एक काळा आकार दिसला. लगेच कप्तानाने 'हुशार'ची सूचना दिली. हळूहळू तो आकार मोठा होऊ लागला आणि कप्तानाच्या तोंडून एकदम आश्चर्याचा उद्‌गार बाहेर पडला. जणू काही युद्ध चालूच नव्हते, अशा थाटात एक जर्मन पाणबुडी पृष्ठभागावर संथपणे चालली होती— यूबी ६५! पाणबुडी पृष्ठभागावर असली की वर टेहळे असतात. पण 'यूबी ६५' वर एकही टेहळ्या नव्हता. फक्त तिच्यावर एक माणूस अमेरिकन खलाशांना स्पष्ट दिसला. तो बघत होता! अमेरिकन पाणबुडीच्या कप्तानाने नेम धरला आणि टॉर्पेडोच्या बटणावर बोट ठेवले— इतक्यात प्रचंड आवाज झाला आणि जेथे 'यूबी-६५' होती तिथे एक भले मोठे कारंजे उडाले. मग बोट दिसेनाशी झाली! अमेरिकन कप्तानाने टॉर्पेडो सोडायच्या क्षणभर आधी हा चमत्कार घडला होता. तो माणूस बोटीच्या टोकाशी हाताची घडी घालून उभा होता, –समुद्राकडे शांतपणे बघत. स्फोट कशाचा होता? तो झाला त्या वेळी बोटीवर माणसे होती की नाही? नव्हती तर ते सगळे जण कोठे अदृश्य झाले होते? होती तर बोटीच्या कॉनिंग टॉवरमध्ये लढाईच्या दिवसांत एक टेहळ्या हमखास असायला हवा, तोही नव्हता; हे कसे? आणि तो हाताची घडी घालून संथपणे समुद्राकडे पाहत उभा राहणारा मृत अधिकारी? त्या पाणबुडीचे ते भयानक रहस्य तिच्याबरोबर पाण्यात बुडाले.

◈◈

फेमस मिस्टरीज् ऑफ द सी - लेखक : ब्रायॅन ब्रीड

१०.
सोनेरी टोळीच्या मागावर

शाळेला मारलेली पहिली दांडी, दारूचा पहिला पेला, पहिली बाजारू पोरगी, अन् पहिली चोरी... दर वर्षी ५० कोटी रुपये कमावणारे अकरा बडे दादा... न्यूयॉर्कच्या हार्लेम या कुप्रसिद्ध गुंडराज्यातील कृष्णकारस्थानांची ही इत्थंभूत जबानी...

"माझ्या आठवणीतले माझे सर्व जीवन गुन्हेगारीत गेले आहे. सुरुवात झाली ती खिसे कापणे, गोदामातला माल लांबविणे, एकट्या-दुकट्याला धमक्या देऊन पैसे उकळणे— असल्या गोष्टींनी. तेथून मी दरोडेखोरीची पायरी गाठली. कुठल्याही प्रकारची लफंगेगिरी मी शिल्लक ठेवलेली नाही आणि शेवटी एका सोनेरी टोळीत सामील झालो. या टोळीने जुगारी अड्डे अगदी पद्धतशीरपणे चालवून चिक्कार पैसा कमावला आहे... थोडक्यात म्हणजे, मी समाजाच्या उकिरड्यावरचा एक किडा आहे."

"मग या पुस्तकाचे प्रयोजन काय?" —उत्तर फारच सोपे आहे. स्वत:च्या

जातीवर उलटणारे लफंगे तुम्हाला फार थोडे आढळतील. त्यामुळे लफंगेगिरी खरोखरीच कशी चालते याचे 'आतून' दर्शन घडविणारी पुस्तके थोडीच. पोलिसांच्या बाजूने याची माहिती देणारी पुस्तके आहेत, पण ही लफंग्यांच्या बाजूने दिलेली माहिती आहे...''

या शब्दांनी प्रारंभ करून न्यूयॉर्कच्या हार्लेम नावाच्या कुप्रसिद्ध वस्तीतल्या एका अट्टल बदमाषाने एका धाडसी वार्ताहरासमोर इत्थंभूत दिलेली ही एका अमेरिकन ठगाची सनसनाटी जबानी आहे. म्हणून हे पुस्तक त्या वार्ताहराने— जिम होराननने— 'लिहिलेले' नाही, तर लफंग्या अँडीने 'सांगितल्याप्रमाणे लिहिलेले' आहे. अँडी या जबानीला प्रवृत्त होण्याचे कारण काय? त्याचा लफंगेगिरीतला साथीदार आणि लहानपणापासूनचा जानी दोस्त रिची याचा विरुद्ध टोळीतल्या दादांनी चारचौघांत गोळी घालून खून केला होता. त्याचा बदला म्हणून ही जबानी.

अमेरिकेच्या एका लहानशा गावात १९११ मध्ये अँडीच्या जीवनाची सुरुवात झाली. दारुड्या बापाने घराकडे पाठ फिरवल्यावर मोकाट सुटलेला अँडी शाळेत प्रताप गाजवू लागला. एकदा तीन-तीन पोरांशी एकटा मारामारी करताना एक अनोळखी पोरगा त्याच्या मदतीला धावला. तेव्हापासून अँडी व रिची हे जानी दोस्त झाले. रिचीचा सराईत हात धरून अँडीने पहिली पावले टाकली— शाळेला पहिली दांडी, दारूचा पहिला पेला, पहिली बाजारू पोरगी, अन् पहिली चोरी. एकदा सुरुवात झाल्यावर अँडी-रिचीची दुक्कल झपाट्याने प्रगती करू लागली. पण एके दिवशी अँडी पकडला गेला व कोर्टाने त्याचे कोवळे वय पाहून शिक्षा दिली, ''गाव सोडून जा!''

रिचीच्या हस्तलाघवालाही ते गाव लहान पडू लागले.

दोघे न्यूयॉर्कमध्ये येऊन थडकले. थोड्याच दिवसांनी मॅनहटन आणि ब्राँक्स विभागातल्या चिनी दुकानातून व हॉटेलातून एक पोलीस पत्रक वाटले गेले— ''एक सहा फूट तीन इंच उंच व दुसरा पाच फूट पाच इंच अशा 'लंबू आणि छोटू' भुरट्या दुकलीपासून सावध राहा...''

रिची लंबू आणि अँडी छोटू.

एव्हाना रिचीने पिस्तूल पैदा केले होते, व ते छातीवर रोखलेले दिसले की गर्भगळित दुकानदार कॅश बॉक्स मुकाट्याने हवाली करीत. हळूहळू न्यूयॉर्कच्या चोरबाजारात अँडी-रिचीची कीर्ती पसरली. मवाल्यांची एक स्वतंत्र टोळी त्यांच्या

भोवती गोळा झाली आणि पश्चिम हार्लेमच्या बकाल वस्तीत त्यांचे बस्तान बसले.

—आणि एके दिवशी 'बड्यां'चे बोलावणे आले. पूर्व हार्लेममध्ये जुगारी अड्डे चालविणाऱ्या प्रचंड सोनेरी टोळीच्या एका प्रमुखाचे ते आमंत्रण होते. एका विरोधी जुगारी टोळीच्या डबोल्यावर डल्ला मारायचा होता. काम फत्ते झाले आणि एक विचार दोघांच्या मनात रुजू लागली— 'हे जुगारीचे कंत्राट बेटे झकास आहे... आपणही या धंद्यात प्रवेश केला पाहिजे.'

पण एकदा अँडीने एका पोरीला गटविण्यासाठी तिला एक चोरलेली हिऱ्याची अंगठी दिली. अर्थात तिला मिरवल्याशिवाय राहणे अशक्य होते. बातमी कर्णोपकर्णी पसरली आणि एके दिवशी चोरीच्या मालाने ठासून भरलेली सूटकेस घेऊन अँडी व रिची न्यूयॉर्क सोडण्यासाठी रेल्वे स्टेशनवर जात असताना एकदम एका पोलीस कारने रस्ता अडवला.

अँडीच्या विसाव्या वाढदिवशी शिक्षा सुनावण्यात आली— अँडीला पंधरा वर्षे, रिचीला वीस वर्षे तुरुंगवास!

त्यानंतरची बारा वर्षे अँडीने सिंगसिंग आणि डॅनेमोरा या अत्यंत कुप्रसिद्ध तुरुंगात काढली. या तुरुंगवासाचे वर्णन सामान्य भारतीयांच्याच नव्हे, तर आपल्याकडच्या चोर-दरोडेखोरांच्याही कल्पनेपलीकडचे आहे. या तुरुंगात काय नाही? बाहेरच्याप्रमाणे आतही गुंडांच्या टोळ्यांचे साम्राज्य आहे, पैसेखाऊ पोलीस-अधिकाऱ्यांचा भरणा आहे, वाटेल ती गोष्ट आत चोरून नेण्याची सोय आहे, पैशाच्या जोरावर आपले काम इतर कैद्यांवर सोपवून ऐषाआरामात राहणारे दादा आहेत, त्यांच्या टोळ्यांच्या भयंकर मारामाऱ्या आहेत, पुरुषांतल्या अनैतिक संबंधांची किळसवाणी घाण आहे, आणि प्रसंगी आतही खून आहेत.

बाहेर आल्यावर पॅरोल ऑफिसरच्या नजरेखाली अँडीने नोकरीच्या शोधात न्यूयॉर्क पालथे घातले. एखादी नोकरी मिळे आणि मागचा अनुभव विचारला की, गतायुष्य उघडे पडे. पुन्हा रस्त्यावर. असे दिवसांमागून दिवस गेले. नाताळचा सण आला. सगळीकडे दिव्यांचा झगझगाट असताना अँडी कडक थंडीत उपाशी पोटी दिशाहीन भटकंती करीत होता. चालत-चालत तो एका लहानशा दुकानासमोर आला. मग काय झाले, ते त्याचे त्यालाही ठाऊक नाही. एकदम तो दुकानात शिरला, पिस्तुलाचा भास निर्माण करण्यासाठी त्याने खिशात हात खुपसला आणि काउंटरवरच्या पोरीवर गुरगुरटला, "कॅश बॉक्स माझ्यासमोर रिकामी कर..."

पण त्याने वाक्य पुरे करायच्या आधीच पोरगी वेड लागल्यासारखी किंचाळू लागली. अँडी तसाच झट्‌कन बाहेर पडला अन् जणू काहीच झाले नाही अशा आविर्भावात फुटपाथवरून चालू लागला. पण त्या दिवशी त्याचे नशीब पुरते फिरले होते. पोरीच्या किंकाळ्या चालूच होत्या, त्या वेळी दुकानाजवळ अँडीच्या जोडीला एकच माणूस होता— एक पोलीस. पोलिसाने त्याला धरून दुकानात नेले अन् त्या मुलीच्या समोर उभे केले, तेव्हा ती एकदम ओरडली, "हाच तो!"

"तुझी खात्री आहे?" पोलिसाने विचारले.

पोरगी क्षणभर चाचरली, तेव्हा चट्‌कन संधी साधून अँडी म्हणाला, "हवालदारसाहेब, आज नाताळच्या दिवशी या बाईने जर माझ्यावर खोटा आळ घेऊन मला तुरुंगात ढकलले तर मी तिच्यावर लाख डॉलर्सची फिर्याद करीन..."

पोलीस म्हणाला, "हे बघ बाई, तुझा आरोप खोटा ठरला तर हा माणूस तुझ्यावर फिर्याद करू शकेल."

आता बाई चांगलीच गोंधळली. पण पुन्हा नको ते घडले. पोलीस अँडीकडे साशंक नजरेने पाहत म्हणाला, "तू माझ्याबरोबर पोलीस स्टेशनवर चल. मला जरा तुझे रेकॉर्ड वगैरे आहे काय, हे पाहू दे."

अर्थात पुन्हा पितळ उघडे पडले आणि अँडीची तुरुंगात दुसऱ्यांदा रवानगी झाली.

या तुरुंगवासातच रिचीकडून चांगल्या वस्तूंच्या एकदम भेटी येऊ लागल्या. रिची सुटला होता अन् त्याचे खिसे गरम दिसत होते.

दुसरा तुरुंगवास संपला तेव्हा अँडी चाळिशीत होता. १९५५ साल उजाडले होते. आगगाडीने तो न्यूयॉर्कला परतला तेव्हा त्याच्यापुढे एक भले मोठे प्रश्नचिन्ह होते— 'पुढे काय?' बहुतेक सबंध आयुष्य तुरुंगात गेले होते. बायको-मुले नव्हती आणि कायदेशीर जीवनाचे सर्व दरवाजे बंद होते. अँडीने ओळखले—गुन्हेगारीची अंधारी दुनिया हेच आपले जग. पण त्या जगातही बडे दोस्त असले की सगळे काही राजरोस चालू शकते, हे त्याने पाहिले होते. म्हणून न्यूयॉर्कमध्ये पुन्हा पाऊल ठेवले त्याच वेळी त्याचा निश्चय झाला होता—यापुढे सोनेरी टोळीत जायचे!

त्याच दिवशी रिचीची भेट झाली आणि दोघांनी पश्चिम हार्लेमच्या जुगारी टोळीच्या नायकाची कास धरली. त्याचे नाव बिग बो. आता दोघांच्याही खिशात चार पैसे खुळखुळू लागले. पण बिग बो याचा सगळा थाट पाहून रिचीच्या मनात

एक निराळाच विचार मूळ धरू लागला. बिग बो याला हुसकून लावून आपण जुगारी राज्याचे राजे झालो तर...?

परिस्थितीचा अंदाज घेतल्यावर रिचीने ही धाडसी कल्पना अँडीपुढे मांडली, तेव्हा अँडी चांगलाच चमकला. बिग बो पश्चिम हार्लेमचा दादा असला तरी या दादाचा दादा पूर्व हार्लेममध्ये आहे हे त्याला माहीत होते. जुगाराच्या सर्व अड्ड्यांचे नियंत्रण पूर्व हार्लेममधून काही बडी दादामंडळी गुप्तपणे करीत होती, आणि त्यांच्या दिमतीला हवे तेवढे खुनी, दरोडेखोर आणि गुंड होते. बिग बो त्यांचा मांडलिक होता. जुगाराचे उत्पन्न आणि इत्थंभूत हिशेब त्याच्याजवळून वसूल करण्यासाठी पूर्व हार्लेममधून एक गाडी रोज येई व निघून जाई. कुठे? कुणालाच माहीत नव्हते. बिग बोच्या एकाही गुंडाने पूर्व हार्लेममध्ये पाऊल ठेवता कामा नये असा कडक दंडक होता. बिग बो हे सगळे नियम मुकाट्याने पाळीत होता म्हणून त्याचे व्यवस्थित चालले होते. आपला हा आज्ञाधारक बगलबच्चा रिचीसारख्या उपटसुंभाने हुसकावला, तर बड्या दादांना ते खपेल का?

रिचीने यावर बेदरकार उत्तर दिले, ''ते कोण आले आहेत मोठे? त्यांनी जास्त गडबड केली तर मीही इंगा दाखवीन. त्यांच्याकडे पिस्तुले आहेत, तर आपल्याकडेही आहेत, आणि आता आपल्याकडे पण चांगली टोळी तयार झालीय...''

हा विचार तर फारच भयंकर होता. पूर्व हार्लेमच्या बड्या धेंडांपुढे रिचीचा पाड लागेल काय? अँडीला दाट शंका होती. उलट, रिचीचे प्रेत नदीत तरंगताना आढळण्याचीच शक्यता फार होती.

पण रिचीचा निश्चय झाला होता बिग बो ह्याला पदच्युत करायचे आणि आपण राज्य बळकवायचे. त्याने खालच्या गुंडांत बिग बोविरुद्ध फितुरीचे बी हळूहळू पेरले. त्यांचे काय, जो जास्त पैसे मोजील— तो धनी. बहुतेक गुंड आपल्या बाजूचे झाले आहेत असा अंदाज झाल्यावर एके दिवशी रिची दोन गुंडांना घेऊन बिग बोच्या अड्ड्यावर गेला.

वीस मिनिटांत बिग बो बाहेर आला आणि आपल्या मोटारीतून चालता झाला. आता नवी विटी, नवे राज्य. पण त्या दिवशी वसुलीची गाडी आलीच नाही! आणि बरोबर तीन दिवसांनी मध्यरात्री अँडी झोपला असताना दारावर हलकेच थाप पडली. एका उडीत तो पलंगाबाहेर पडला व त्याने पिस्तूल हातात घेतले. पण बाहेर एक ओळखीचा लफंगा बातमी घेऊन आला होता. गुंडांच्या

ठरलेल्या अशा एका उपाहारगृहात भर गर्दीत दोन गुंडांनी रिचीच्या पाठीत गोळ्या घालून त्याचा मुडदा पडला होता.

पूर्व हार्लेमच्या दादांनी आपल्याविरुद्ध उठलेल्या बंडखोराचा काटा काढला होता. बिग बोने सूत्रे पुन्हा हातात घेतली.

रिची गेला. इतकी वर्षे ज्याच्या खांद्याला खांदा लावून अँडीने जीवन घालविले होते तो जिवलग मित्र एक बेवारशी मुडदा झाला होता. अँडीचे डोके भणभणू लागले. रिचीच्या खुनाचा बदला घेतला पाहिजे— पण कसा? तो कुठल्याही पोलीस अधिकाऱ्यासमोर जाऊन उभा राहिला असता तर आधी त्यालाच डांबण्यात आले असते. अचानक त्याला एका वार्ताहराचे नाव समजले— जिम होरान. आपल्याला माहीत असलेली सगळी अंदरकी बात होरानला सांगितली तर हा धाडसी माणूस टोळी उघडकीस आणू शकेल...

होरानने शांतपणे सर्व ऐकून घेतल्यावर म्हटले, "अँडी, या टोळीला चव्हाट्यावर आणायचे असेल तर एक धोक्याचा उपाय आहे— तू पुन्हा टोळीत जायचे. सोंग करायचे, अन् तिचा खरा अड्डा शोधून काढायला मदत करायची... बोल, आहे तयारी?"

अँडी कबूल झाला. त्या दिवसापासून अँडी, होरान आणि न्यूयॉर्कच्या पोलीस खात्यातला एक अत्यंत विश्वासू अधिकारी असिस्टंट सुपरव्हायझिंग इन्स्पेक्टर जॉन वॉल्श या तीन शिलेदारांनी हार्लेमच्या प्रचंड सोनेरी टोळीशी गनिमी युद्ध आरंभले.

सोनेरी टोळीचे नायक कोण आहेत? त्यांचा अड्डा पूर्व हार्लेममध्ये आहे, पण नक्की कोठे? त्यांच्या शेकडो टेहळ्यांच्या नकळत त्यांचा माग काढून त्यांना मुद्देमालासकट कसे पकडता येईल? इतकी वर्षे लफंगेगिरीत घालविलेल्या अँडीजवळही या प्रश्नांची उत्तरे नव्हती. फक्त एका गोष्टीपासून गुप्त तपासाला सुरुवात करणे शक्य होते. रोज संध्याकाळी ठरावीक वेळी टोळी-प्रमुखांचे दोन-तीन गुंड पश्चिम हार्लेममध्ये बिग बोच्या अड्ड्यावरून पैसे व हिशेबाचे कागद गोळा करीत आणि मोटारीने पूर्व हार्लेममध्ये गडप होत. पण न्यूयॉर्कमध्ये हजारो, कदाचित लाखो मोटारी आहेत. गुंडांची मोटार नक्की कुठली?

मोटार हुडकून काढणे हे पहिले पाऊल. बिग बोच्या अड्ड्यावर गुप्त टेहळणी सुरू झाली. एक अगदी साधी, कुणाच्याही डोळ्यांत न भरणारी मोटार ठरावीक वेळी ठरावीक ठिकाणी उभी राहते, हे लक्षात आल्यावर एखाद-दुसरा 'दारुडा' झिंगत-झिंगत तिच्या जवळून जाऊ लागला. असे काही दिवस चालल्यावर

एके दिवशी एक 'दारुडा' जरा अधिक जवळ गेला व त्या झोकांडीतच त्याने नंबर पाहून ठेवला.

येथून त्या मोटारीचा रस्ता शोधून काढण्याचे काम सुरू झाले. मोटार परत जायला निघाली की रस्त्या-रस्त्यावर 'वॉकीटॉकी' घेतलेले पोलीस अधिकारी छपून टेहळणी करू लागले. समोरून मोटार गेली की, एक डिटेक्टिव्ह पुढच्याला रेडिओ संदेश पाठवी— "चार्ली चाललाय..." पण एके दिवशी पावसाळी हवेत पाठलाग चुकला.

"गाडीवर काही तरी गुप्त खूण केली पाहिजे!" वॉल्श म्हणाला. गाडी अंधारात उभी असताना एका डिटेक्टिव्हने हिकमतीने एक टेल-लाइट हळूच फोडून काचेचा एक तुकडा काढून घेतला. आता न्यूयॉर्कमधल्या सगळ्या गाड्यांचे दोन्ही टेल-लाइट तांबडे होते, तर एका गाडीच्या टेल-लाइटमध्ये पांढऱ्या प्रकाशाचा थोडासा तुकडा होता. आणखी काही दिवसांच्या पाळतीनंतर गाडी पूर्व हार्लेममध्ये नेमकी कोठे थांबते याचा पत्ता लागला. पण प्रश्नचिन्ह अजून कायमच! कारण ती एका भल्या मोठ्या इमारतीसमोर उभी राही व मोटार चालविणारे ठग डबोले घेऊन आत कोठे गडप होत हे कळत नसे.

वॉल्शने हुकूम दिला— "या इमारतीवर पाळत ठेवा... ही माणसे नक्की कोठल्या मजल्यावर कोठल्या खोलीत जातात याचा पत्ता लागला पाहिजे."

कडाक्याच्या थंडीचे दिवस होते. पाणी गोठण्याच्याही खाली उष्णतामान उतरले होते. अशा वेळी आजूबाजूच्या सर्व इमारतींच्या छपरांवरून डिटेक्टिव्ह पेरण्यात आले. रात्री पाहण्याच्या दुर्बिणी व वॉकीटॉकी घेऊन ते रात्र-रात्र डोळ्यांत तेल घालून पाळत ठेवू लागले. टेहळणी करताना पोलिसांना एका गोष्टीची सारखी जाणीव होती, व ती म्हणजे सोनेरी टोळीचे स्वत:चे टेहळेही सर्वत्र पसरलेले होते. रस्त्यावर, घरांच्या दारात, आजूबाजूच्या उपाहारगृहांच्या खिडक्यांत— सर्वत्र हे टेहळे सावधानतेने लक्ष ठेवीत होते. म्हाताऱ्या बायकाही या कामात सामील होत्या. या मंडळींना पोलिसांचा जरासा वास आला तरी सगळाच कारभार आटोपला असता...

कित्येक दिवस पाळत ठेवल्यावर वॉल्शने ठरवले, 'काहीही करून इमारतीत प्रवेश मिळविला पाहिजे...' दुसऱ्या दिवशी ठगांची मोटार आत शिरत असताना एक पोस्टाची गाडीही एकदम आत शिरली. आतल्या पोस्टमनने ठगाला हात हलवून 'हाय' केले आणि तो धाडधाड वर चढला. त्याच्या हातांत एक 'स्पेशल डिलिव्हरी' पार्सल होते. इतक्यात खालून एक कर्कश आवाज

आला—

"मिस्टर, काय हवे आहे तुम्हाला?"

पोस्टमनने मागे वळून पाहिले. जिन्याच्या पायथ्याशी एक वयस्क बाई उभी होती व त्याच्याकडे रोखून पाहत होती. पोस्टमनने पार्सलवरचा पत्ता वाचत म्हटले, "मिसेस रोजसाठी पार्सल आहे..."

"ती दोन घरे सोडून राहते!" बाई म्हणाली.

आता पोस्टमनचा नाइलाज झाला. "काय लोक तरी, चुकीचे पत्ते लिहितात..." असे पुटपुटत तो खाली उतरला व मोटारीतून निघून गेला.

पहिला प्रयत्न हा असा फसला. एव्हाना त्या रस्त्यावरून कामगारासारखे दिसणारे बरेचसे लोक कामाच्या निमित्ताने वरचेवर ये-जा करू लागले होते. त्यातला प्रत्येक जण कसलेला डिटेक्टिव्ह होता व प्रत्येकाचे डोळे त्या इमारतीत आत-बाहेर जाणाऱ्या माणसांना निरखीत होते.

एके दिवशी भाग्य उजाडले.

त्या इमारतीतून एक स्त्री बाहेर पडली व हातात एक पिशवी घेऊन जरा संशयास्पद रीतीने चालू लागली. लगेच छुपा पाठलाग चालू झाला. ती एका बसमध्ये चढल्याबरोबर तिची 'सावली'ही मागोमाग चढली. तेथून ती एका भुयारी रेल्वे स्टेशनवर गेली आणि एका एस्कलेटरवर—सरकत्या जिन्यावर–चढली. मागोमाग डिटेक्टिव्ह होताच. शेजारीच खाली घसरणारा जिना होता व त्याच्यावरून एक माणूस खाली येत होता. तो अगदी नाकासमोर पाहत होता. ती बाई व तो माणूस समांतर आल्यावर बाईने सहजगत्या हातातली पिशवी मधल्या सरकत्या कठड्यावर ठेवली अन् तितक्याच सहजपणे त्या माणसाने ती उचलली. अर्थात वर जाणाऱ्या डिटेक्टिव्हला एकदम खाली जाणाऱ्या जिन्यावर उडी मारणे शक्य नव्हते.

दुसऱ्या दिवशी तो उतरत्या जिन्याच्या पायथ्याशी उभा राहिला. पिशवी उचलणारा माणूस स्टेशनच्या बाहेर पडल्यावर टॅक्सीतून निघून जाताना त्याने पाहिला.

तिसऱ्या दिवशी तो माणूस पिशवी घेऊन स्टेशनच्या बाहेर आला तेव्हा एक टॅक्सी क्यू मोडून पुढे घुसली. माणूस आत बसला व टॅक्सी चालू झाली. एका ठिकाणी तो उतरला, तेव्हा टॅक्सी वळविण्याच्या मिषाने टॅक्सीवाल्याने जरा वेळ काढला आणि पाठीमागचे दाखविणाऱ्या आरशात पाहिले. ठग कुठल्या

घरात शिरला, हे पाहून ठेवून टॅक्सीवाल्याचे सोंग घेतलेला तो डिटेक्टिव्ह निघून गेला.

खरा अड्डा कोठल्या घरात आहे याचा पत्ता तर लागला! पण नक्की खोली कुठली? पुन्हा वॉल्शने ठरविले— 'एखादा माणूस आत शिरल्याशिवाय पत्ता लागणे अशक्य!' पण या इमारतीत तर गुंडांचे टेहळे नेहमीच 'हुश्शार' असणार. त्याला काही इलाज नव्हता.

मग एके दिवशी न्यूयॉर्कमधले मवाली घालतात तसले भपकेबाज कपडे घालून एक माणूस त्या रस्त्यावर आला. नजीकच्या एका गुंडांच्या उपाहारगृहात जाऊन त्याने एक-दोन पेगदेखील मारले. इतर लफंग्यांत व त्याच्यात काहीच फरक दिसत नव्हता. 'आपल्यातलाच एक' असे म्हणून इतरांनी त्याच्याकडे दुर्लक्ष केले.

म्हणजे एक गोष्ट साध्य झाली—भोवतालच्या मवाली जगाने त्याचा 'आपल्यामधलाच एक' म्हणून स्वीकार केला होता. असे काही दिवस गेले व मग एके दिवशी गुंडांची गाडी यायच्या काही मिनिटे आधी वॉल्शचा हा गुंड इमारतीत शिरला व थेट वर जाऊन जिन्याच्या वरच्या पायरीवर उभा राहिला. डबोले घेऊन आलेला गुंड जिना चढू लागल्याबरोबर बनावटी गुंडाने आपली एक शू-लेस तट्कन तोडली व तो जिना उतरू लागला. दोघे एकाच पायरीवर आल्यावर डिटेक्टिव्ह थांबून खाली वाकला व बुटाची लेस बांधू लागला. सोनेरी टोळीचा माणूस त्याच्याकडे दुर्लक्ष करून पायऱ्या चढू लागला तर लेस बांधणारा माणूस त्याच्याकडे दुर्लक्ष करून पायऱ्या चढू लागला. लेस बांधणारा माणूस पायऱ्या चढण्याचे आवाज मनातल्या मनात मोजू लागला, 'एक... दोन... तीन... चार...'

दुसऱ्या दिवशी सकाळी तो पुन्हा इमारतीत गेला व ज्या पायरीवरून त्याने मोजायला सुरुवात केली होती त्या पायरीपासून तेवढ्या पायऱ्या वर मोजीत गेला.

बरोबर समोर एक बंद दरवाजा होता.

— अखेर पत्ता लागला!

शेवटची जय्यत तयारी सुरू झाली. ठरलेल्या दिवशी पोलिसांच्या गाड्या निरनिराळ्या ठिकाणी तयारीत उभ्या राहिल्या. जिम होरान आणि त्याचे दोन-तीन साथीदार शिकारीला सज्ज झाले. अँडीच्या प्रतिज्ञापूर्तीची घटका भरत

आली. दुपारी चार वाजता वॉल्शने आपल्या रिस्टवॉचकडे पाहिले व तो हाताखालच्या अधिकाऱ्याला म्हणाला, "ठीक, चलो!"

लगेच तो अधिकारी आपल्या वॉकीटॉकीत पुटपुटला, "चलो!"

चलो! चलो! चलो!

एका पोलीस कारकडून दुसऱ्या कारला, तेथून तिसऱ्या गाडीला असा तो रेडिओ संदेश पसरत गेला. काही मिनिटांतच पोलीस गाड्या भरधाव वेगाने त्या रस्त्याला आल्या आणि त्या इमारतीसमोर थडकल्या. भराभर उड्या मारून पोलीस खाली उतरले आणि जिन्यावर धावले. क्षणार्धात त्या दरवाजावर पहारीचे घाव पडू लागले.

"धाड् धाड्धाड्...!"

दरवाजा मोडून पडला आणि पोलीस आत घुसले. सोनेरी टोळीचे अकरा बडे दादा लाखो डॉलर्सच्या नोटा आणि हिशेबाची भेंडोळी घेऊन बसले होते.

दर वर्षी ५० कोटी रुपये कमावणाऱ्या जुगाऱ्यांचा बालेकिल्ला त्या एका क्षणात सर झाला.

◈◈

द मॉब्ज मॅन - लेखक : जेम्स होरान.

११.
सैतानाचे अवतार

'नर करणी करे तो नर का राक्षस हो जाय!' अशी वेगळीच म्हण पूर्णांशाने सार्थ करणारे मानवी नीचतेचे काही नमुने.

'अेकाला मारतो तो खुनी, हजारांना मारतो तो वीर'— अशी एक आधुनिक म्हण आहे. या हिशेबाने लाखांना मारणाऱ्याला काय म्हणायचे? ऐतिहासिक काळात चंगीझखान आणि अर्वाचीन काळात हिटलर, स्टॅलिन यांनी सत्तेने मदांध होऊन अक्षरश: लाखो लोकांची क्रूर कत्तल केली. मानवी रक्ताचे किती पाट वाहिले यावर दुष्टतेचे मोजमाप केले तर या तीन रक्तरंजित हुकूमशहांना दुष्टतेची त्रिमूर्ती म्हणता येईल.

पण भयानक क्रूरता ही बहकलेल्या निरंकुश सत्तेच्या पोटी जन्मलेल्या अधमतेची केवळ एक बाजू झाली. दुसरी बाजू म्हणजे पशूला लाजवील अशा अनाचाराचे सार्वजनिक थैमान! प्राचीन रोमचा सम्राट नीरो याच्या काळात लज्जेचा जेवढा मोठा होम झाला तेवढा जगाच्या इतिहासात कधीही झाला नसेल. प्रत्यक्ष

सम्राटाच्या आज्ञेवरून किळसवाण्या लैंगिक अनाचाराची उघड-उघड जत्रा भरत होती, तर स्वत: नीरो बायकांचे कपडे घातलेल्या देखण्या युवकापासून प्रत्यक्ष स्वत:च्या आईपर्यंत सगळ्यांशी शय्यासोबत करीत होता! नीचतेचा नमुना आणखी दुसरा कुठला असू शकेल?

'मुक्तीसाठी अनाचार करा !'

नीरोचा पशुतुल्य अनाचार म्हणजे विषयकर्दमाने लडबडलेल्या मनाने गाठलेली चरम सीमाच होती; अधर्माची ती पराकोटी होती. उलट रासपुतीन या रशियन संन्याशाने आपल्या अनुयायांना 'मुक्तीसाठी अनाचार करा!' असा विलक्षण मंत्र देऊन धर्माच्या नावाखाली सार्वजनिक संभोगाचे सत्र चालविले होते. स्वर्गाला जाण्यासाठी नरकातला रस्ता दाखविणारा हा नराधम काही काळ तरी अशिक्षित शेतकऱ्यापासून खुद्द झारपर्यंत सर्वांच्या मनावर हुकमत गाजवीत होता, आणि तेही विसाव्या शतकातच; हे आज खरे वाटेल काय?

अनाचाराला धर्माचा मुलामा देणारा भोंदू पापी रासपुतीन एकीकडे; तर धर्मावर अनन्य श्रद्धा ठेवून आपण जे काही करीत आहोत ते केवळ धर्मरक्षणासाठीच, अशा दृढ विश्वासाने हजारो तथाकथित पाखंड्यांचा अनन्वित छळ करणारा आणि लाखो निरपराध स्त्री-पुरुषांना देशोधडीला लावणारा स्पॅनिश पाद्री तुर्केमाडा दुसरीकडे! मध्ययुगीन ख्रिस्ती राजावर जरब बसवून आणि पोपलाही शह देऊन या धर्मान्ध दुष्टाने साऱ्या युरोपभर अस्मानी सुलतानीचे जे तांडव मांडले त्याचे वर्णन वाचताना आजही मनाचा थरकाप उडतो.

पण ज्याने एकाही माणसाचा जीव घेतला नाही, एकाचाही छळ केला नाही आणि ज्याचे व्यक्तिगत जीवन चारचौघांसारखेच सभ्य होते—असा आधुनिक माणूस जगातल्या अत्यंत दुष्ट माणसांत गणला जाऊ शकेल काय? अमेरिकन सिनेटर जोसेफ मॅक्कार्थी याने साम्यवादविरोधाच्या सबबीवर देशातल्या अनेक प्रतिष्ठित नागरिकांवर वाटेल ते खोटेनाटे आरोप ठेवून त्यांच्या अब्रूचे धिंडवडे काढले, साम्यवादाचा समंध समोर करून बुद्धिनिष्ठ अशा एका सबंध समाजाला बुद्धिभ्रष्ट व भीतिग्रस्त केले आणि कर्तुमकर्तुम् शक्ती हाती बाळगणाऱ्या एकामागून एक अशा दोन अध्यक्षांना काही काळ तरी हतबल केले! या सर्व करामतीचे वर्णन 'बौद्धिक दुष्टतेची कमाल मर्यादा' असेच करणे योग्य होईल!

अधमतेची विविध रूपे

असे हे नीचतेचे निरनिराळे नमुने. ते रंगवून चरित्रलेखनात जगावेगळी भर टाकणारे हे पुस्तक आहे. बेछूट सत्ता आणि असामान्य दुष्टता यांचा जेव्हा जेव्हा संगम झाला तेव्हा तेव्हा माणुसकीची कशी होळी झाली याचे चित्तथरारक चित्रण यात आहे. चंगीझखान, इव्हॅन द टेरिबल, हिटलर आणि स्टॅलिन यांनी लक्षावधी नरमेध केले; नीरो आणि कॅसानोव्हा यांनी ओंगळ अनाचाराचा नरक पृथ्वीवर आणला; मार्क्विस द सादे याने त्या पशुतुल्य अनाचाराचे तत्त्वज्ञान तयार केले; तिसरा रिचर्ड आणि सीझर बोर्जिया यांनी विश्वासघाताचा बाजार मांडला; तुर्केमाडाने धर्मरक्षणासाठी अमानुष छळाचे हत्यार सर्रास वापरून धर्मवेडाची भयानक सीमा गाठली; तर रासपुतीनने त्याच धर्माच्या नावाखाली सार्वजनिक अनाचाराची बजबजपुरी माजवली! लकी लुसियानो या लफंग्याने मादक द्रव्यांचा प्रचंड चोरटा व्यापार करून हजारो तरुण मुला-मुलींचे जीवन व्यसनाच्या पाशात बरबाद केले, तर मॅक्कार्थीने साम्यवादविरोधाच्या फसव्या सबबीवर मन मानेल त्याच्या नावावर यथेच्छ चिखलफेक करून असत्याच्या झंझावाताने सबंध समाजाला झोडपून काढले. हे सर्व पाहिले म्हणजे अधमतेचीदेखील किती निरनिराळी स्वरूपे असू शकतात याची जाणीव मनाला भयचकित करते.

नीरोची नीचता म्हणजे 'कुपुत्रो भवेत् क्वचिदपि कुमाता न भवति' या उक्तीला धादान्त खोटी ठरविणाऱ्या आईचा वारसा होता. रोमच्या तत्कालीन राजघराण्यातल्या सर्व स्त्रियांचे चारित्र्य लाजेचा शेवटचा अंश कोळून प्यायलेल्या बाजारबसवीलाही मान खाली घालायला लावील असे होते. त्यांतलीच एक ॲग्रिप्पिना. एका मुलाची आई असणाऱ्या या लावण्यवती विधवेने सत्तेच्या अमर्याद लालसेपायी प्रत्यक्ष भावासकट सगळ्यांशी शरीराचा सौदा करीत-करीत अखेर स्वत:च्या चुलत्याशी लग्न लावून सम्राज्ञीपद गाठले व मग नवऱ्याला विषप्रयोगाने ठार मारून आपला मुलगा नीरो याला तिने सम्राट केले.

एकमेकांच्या जिवावर टपलेले माय-लेक

तिला वाटले, आता आपली सत्ता निरंकुश झाली; पण हिशेब चुकला! कारण आपली आई खुनी आहे हे समजल्यावर हतबुद्ध झालेल्या नीरोने तिरस्काराने तिला झिडकारले. पण ॲग्रिप्पिनाचा सत्तेचा हव्यास एवढ्यावर संपला का? नाही. ब्रिटानिकस नावाच्या ज्या खऱ्या वारसावर कुरघोडी करून तिने नीरोला गादीवर बसविले होते त्यालाच हाताशी धरून तिने ठरविले की नीरोचा—

आपल्या सख्ख्या मुलाचा— काटा काढायचा! पण नीरोला वास आला. एके दिवशी नीरोने ब्रिटानिकस, अॅग्रिप्पिना आणि दोन-चार पाहुण्यांना जेवायला बोलावले. जेवता-जेवता ब्रिटानिकस जवळच ठेवलेले पाणी प्यायला अन् काही क्षणांतच निष्प्राण होऊन खाली कोसळला. प्रेत बाहेर नेले जात असताना नीरो शांतपणे म्हणाला, ''काळजी करण्याचं कारण नाही; ब्रिटानिकसला नेहमी मूर्च्छा येते, तशीच आता आली आहे.'' पण अॅग्रिप्पिनाने ओळखले की खुनाच्या तंत्रात 'माँ से बेटा सवाई' आहे.

आता नीरोने दोन्ही हातांनी रंग उधळायला सुरुवात केली. ऑथो नावाच्या एका नीच तरुणाकडून त्याने समलिंगी अनाचाराची अमंगळ दीक्षा घेतली व आपल्याभोवती बदमाश तरुणांचे टोळके तयार करून गुलामाच्या वेषात तो रोमच्या वेश्यागृहातून धुडगूस घालीत रात्रीच्या रात्री काढू लागला. एकदा अशा बेताल भटकंतीत नीरोने भर रस्त्यावर एका सिनेट सदस्याच्या बायकोवर हात टाकला तेव्हा त्या माणसाने त्याला खरपूस झोडपून काढले. पुढे त्याला कळले की आपण ज्याला चोपले तो प्रत्यक्ष सम्राट नीरो होता! तेव्हा भांबावलेल्या मन:स्थितीत त्याने आयुष्यातली अखेरची चूक केली. ती म्हणजे त्याने नीरोला क्षमायाचना करणारे पत्र लिहिले. परिणाम उलटा झाला व रागाने बेभान होऊन नीरो ओरडला, ''आपण सम्राट नीरोला मारले हे या माणसाला माहीत आहे— अन् तरीही तो अजून जिवंत आहे?'' सिनेट सदस्याने ओळखले की हा उद्‌गार म्हणजे फाशीची शिक्षा आहे. त्याच दिवशी त्याने आपण होऊन आत्महत्या पत्करली!

इकडे अॅग्रिप्पिनाची सत्तापिपासा अजून शमली नव्हती. आता तिने ठरविले की नीरोला ठार मारून आपला हेतू साध्य होऊ शकत नसेल तर त्याला वश करून तो साधायचा. एके दिवशी रात्री या भयंकर बाईने नीरोला खूप दारू पाजून आपण त्याची आई आहोत याचा त्याला विसर पाडला आणि कधी नाही ती एक आई स्वत:च्या मुलाची रखेली बनली! पण हाही उपाय हरला व नीरोने आईचा निकाल लावायचे ठरविले! विषप्रयोगाचा विचार केला, पण त्या विषयात तज्ज्ञ असलेल्या अॅग्रिप्पिनाजवळ औषधांचा भरपूर साठा होता. बुडवून मारण्याचा प्रयत्न झाला, पण पोहत जाऊन अॅग्रिप्पिनाने किनारा गाठला. शेवटी तिने आपल्यावर मारेकरी घालण्याचा प्रयत्न केला, असा आळ घेऊन नीरोने तीन मारेकरी पाठवले आणि अशा रीतीने एकमेकांच्या जिवावर टपलेल्या या अधम माता-पुत्रांचे वैर अखेर मुलाने आईचा मुडदा पाडून संपविले.

जी गत आईची, तीच बायकोची. राणी ऑक्टेव्हियाकडे नीरोचे फारसे कधी लक्ष नव्हतेच! त्यातून पॉपिया नावाची सुंदरी त्याच्या कामातुर नजरेला पडली, तेव्हा त्यानेच चट्‌कन ऑक्टेव्हियाशी घटस्फोट घेऊन पॉपियाशी लग्न लावले. पण जनता ऑक्टेव्हियाच्या बाजूला दिसली, तेव्हा नीरो व पॉपिया यांच्याविरुद्ध कट करण्याच्या आरोपावरून ऑक्टेव्हियावरही मारेकरी घालण्यात आले आणि तिची धोंड दूर करण्यात आली.

कामुकतेचा नंगा नाच !

नको असलेल्यांचा खून, ही नीरोच्या राज्यात नित्याची बाब झाली होती. पण नीरोला माहीत होते की सत्ता टिकवायची असेल तर भीती हे जेवढे प्रभावी साधन आहे, तेवढेच प्रलोभन हेही. सन ६४ मध्ये रोमच्या जवळ एका तळ्याभोवती नीरोने भरविलेला दुराचाराचा मेळावा म्हणजे कामुकतेचा नंगा नाच होता! तळ्याच्या भोवती रोमच्या नागरिकांसाठी फुकट खाण्यापिण्याची व्यवस्था होती आणि सभोवतालच्या झाडीत छोट्या-छोट्या घरांतून सम्राटाच्या आज्ञेने गोळा केलेल्या अनेक सुंदर स्त्रिया नग्नावस्थेत ठेवल्या होत्या. यथेच्छ खाणे व मनसोक्त पिणे झाल्यावर तळ्याच्या मध्यभागी एका शोभिवंत तराफ्यावर पॉपियासह पहुडलेल्या नीरोने मंडळींना 'मजा' करायची सूट दिली! झाले— सगळे पुरुष बेभान होऊन त्या झाडीतल्या घरांकडे धावले आणि मग अर्धे रोम विषयवासनेच्या कर्दमात डुकराप्रमाणे लोळ-लोळ लोळले!

नीरोची 'मजे'ची कल्पना जितकी बीभत्स होती, तितकीच भीषणही होती. रोमचे इतिहासप्रसिद्ध अग्निदिव्य म्हणजे त्याच्याच आज्ञेवरून त्याच्या हस्तकांनी प्रजाजनांच्या घरांची केलेली होळी होती. रोम जळताना पाहून नीरोने काय केले? त्या दृश्याने उचंबळलेल्या भावनेच्या भरात गाणे म्हटले! याच सुमारास ख्रिस्ती धर्माचा उदय झाला होता व नीरोने ख्रिस्त्यांचा छळ आरंभला. पण या छळातही आपली 'करमणूक' झाली पाहिजे असा त्याचा अट्टहास होता. या आसुरी करमणुकीचे स्वरूप म्हणजे ख्रिस्त्यांना उकळत्या डांबरात बुडवून त्यांना पेटवण्यात येई व मग या मानवी मशालींच्या प्रकाशात नीरो रथांच्या शर्यती खेळे!

नीरोच्या कारकिर्दीची शेवटची वर्षे म्हणजे खुनांचे सत्रच होते. एकामागून एक श्रीमंत नागरिकांना सम्राटाचा निरोप जाई, "आत्महत्या करा!" आणि मग त्यांची मालमत्ता 'सरकारजमा' होई— म्हणजे नीरोच्या खिशात पडे. अनाचार आणि खून यांच्या बीभत्स थैमानाचा अखेर व्हायचा तोच परिणाम झाला! सैन्य

बंड करून उठले आणि जीव घेऊन पळत सुटलेल्या सम्राट नीरोला शेवटी स्वतःच्या छातीत खंजीर खुपसून जीव द्यावा लागला! पण त्या अखेरच्या घटकेलाही त्याने एका साथीदाराला म्हटले, "तू आधी स्वतःच्या छातीत खंजीर खुपसून जीव दे— म्हणजे खंजीर कसा खुपसायचा हे मला समजेल!"

पंधरा लाख प्रेतांचा खच

नीरो हा तथाकथित संस्कृतीच्या शिखरावर पोचलेल्या रोमचा सम्राट, तर चंगीझखान गोबीच्या अफाट वाळवंटात वणवण करणाऱ्या रानटी मोगल टोळ्यांच्या नायक. मध्ययुगीन काळात सबंध जगात 'मूर्तिमंत दैवी कोप' म्हणून नाव कमावणाऱ्या या राक्षसाने आपले पाय जवळजवळ पाळण्यातच दाखविले होते! वयाच्या अवघ्या तेराव्या वर्षी त्याने पकडलेला एक मासा त्याच्या धाकट्या सावत्र भावाने चोरला तेव्हा त्याने आपला राग कसा प्रकट केला असेल? तर भावाला जागच्या जागी ठार मारून!

पंधरा-सोळाव्या वर्षीच नायकपद मिळाल्यावर उपजत रणकौशल्याचे वरदान असलेल्या या पोरसवदा सेनानी चंगीझखानाने पहिल्याच लढाईत संख्येने दुपटीपेक्षा अधिक प्रबळ असलेल्या शत्रूला धूळ चारली तेव्हा हजारोंची कत्तल तर केलीच, पण शत्रुपक्षातल्या ७० प्रमुखांना जिवंतपणी कढयांत उकळले! त्यानंतरची वीस वर्षे रणांगणावरची विजयश्री चंगीझखानाची बटीक होती.

सन १२१४ मध्ये चंगीझखानाने एक लाखाच्या वर सैन्य बरोबर घेऊन चीनच्या सुप्रसिद्ध साम्राज्याकडे मोर्चा वळविला तो थेट राजधानीपर्यंत. त्या वेळच्या कत्तलीत कित्येक लाख चिनी मृत्युमुखी पडले. तेथून हा मानवी झंझावात मध्य-पूर्वेकडे वळला आणि बुखारा, समरकंद, ताश्कंद, नसीपूर इत्यादी शहरे अक्षरशः बेचिराख व निर्मनुष्य झाली. हेरात या शहरावरून चंगीझखानाची वावटळ गेली, तेव्हा मागे काय उरले?— १५ लाख प्रेतांचा खच!

एकदा एका शहरात काही लोकांनी प्रेतांच्या गर्दीत मेल्याप्रमाणे पडून जीव वाचविले. चंगीझखानाला हे कळले, तेव्हा त्याने आपल्या सैनिकांना लगेच हुकूम सोडला— "कत्तल करताना मुंडकीच उडवीत जा, म्हणजे कुणी निसटायचा प्रश्नच नको!" तेव्हापासून चंगीझखानाची वक्रदृष्टी मध्य आशियापासून मध्य युरोपपर्यंत जेथे जेथे वळली तेथे तेथे मुंडक्यांच्या राशी रस्त्याच्या कडेला दिसू लागल्या. एका मुसलमानी शहरात तेथील मुल्लाला हुकूम मिळाला, "मिनारावर चढ आणि सगळ्यांना प्रार्थनेला बोलव." साद ऐकून लपलेले लोक एकत्र गोळा

झाले आणि त्यांची सरसहा कत्तल करणे सोपे झाले! एका शहराने फारच कडवा विरोध केला तेव्हा सूड म्हणून चंगीझखानाने शेजारच्या नदीवर बांध बांधला आणि ते पाणी शहरात सोडून सबंध शहर पाण्यात बुडविले. कीव्ह या रशियन शहरात तर मुंडक्यांच्या डोंगरामुळे इतकी रोगराई पसरली की चंगीझखानाचे सैनिकही पुढे तिकडे फिरकले नाहीत.

अधार्मिक नि धर्मांध— दोघेही सारखेच !

मध्ययुगीन पूर्वेला ही क्रूरता होती, तर मध्ययुगीन पश्चिमेला तेवढाच दुराचार होता. त्या वेळचा इटली म्हणजे सगळ्या प्रकारच्या अधमतेचे आगर होते. पण त्या कुकर्मांच्या काळातही नीचतेचा अर्क म्हणून गाजलेला माणूस म्हणजे सीझर बोर्जिया. धर्माच्या सिंहासनावर बसलेल्या पोपचा हा मुलगा असला तरी 'खाण तशी माती' होती. विसाव्या वर्षी भावाबरोबर प्रवासात असताना भावाचा खून करून त्याने खुनी आयुष्यातले पहिले पाऊल टाकले. हा खून का? एक तर त्याला युवराजपद हवे होते अन् दुसरे म्हणजे बहिणीच्या देहात दोघांची भागीदारी होती, ती त्याला नको होती! त्यावरही कळस म्हणजे तिच्या नवऱ्यावरही मारेकरी घालण्यात आले, त्या जखमांनी तो मरेना तेव्हा गळा दाबून त्याचा जीव घेण्यात आला. पण बहिणीचे या माणसाशी लग्न जमले तेव्हा बोर्जियाने हा वाङ्‌निश्चय कसा साजरा केला होता? पोपच्या पवित्र निवासस्थानी ५० वेश्यांचा अक्षरशः नंगा नाच करून! या अनाचाराची लोकांत चर्चा होऊ लागली तेव्हा ती थांबविण्यासाठी बोर्जियाने एका विरोधकाला पकडून त्याची जीभ व एक हात छाटला आणि त्या हाताच्या करंगळीला तो जिभेचा तुकडा चिकटवून तो हात चर्चच्या खिडकीत टांगला.

सीझर बोर्जिया हा मध्ययुगीन युरोपातल्या अधर्माचे प्रतीक होता, तर तुर्केमाडा हा तितक्याच भीषण धर्मान्धतेचे प्रतीक होता. पाखंड्यांचे निर्मूलन करण्यासाठी या पाद्र्याने स्पेनमध्ये स्थापन केलेल्या 'इन्क्विझिशन' कोर्टाने ज्यू, मुसलमान आदी अख्रिस्ती लोकांना आणि ख्रिस्ती धर्म स्वीकारल्यावरही त्याचे अत्यंत काटेकोर आचरण न करणाऱ्यांना जिवंत जाळायला सुरुवात केली. हा माणुसकीचा होम पाहून सर्वत्र हाहाकार उडाला, तेव्हा एक 'दयेचा जाहीरनामा' काढण्यात आला—

'जे आपले पाखंड कबूल करतील त्यांना दया दाखविण्यात येईल...' सुमारे वीस हजार लोक या छळातून आपली सुटका करून घेण्यासाठी पुढे

आले, अन् मग त्यांना सांगण्यात आले की आपल्याला माहीत असलेल्या सर्व पाखंड्यांची नावे त्यांनी सांगितली तरच दया दाखविण्यात येईल.

छळाचे तपशीलवार तंत्र

तुर्केमाडाने धर्मपालनाचे तपशीलवार नियम तयार केले. त्यात एक नियम असा होता की, 'जो माणूस शनिवारी स्वच्छ कपडे घालील, तो यहुदी धर्माच्या 'सबाथ'चे पालन करीत आहे; म्हणजेच पाखंडी आहे, असे समजण्यात येईल.' याचा परिणाम असा झाला की, तुर्केमाडाचे धार्मिक हेर चर्चच्या गच्चीवरून आजूबाजूच्या घरांवर पाळत ठेवू लागले. एखाद्या घरातून शेगडीचा धूर निघत नाही असे दिसले की तेथील माणूस शेगडी न पेटवून 'सबाथ' पाळीत आहे असे समजण्यात येई व लगेच त्याची धरपकड करण्यात येई.

तुर्केमाडाच्या बेबंदशाहीत तथाकथित पाखंड्यांना जिवंत जाळणे ही इतकी नित्याची बाब झाली होती की त्याचे धर्म-कोर्ट प्रथम 'सेव्हिअ' नावाच्या गावी बसले तेथे पहिल्या दहा महिन्यांत तीनशे लोकांची राख झाली. आणखी एक भीषण शिक्षा म्हणजे ख्रिस्ती संतांचे पोकळ पुतळे करण्यात आले होते व असा पुतळा आरोपीच्या अंगावर चिलखताप्रमाणे चढवला की तो अगदी घट्ट बसे, व मग हळूहळू गुदमरून आतल्या माणसाचा प्राण जाई.

पाखंड्यांचे कबुलीजबाब उकळण्यासाठी छळाच्या तंत्रालाही पद्धतशीर स्वरूप देण्यात आले होते. आरोपीला छळाची सर्व हत्यारे दाखविण्यात येत व त्यांचा काय परिणाम होतो हे तपशीलवार सांगण्यात येई. हा मानसिक छळ सोसूनही त्याने टिकाव धरला तर शारीरिक छळाला प्रारंभ होई. काहींच्या पायांच्या तळव्यांना तेल चोपडून ते भाजण्यात येत. काहींना जिवंत टांगून ठेवण्यात येई, तर काहींना उलटे बांधून त्यांच्या नाका-तोंडात पाणी सोडण्यात येई आणि किती पेले पाणी लागले, याचा हिशेब काळजीपूर्वक ठेवण्यात येई!

तुर्केमाडाच्या कोशात 'दया' हा शब्दच नव्हता काय? होता. पाखंड्याला दहनस्तंभाकडे नेताना तो त्याच्याबरोबर दोन पाद्री पाठवी. ते त्याला शेवटच्या क्षणापर्यंत धर्मोपदेश करीत. अखेर साक्षात्कार होऊन त्याने आपल्या तथाकथित पापाचा कबुलीजबाब दिलाच तर दया म्हणून त्याला जिवंत जाळण्याऐवजी गळा दाबून मारीत! पण शेकडो लोकांना जाळूनही तुर्केमाडाचे समाधान झाले नाही. अखेर त्याच्या चिथावणीने स्पेनच्या राजाने हुकूम काढला— 'सगळ्या यहुद्यांनी ख्रिस्ती धर्म स्वीकारला पाहिजे; नाही तर त्यांनी मालमत्ता सोडून हद्दपार व्हावे!'

या हुकमामुळे किती लोक सर्वस्वावर तिलांजली सोडून देशोधडीला लागले? —सुमारे चार लाख!

जंगली क्रूरता नि नागरी क्रूरता

चंगीझखानाची निर्मम क्रूरता मध्ययुगीन व रानटी जमातीची होती; पण तिचाच आविष्कार सोळाव्या शतकात रशियाचा पहिला झार 'इव्हान द टेरिबल' (भयंकर इव्हान) याच्यात झालेला दिसतो. लहानपणी या बाळाचा खेळ काय होता? — किल्ल्याच्या तटावरून कुत्र्यांना खाली फेकून त्यांना प्राणांतिक वेदनेने तडफडताना पाहणे! वयाच्या तेराव्या वर्षी हे समर्थाचे चिरंजीव वाटेल त्या पुरुषाला चाबकाने फटकारीत व वाटेल त्या स्त्रीची अब्रू लुटीत हिंडू लागले! झार झाल्यावर इव्हानच्या क्रूरतेवर सरकारी शिक्कामोर्तब झाले. मॉस्कोच्या एका गव्हर्नरविरुद्ध तक्रार घेऊन एक शिष्ट मंडळ त्याच्याकडे गेले तेव्हा इव्हानने त्याचे स्वागत कसे केले? तर त्या प्रत्येकाचे कपडे काढले व त्यांच्या अंगावर पेटलेली ब्रँडी ओतली.

पुढे इव्हानच्या सैन्याने लॅटव्हिया हा बाल्टिक प्रदेश जिंकला, तेव्हा तेथे 'न भूतो न भविष्यति' अशा क्रूरतेचे थैमान घालण्यात आले. सुंदर स्त्रियांची अब्रू लुटून झाल्यावर त्यांना झाडाला बांधून त्यांच्यावर नेमबाजीचा खेळ खेळण्यात आला; तर गर्भवती स्त्रियांचे पोट फाडून गर्भ बाहेर काढण्यात आले! नॉवगोरॉड शहर जिंकले तेव्हा तर नागरिकांचा छळ करण्यासाठी भर चौकात छळाची साधने उभारण्यात आली. काहींना अगदी हळूहळू विस्तवावर भाजून, मग त्यांना गाडीच्या मागे बांधून, फरफटत नेऊन नदीत बुडविण्यात आले. आया व मुले एकत्र बुडावीत म्हणून त्या सर्वांना एकत्र बांधण्यात आले.

अशा रीतीने दररोज पाचशे बळी या हिशेबाने पाच आठवडे हा नरमेध चालला होता! त्यानंतर इव्हानच्या प्रत्यक्ष देखरेखीखाली शहरातल्या प्रत्येक घराचा विध्वंस करण्यात आला. अशा ह्या क्रूरकर्म्याच्या दुनियेत सर्वात धोक्याची जागा अर्थात त्याच्या बायकोची होती. इव्हानने एकूण आठ राण्या केल्या आणि त्यांतल्या कमीत कमी तिघींना विष देऊन मारले. केवळ बारीक होत्या म्हणून काही राण्यांचा निकाल लावण्यात आला; कारण त्याला म्हणे बारीक बायका आवडत नसत!

हिटलर आणि स्टॅलिनची अमर्याद क्रूरता आता जगप्रसिद्ध झाली आहे. हिटलरच्या बाबतीत युद्धोत्तर संशोधनाने आणि स्टॅलिनच्या बाबतीत क्रुश्चेव्हच्या

जगप्रसिद्ध भाषणाने या क्रूरतेचा राक्षसी तपशील जगाच्या चव्हाट्यावर आला आहे. रेन्बर्गच्या खटल्यात दिलेल्या आकड्यांवरून असे सिद्ध होते की दुसऱ्या महायुद्धाच्या प्रारंभी युरोपात एकूण ९६ लाख ज्यू होते; त्यांतल्या ५८ लाखांचे म्हणजे अर्ध्याहून अधिक जनतेचे हिटरलच्या हुकमावरून शिरकाण करण्यात आले.

स्टॅलिनने शेतीचे समूहीकरण करताना ५५ लाख शेतकऱ्यांचा निकाल लावला, असा कबुलीजबाब मोलोटॉव्हने दिला आहे. शिवाय सुमारे अकरा लाख निरपराध पण अभागी लोकांना सैबेरियाच्या बर्फमय प्रदेशात सक्तमजुरीसाठी पाठविण्यात आले. स्टॅलिनच्या अमानुष झोटिंगशाहीला व त्याच्या क्रूर धोरणाला १९२९ ते १९३९ या दशकात एकूण सुमारे पावणे दोन कोटी लोक बळी पडले असा अंदाज आहे.

रशियाचे सर्व झार पराकोटीच्या निरंकुश सत्तेबद्दल कुप्रसिद्ध होते; पण त्या सगळ्यांनी मिळून एका शतकात जेवढे वध केले, त्याच्या वीसपट खून स्टॅलिनने अवघ्या एका वर्षात करविले होते! शिवाय दर १५ नागरिकांपैकी एक जण तुरुंगात खितपत पडला होता. याच्या जोडीला आपली सत्ता प्रतिस्पर्ध्यापासून सुरक्षित राहावी म्हणून पक्षातल्या नेत्यांपैकी तीन-चतुर्थांश लोकांचा स्टॅलिनने निकाल लावला, असेही क्रुश्चेव्हने म्हटले आहे. त्यांतल्या काहींना गोळ्या घालण्यात आल्या, काहींनी आत्महत्त्या केली, तर काही कोठे नाहीसे झाले याचा अखेरपर्यंत पत्ताच लागला नाही.

सैतानाचा मूर्तिमंत अवतार

निर्लज्ज अनाचार करणारा विषयांध नीरो आणि एकांतिक धर्मान्धतेने ग्रासलेला तुर्केमाडा यांची परस्परविरोधी वैशिष्ट्ये एकवटून विधात्याने नीचतेची एक अजब मूर्ती घडवली— ती म्हणजे रासपुतीन. विसाव्या शतकाच्या प्रारंभी रशियाच्या राजापासून रंकापर्यंत सर्वांचा बुद्धिभ्रंश करून आणि मोक्षप्राप्तीसाठी अनाचाराचे सार्वजनिक धडे देऊन या सैतानाने मानवी मनातल्या उदात्त धर्मभावनेची जी असीम विटंबना केली तिला जगाच्या इतिहासात तोड नाही.

रासपुतीनच्या पाशवी कर्मकांडाचे पालन करून सदेह स्वर्गाला जाऊ पाहणारे स्त्री-पुरुष एका खोलीत जमत व प्रार्थनेने सुरुवात होई. ती संपल्यावर जोडी-जोडीने नृत्य सुरू होई. हळूहळू लय वाढत जाई. मग रासपुतीन एकदम ओरडे, ''मुक्तीसाठी अनाचार करा!'' आणि भावनेच्या उद्रेकात ते धर्मवेडे स्त्री-

पुरुष जमिनीवर गडबडा लोळत मनमुराद सामुदायिक अनाचार करीत. का? तर अशा अनिर्बंध आचरणाने बंधनातून आत्मा मुक्त होतो, म्हणून!

ही 'धर्मोपासना' चालू नसे तेव्हाही रासपुतीनचा अनाचार इतक्या स्तराला पोचला होता की त्याच्यावर पाळत ठेवणाऱ्या गुप्त पोलिसांनी त्याची शय्यासोबत करणाऱ्या हजारो स्त्रियांची यादी तयार केली. त्यात राजकन्या आणि सरदारांच्या बायकांपासून तो शिंपिणी-शेतकरणीपर्यंत सर्वांचा समावेश होता. रासपुतीनच्या शय्यागृहाची यात्रा करून मोक्ष मिळविणाऱ्या या स्त्रियांचा बुद्धिभ्रंश इतक्या टोकाला गेला होता की आपण रासपुतीनसारख्या 'प्रेषिता'ला देहदान केले यातच त्यांना धन्यता वाटे.

या सर्व अनाचाराला विटलेल्या काही प्रमुख मंडळींनी अखेर रासपुतीनचा निकाल लावायचा निश्चय केला आणि राजपुत्र युसुपॉव्ह याच्या महालात रासपुतीनला चहाला बोलवायचे ठरले. एका तबकात बरेच केक ठेवले होते, त्यांचा वरचा थर काढून आत पोटॅशियम सायनाइड विष पसरले होते व केकचा थर पुन्हा नीट लावून ठेवला होता. याच्या जोडीच्या शेजारच्या तबकात दारूने भरलेले बरेच प्याले होते व प्रत्येक पेल्यात भरपूर विष मिसळले होते. युसुपॉव्हसह रासपुतीन पार्टीला आला, तेव्हा कटातली बाकीची मंडळी वरच्या मजल्यावर दबा धरून बसली. युसुपॉव्हने प्रथम पाहुण्याला चहा दिला, नंतर काही चांगले केक दिले; मग 'त्या' तबकातले केक पुढे केले. रासपुतीनने ते एकामागून एक तोंडात भरले! अन् युसुपॉव्ह पाहतच राहिला! सायनाइड हे जालीम विष असून त्याचा परिणाम तत्क्षणी होतो असे त्याला सांगण्यात आले होते, पण रासपुतीनवर त्याचा यत्किंचितही परिणाम झालेला दिसला नाही! हतबुद्ध झालेल्या युसुपॉव्हने विषयुक्त दारूचे प्याले पुढे केले अन् रासपुतीनने तेही घटाघट रिते केले. — परिणाम काय झाला? रासपुतीन झिंगल्यासारखा होऊन खाली पडला, इतकेच! कित्येक माणसांना यमसदनाला पाठवू शकेल एवढे विष रासपुतीनच्या अंगात भिनले होते अन् तरीही तो जिवंत होता. अखेर थक्क झालेल्या युसुपॉव्हने पिस्तुलाच्या गोळ्यांनी रासपुतीनच्या शरीराची चाळण केली.

दुसऱ्या दिवशी रासपुतीनचे प्रेत नदीत सापडले तेव्हा त्याचे हात-पाय बांधलेले होते व शरीरावर केवळ पिस्तुलाच्या गोळ्यांच्याच नव्हे तर सुरीच्या वारांच्याही अनेक खुणा होत्या– आणि तरीही एक हात मोकळा झालेला होता. म्हणजे नदीत प्रेत फेकल्यावरही आपल्या सैतानी शक्तीने जिवासाठी धडपडणारा रासपुतीन अखेर कशाने मरण पावला होता? तर बुडून! स्वर्गाला जाणाऱ्यांना

नरकाची वाट दाखविणारा हा लोकविलक्षण माणूस देवदूत नसेल, पण सैतानाचा अवतार निश्चित होता.

◈◈

द वर्ल्ड्ज विकेडेस्ट मेन - लेखक : अॅन्ड्र्यू इवर्ट.

१२.
कोण म्हणतो भुते नाहीत?

मेजवानी ऐन रंगात आली होती. इतक्यात दरवाजाच्या दिशेने
किंकाळ्या ऐकू येऊ लागल्या. दरवाजा आपोआप उघडला गेला— आणि
त्या कवट्या घरंगळत थेट मेजवानीच्या टेबलावर येऊन पडल्या !
लंडनसारख्या अत्याधुनिक शहरात अगदी परवा-परवा घडलेल्या
अजब भूतकथा...

विसाव्या शतकाच्या सुरुवातीला लंडनमध्ये घडलेली गोष्ट. गाय व्हॅन्स
या पत्रकाराने रिकेट रोडवर एक दुमजली घर भाड्याने घेतले. तो राहायला गेला,
तेव्हा त्याच्याबरोबर मिसेस कॅम्प नावाची मध्यमवयीन बाई व्यवस्थापिका म्हणून,
एमा लार्किन ही मोलकरीण, त्याचा कुत्रा पॉप आणि मांजर ईव्ह एवढी मंडळी
होती. शिवाय जेन बोल्ट नावाची एक मोलकरीण कामाला असे. घर चांगले होते
आणि भाडेही माफक होते, त्यामुळे व्हॅन्स खुशीत होता. काही आठवडे गेले.
एके दिवशी संध्याकाळी वरच्या मजल्यावर व्हॅन्स आपल्या अभ्यासिकेत लिहीत

बसला होता. जवळच पॉप बसला होता. पॉप अचानक गुरगुरला आणि दरवाजाकडे धावला. त्याचे केस ताठ उभे राहिले होते!

"काय झाले एकदम बेट्याला?" असे पुटपुटत व्हॅन्सने दरवाजा उघडून पाहिले. समोरच खाली जाणारा जिना होता. त्या जिन्याच्या खाली कपाटासारखी एक छोटेखानी खोली होती. तिच्यातून एक अनोळखी स्त्री बाहेर आली आणि स्वयंपाकघरात गेली. तिने नखशिखान्त काळे कपडे घातले होते. व्हॅन्सला त्या स्त्रीचे तोंड नीट दिसले नाही; पण जो थोडासा भाग दिसला तो अगदी पांढराफटक वाटला.

'ही कोण बाई आहे?' असा विचार करीत व्हॅन्स खाली गेला. स्वयंपाकघरात कॅंपबाई स्वयंपाक करीत होती.

"ती अनोळखी बाई कुठे गेली?" त्याने तिला विचारले.

"कुठली अनोळखी बाई?" तिने उलट प्रश्न केला.

"आता स्वयंपाकघरात आली, ती—" व्हॅन्सने उत्तर दिले.

"तुम्हाला काही तरी भास झाला, साहेब—" ती म्हणाली, "इथे तर कोणीच आले नाही..."

व्हॅन्स तिच्याकडे पाहतच राहिला. "मी जिन्याखालच्या कपाटासारख्या खोलीतून एक बाई इकडे येताना अगदी स्पष्ट पाहिली!" तो म्हणाला. त्याने पॉपबद्दलही तिला सांगितले. दोघांनाही कळेना, हा काय प्रकार आहे...?

दुसऱ्या दिवशी कॅम्पबाई वरच्या मजल्यावर जात होती. जिन्याची पाचवी पायरी त्या कपाटवजा खोलीच्या बरोबर वर होती. बाई त्या पायरीवर आली अन् एकदम कुठल्या तरी अनामिक भीतीने तिचा थरकाप उडाला. कणखर मनाच्या त्या व्यवहारी बाईने कसा तरी स्वत:वर ताबा राखला व ती पायरी ओलांडली. व्हॅन्सला ती काही बोलली नाही. का कुणास ठाऊक, पॉप कुत्रा तो जिना चढायला नाखूष असे आणि ईव्ह मांजर तर खालीच वावरे. आणखी काही दिवस गेले आणि एके दिवशी सकाळी एमा लार्किन वेड्यासारखी किंचाळत स्वयंपाकघरात आली आणि मट्कन खुर्चीवर बसली. ती जिना चढत असताना काही तरी झट्कन तिच्याजवळून हवेतून गेले होते व धपूकन खाली पडले होते. काय होते ते मात्र दिसले नाही. एमाने त्या नोकरीला व त्या घराला लगेच रामराम ठोकला आणि तिच्या जागी मेरी प्रिंग आली. एके दिवशी जेन बोल्ट कॅम्पबाईला म्हणाली, "जिन्याच्या कठड्याचा एक दांडा सैल झालाय... पण मी तो बसवायला गेले की माझी बोटे अचानक बधिर होतात..."

कोण म्हणतो भुते नाहीत? / १२९

कॅम्प बघायला गेली ती मनात एक शंका घेऊनच, आणि तिची शंका खरी ठरली. तो दांडा पाचव्या पायरीवर होता. तिने तो लावायचा प्रयत्न केला. अचानक तिची बोटेही बधिर झाली. तेवढ्यात व्हॅन्सने आपल्या खोलीचा दरवाजा उघडून विचारले, "काय झाले?" त्याचा आवाज आला त्याच क्षणी कॅम्पबाईच्या बोटांची बधिरता नष्ट झाली.

आणखी काही दिवस गेले. एके दिवशी संध्याकाळी खालच्या मजल्यावर बसायच्या खोलीत व्हॅन्स, कॅम्पबाई व मेरी असे तिघे जण बोलत बसले होते. इतक्यात कुणी तरी जिन्याच्या पायऱ्या उतरत असल्यासारखा आवाज आला. घरात तिघांच्याखेरीज कोणीच नव्हते; मग पावले कुणाची वाजली? तिघांच्याही नजरा जिन्याकडे वळल्या आणि तिघेही त्या दृश्याने गोठून गेले! ती काळ्या कपड्यांतली स्त्री जिना उतरत होती. तिची प्रेतवत् मुद्रा अमानुष क्रूरतेच्या भावनेने अधिकच भीषण दिसत होती आणि तिच्या हातात दुसऱ्या एका स्त्रीचे नुकतेच कापलेले मुंडके होते! पायऱ्या हळूहळू उतरत ती त्या कपाटात गेली आणि एकदम अंतर्धान पावली.

त्याच दिवशी व्हॅन्सने ते घर सोडले. पण मागाहून त्याने चौकशी केली तेव्हा त्याला कळले की सुमारे ६० वर्षांपूर्वी त्या घरात एका मोलकरणीने आपल्या मालकिणीचा भीषण खून करून तिच्या शरीराचे तुकडे आजूबाजूच्या भागात इतस्ततः फेकले होते. त्यात फक्त डोक्याचाच पत्ता लागला नव्हता. व्हॅन्सने घडलेला प्रकार घरमालकाला सांगितला आणि कपाटाची खोली खणून काढण्यात आली. आत एका स्त्रीच्या डोक्याची कवटी पुरलेली सापडली!

आधुनिक युगातल्या एका अत्याधुनिक देशात खऱ्याखुऱ्या घडलेल्या भूतकथांपैकी ही एक आहे. गेली ५० वर्षे इंग्लंडात देशभर भुतांच्या मागावर हिंडून, ज्यांना भुताटकीचे अनुभव आले त्यांच्याशी बोलून, त्यांनी सांगितलेल्या माहितीची शहानिशा करून, प्रसंगी 'चक्षुर्वै सत्यम्' प्रत्यंतर यावे म्हणून आपले प्राणही धोक्यात घालून, इलियट ओडॉनेल या ब्रिटिश पत्रकाराने तयार केलेल्या खऱ्या भूतकथांचा प्रस्तुत संग्रह वाचला म्हणजे, 'कोण म्हणतो भुते नाहीत?' असा प्रश्न पडतो. ओडॉनेलला लहानपणी अंधाराची भयंकर भीती वाटायची. त्यातून मोठ्या बहिणीने सांगितलेल्या भुतांच्या गोष्टी ऐकून तर ती भीती अधिकच वाढली. पण मोठेपणी याच अंधाऱ्या दुनियेचा छडा लावण्याचे त्याच्या मनाने घेतले. या विलक्षण छंदाचा परिणाम म्हणजे पुराव्यानिशी भुताटकी सिद्ध करणारे आधुनिक साहित्य इंग्रजीत ओडॉनेलइतके दुसऱ्या कोणीच लिहिले नसेल. त्या

साहित्याचा स्तिमित करणारा आणि प्रसंगी थरकाप उडविणारा एक भाग म्हणजे या पुस्तकातल्या अजब भूतकथा.

या सत्यकथांची अद्भुतता वर सांगितलेल्या 'पाचव्या पायरी'च्या रहस्यात दिसते, तशीच 'चवथ्या झाडा'च्या रहस्यातही दिसते. कारण काही दशकांपूर्वी घडलेल्या कृष्णकृत्याची काळी छाया ज्याप्रमाणे भूत होऊन वावरत राहते तशीच काही शतकांपूर्वी घडलेल्या कारस्थानाचीदेखील राहू शकते, याचे प्रत्यंतर संशोधकांना आले आहे.

मिडलँड्स विभागात एका खोलीत मुद्दाम चार संशोधक भुताच्या भेटीसाठी बसले होते. त्यात लेखकाचा मित्र डॉ. लिओनार्ड स्मिथ हाही होता. त्या घरात फारच भुताटकी आहे एवढेच त्यांना माहीत होते पण नक्की काय घडते याची कल्पना नव्हती. रात्री अकराच्या सुमाराला त्यांनी पहारा सुरू केला. एक तास तसाच गेला... दोन गेले... एक वाजायच्या सुमाराला स्मिथचा कुत्रा प्रिन्स एकदम गुरगुरला आणि आपल्या धन्याला खेटून बसला. खोलीतली जमीन लाकडाची होती. तिची एक फळी करकरली आणि जमिनीत एक उंचवटा दिसू लागला. हळूहळू तो मोठा झाला. त्याला एक भोक पडले, आणि त्या भोकातून काही तरी वर येऊ लागले. भीतीने निश्चल झालेल्या त्या चौघांच्या नजरा त्या दृश्यावर खिळल्या. त्या भोकातून वर येणाऱ्या छायेला हळूहळू डोक्याचा आकार येऊ लागला. ते एका स्त्रीचे डोके होते आणि तिचा चेहरा प्रेतासारखा होता. नंतर त्या स्त्रीचे सबंध शरीर बाहेर आले. तिच्या हातात एक मेलेले मूल होते! ते मूल घेऊन ती स्त्री यत्किंचित आवाज न करता खोलीच्या बाहेर गेली आणि थोड्या वेळाने त्या निश्चल वातावरणात दरवाजा आपटल्याचा आवाज आला. पुन्हा सर्वत्र सामसूम झाली.

भुताची भेट झाली होती. जीव मुठीत घेऊन ते चौघे बाहेर आले. घराला लागूनच एक रस्ता होता व रस्त्याच्या कडेला ओळीने झाडे होती. ते चौघे त्या रस्त्याने चालू लागले व कुठल्या तरी अज्ञात शक्तीने थांबविल्याप्रमाणे चवथ्या झाडाजवळ थांबले. त्या रात्री वारा अजिबात नव्हता, तरी त्या झाडाच्या फांद्या बेचैनपणे हालत होत्या. शिवाय एका फांदीवर क्षणभर एक काळी छाया लटकताना दिसली. ते चौघे जमिनीला खिळल्यासारखे उभे राहिले. क्षणार्धात ती छाया नाहीशी झाली व त्यांच्या मनावरचे अनामिक दडपण नाहीसे झाले. पुढे त्यांनी चौकशी केली तेव्हा त्या घटनांचा अर्थ त्यांना समजला. अठराव्या शतकात त्या वाड्यात एक सरदार राहत होता. त्याचा आपल्या मोलकरणीबरोबर अनैतिक

कोण म्हणतो भुते नाहीत? / १३१

संबंध होता. पुढे त्या संबंधांतून तिला मूल झाले, तेव्हा त्याने तिचा व मुलाचा खून करून दोघांना त्या खोलीत लाकडी फळ्यांच्या खाली पुरले. पुढे या गोष्टीचा बोभाटा होऊन बरेचसे लोक घराची झडती घ्यायला आले, तेव्हा त्याने आत्महत्या केली—त्या चवथ्या झाडाला टांगून घेऊन!

पूर्वी घडलेल्या खुनातून भुताटकी जन्माला येते तशी पुढे होणाऱ्या खुनाच्या सावलीतूनही ती जन्माला येऊ शकते याची अजब उदाहरणे आहेत. पोर्टलॉ नावाच्या खेड्यात ॲडॅम रॉजर्स हा एक लहानसे हॉटेल चालवीत होता. एके रात्री त्याला एक विचित्र स्वप्न पडले... तो एका डोंगरावर अगदी एकांत ठिकाणी उभा होता. वातावरणात कसली तरी भीती दाटली होती. आता काही तरी भयंकर घडणार अशा अपेक्षेने रॉजर्स त्या निर्जन ठिकाणी उभा होता. इतक्यात दोन माणसे बोलतबोलत त्याच्या दिशेने येताना त्याला दिसली. त्यातला एक जाडजूड होता व त्याची मुद्रा क्रूर होती. दुसरा अगदी किरकोळ होता. त्या दोघांचे रॉजर्सकडे लक्ष नव्हते. ते बोलत-बोलत डबक्याजवळ गेले आणि मग त्या मोठ्या माणसाने एक भला मोठा धोंडा एकदम धाकट्या माणसाच्या डोक्यात घातला. रॉजर्सला वाटले, मोठ्याने ओरडावे आणि मदतीला धावून जावे; पण त्याचे पाय जमिनीला खिळले होते व जीभ टाळ्याला चिकटली होती. त्याच्या डोळ्यांदेखत त्या जाड माणसाने खुनाचे कृत्य पूर्ण केले आणि त्याच्या मुद्रेवर अमानुष समाधन दिसले. एवढे पाहिल्यावर रॉजर्सला जाग आली.

स्वप्न इतके स्पष्ट दिसले की रॉजर्सने ते बायकोला सांगितले. दोघे बोलत असतानाच हॉटेलचा दरवाजा उघडला आणि दोन माणसे आत आली. रॉजर्स डोळे फाडून पाहतच राहिला. ती दोन माणसे स्वप्नात पाहिलेलीच होती! मोठ्याचे नाव कॉलफील्ड आणि धाकट्याचे मिकी. त्यांनी जेवण मागविले आणि हसत-खेळत गप्पा मारीत ते केले. पण आता रॉजर्स त्यांच्याकडे बारकाईने पाहू लागला व त्याला आपले स्वप्न पुन:पुन्हा आठवू लागले. अखेर मिकी बिल द्यायला आला तेव्हा रॉजर्सने त्याला रात्री तेथेच राहण्याचा व कॉलफील्डला पुढे जाऊ देण्याचा आग्रह केला; पण आपण असे का करीत आहोत हे सांगितले नाही. मिकीला कारण समजेना व त्याने राहायचे नाकारले.

त्याच दिवशी रॉजर्सला बातमी कळली की पोर्टलॉपासून जवळच एका डोंगरावर एका माणसाचे छिन्नविच्छिन्न प्रेत सापडले आहे. रॉजर्स पाहायला गेला. प्रेत मिकीचे होते. लगेच रॉजर्सने पोलिसांना कॉलफील्डबद्दल माहिती दिली व

त्याला पकडण्यात आले. खटल्याच्या वेळी रॉजर्सने त्या दिवशी दोघांनी घातलेल्या कपड्यांचे इतके तपशीलवार वर्णन केले की आरोपी म्हणाला, "तुमच्या हॉटेलात गिऱ्हाइकांची वर्दळ असताना त्यातल्या दोन अनोळखी गिऱ्हाइकांकडे तुमचे इतके बारीक लक्ष कसे होते?" उत्तर म्हणून रॉजर्सने आपले स्वप्न कोर्टात सांगितले. फाशी जाताना कॉलफील्ड म्हणाला, "रॉजर्सने सांगितलेले स्वप्न तंतोतंत बरोबर होते. सर्व अगदी तसेच घडले..."

भुताटकीच्या स्वप्नामुळे हा खून पकडला गेला, तर अशाच स्वप्नामुळे दुसरा एक खून होऊ शकला नाही. फुल्हॅम येथे थॉर्नटन नावाचा माणूस राहत होता. त्याला स्वप्न पडले की आपण आपल्या घराच्या मागील बागेत उभे आहोत आणि कशाची तरी वाट पाहत आहोत. थोड्या वेळाने त्याला आवाज ऐकू आले व चांदण्यांत दोन माणसे दिसली— त्याचा माळी व मोलकरीण. दोघे जण बोलत होते. इतक्यात माळ्याने मोलकरणीला खाली पाडले व तो तिचा खून करू लागला. भयचकित झालेला थॉर्नटन मोलकरणीच्या मदतीला धावणार इतक्यात त्याला जाग आली. त्याचे सर्वांग घामाने भिजून गेले होते. बऱ्याच वेळाने त्याला पुन्हा झोप लागली. पुन्हा तेच स्वप्न पडले आणि नेमकी तशीच जाग आली. आता थॉर्नटनला राहवेना. हातात दिवा घेऊन तो बागेत जाण्यासाठी निघाला. रस्ता स्वयंपाकघरातून होता. तो स्वयंपाकघरात गेला तर मोलकरीण अगदी स्वप्नात पाहिलेलेच सर्व कपडे घालून बाहेर जाण्याच्या तयारीत होती. पहाटे तीनचा सुमार होता.

"अशा अवेळी कुठे निघालीस?" थॉर्नटनने आश्चर्यचकित होऊन विचारले.

लाजत तिने उत्तर दिले, "मार्क माळी माझ्यासाठी घोडागाडी घेऊन पाठीमागच्या बागेजवळ उभा आहे. आम्ही शेजारच्या खेड्यात जाऊन लग्न करणार आहोत."

थॉर्नटन म्हणाला, "तुझ्या लग्नाला माझा विरोध नाही, पण अशी गुपचूप जाऊ नकोस. तू इथेच थांब. मी जरा मार्कला भेटून येतो."

थॉर्नटन बागेच्या फाटकापर्यंत गेला, पण तिथे मार्कही नव्हता व घोडागाडीही नव्हती. तो परत फिरणार इतक्यात कोणी तरी जमीन खणत असल्याचा आवाज त्याच्या कानी आला. काही झुडपांच्या आडून तो आवाज येत होता. थॉर्नटनने हळूच जाऊन पाहिले. मार्क माळी कबरीसारखा खड्डा खणत होता! एकदम उडी मारून थॉर्नटनने त्याचा हात पकडला. आपल्याला पकडणारा कोण आहे हे पाहताक्षणीच मार्कला मूर्च्छा आली व बिंग फुटले.

पुढे होणाऱ्या भयंकर घटनांची अद्‌भुत चाहूल 'टेकडीवरच्या खुना'त व 'बागेमधल्या कबरी'त दिसते; त्याहून अधिक भीषण स्वरूपात ती 'भुताटकीच्या घड्याळा'त दिसते.

पहिल्या महायुद्धाच्या जरा आधी पोर्टमन स्क्वेअर या लंडनच्या अगदी मध्यभागातील वस्तीत स्ट्रॉन नावाच्या जोडप्याने एक जुने घर भाड्याने घेतले होते. एके रात्री दोघे झोपायच्या तयारीत असताना स्ट्रॉनबाईला एकदम अनैसर्गिक अशा नीरव शांततेची जाणीव झाली. तिच्या छातीत अकारण धस्स झाले आणि तिची एकदम खात्री झाली की भीषण शांततेनंतर काही तरी भयानक घडणार आहे. ती अचानक शांतता भंग पावली आणि "टण्... टण्... टण्..."

रात्रीच्या त्या शांत वातावरणात एका घड्याळाचे टोले ऐकू येऊ लागले. टोले खोलीच्या बाहेर जिन्याजवळून येत होते; पण घरात तर टोल्यांचे घड्याळच नव्हते! भीतीने छाती उडत असतानाच स्ट्रॉनबाईने टोले मोजले. बारा टोले पडले आणि मग टण्कन तेरावा पडला! काही क्षण स्तब्धतेत गेले व पुन्हा टोले पडू लागले.

एक-दोन-तीन-चार-पाच!

पण या वेळचा घड्याळाचा आवाज काही निराळाच होता. तो अत्यंत धीमा होता आणि त्यात काळजाचे पाणी-पाणी करण्याचे एक अनामिक सामर्थ्य होते.

टोले संपले आणि वातावरणात पुन्हा एक जड शांतता दाटली. अखेर पत्नीला स्ट्रॉन हळूच म्हणाला,

"टोले ऐकलेस? काय याचा अर्थ, कुणास ठाऊक!"

बरोबर पाचव्या दिवशी स्ट्रॉनबाईला त्याचा अर्थ समजला. अचानक एका अपघातात तिचा नवरा मरण पावला! एवढ्या भयंकर घटनेनंतर तरी तिने ते घर सोडायचे; पण का कुणास ठाऊक, ती तिथेच राहिली. काही वर्षे गेली आणि पुन्हा अचानक त्या घरात रात्री निरनिराळे रहस्यमय आवाज ऐकू येऊ लागले. दरवाजावर टक्टक् होऊ लागली, आणि गाडाभर काचसामान खळ्कन फुटल्याचा कर्कश आवाज येऊ लागला.

"मि. ओडॉनेल, काय करायला पाहिजे ही भुताटकी थांबण्यासाठी?" बाईने लेखकाला घरी बोलावून विचारले. ती बोलत असतानाच लेखकाच्या मनात एक काळीकुट्ट छाया पसरल्यासारखे झाले. तिचा अर्थ एकच होता— धोका.

"तुम्ही हे घर शक्य तितक्या लवकर सोडा," त्याने ताबडतोब सल्ला दिला.

त्यानंतर काही आठवड्यांनी दोघांची पुन्हा भेट झाली तेव्हा ओडॉनेलने विचारले, "काय, सोडलेत का घर?"

"नाही." स्ट्रॉनबाई म्हणाल्या, "का कुणास ठाऊक, मला ते घर सोडणे जमतच नाही. आणि बरं का, काल मी घड्याळाचे टोले पुन्हा ऐकले... आधी तेरा, मग तीन. माझा एक नातेवाईक खूप आजारी आहे, त्याच्या मृत्यूची तर ही सूचना नाही...?"

लेखकाने उत्तर दिले नाही, कारण ती बोलत असताना त्याला एकदम खूप उत्कटतेने असे वाटू लागले की, धोका आहे तो या बाईच्या नातेवाइकाला नव्हे, तर तिला स्वत:लाच.

बरोबर तिसऱ्या दिवशी स्ट्रॉन बाई ज्या टॅक्सीत बसली होती, त्या टॅक्सीला भीषण अपघात होऊन बाई ठार झाली! टॅक्सीच्या खिडकीच्या काचेच्या एका तुकड्याने तिचा गळा कापला गेला व ती बरोबर तीन मिनिटांत मेली. आश्चर्य म्हणजे जी खिडकी फुटली तिच्याजवळ स्ट्रॉनबाई नव्हे, तर तिची एक मैत्रीण बसली होती. पण त्या बाईच्या किंवा स्ट्रॉनबाईच्या मांडीवर बसलेल्या कुत्र्याच्या केसालाही धक्का लागला नाही!

स्वत: लेखकाला आलेला आणखी एक चित्तथरारक व अनाकलनीय अनुभव लंडनमधलाच. हॅंपस्टेड विभागातल्या त्या घरात खूपच भुताटकी आहे असे कळले तेव्हा ओडॉनेलने तेथे एक रात्र काढायची ठरवली. तेथे काय दिसते किंवा काय ऐकू येते याची त्याला कल्पना नव्हती. फक्त काही तरी भयानक प्रकार आहे एवढेच माहीत होते. रात्री सुमारे अकरा वाजता ओडॉनेलने त्या घरात पाऊल ठेवले व उंबरठा ओलांडताक्षणीच त्याला वातावरणात काहीतरी अपार्थिव दडपण आल्यासारखे वाटले. कुठल्या तरी अतर्क्य दु:खाने त्याचे मन जड झाले. ओडॉनेलच्या मनात विचार आला— 'या घरातील कुणावर तरी फार दु:खकारक प्रसंग आला असावा...' आणि हा विचार त्याच्या मनात आला त्याच क्षणी अगदी जवळ एक लांबलचक व अत्यंत दु:खपूर्ण नि:श्वास ऐकू आला!

ओडॉनेलने चमकून हातातल्या विजेरीचे बटण दाबून त्या बाजूला प्रकाशाचा झोत पाडला. तेथे कोणीच नव्हते. मग त्याने माळ्यापर्यंत सगळ्या खोल्या तपासल्या. घरात कोणी नव्हते! पण ओडॉनेलला सारखे वाटत होते की, आपल्या मागोमाग कोणी तरी येत आहे; आपली प्रत्येक हालचाल कोणी तरी निरखीत आहे. हिंडत-हिंडत तो खालच्या मजल्यावर स्वयंपाकघराशेजारच्या

खोलीत आला आणि एकदम त्याला लहान मुलाच्या पावलांचा आवाज ऐकू आला. दुडुदुडु करीत ती पावले जिना चढून त्याच्या दिशेने आली, थांबली आणि जणू काही घाबरून परतली. ओडॉनेल जिना चढून गेला, तेव्हा त्याला पुन्हा तो जड नि:श्वास ऐकू आला.

भुताटकीच्या घरात बहुतेक जिन्यावर ती अधिक असते, म्हणून लेखकाने ठरविले की जिन्यावरच पहारा करायचा. गडद अंधारात तो डोळे रोखून व कान टवकारून बसला. त्याला जिन्यावरून हळूच कोणी तरी चढत असल्याचा आणि नि:श्वास टाकीत असल्याचा आवाज पुन: पुन्हा आला; पण दिसले मात्र काहीच नाही. तीनच्या सुमाराला कंटाळून ओडॉनेल उठला आणि जिन्याखालची मोकळी जागा ओलांडू लागला. अचानक त्याची कोणाशी तरी किंवा कशाशी तरी टक्कर झाली! त्याने एकदम विजेरीचा प्रकाश पाडला, पण तेथे कोणीच नव्हते. तो इकडे-तिकडे पाहू लागला. इतक्यात त्याची दृष्टी समोर एका दरवाज्याच्या खटक्यावर खिळली. तो दरवाजा ज्या खोलीचा होता त्या खोलीत ओडॉनेल जाऊन आला होता व बाहेर येताना त्याने दरवाजा बंद केल्याचे त्याला नक्की आठवत होते. दरवाजा अजूनही बंदच होता, पण खटक्याचा गोळा हळूहळू फिरू लागला होता. काही क्षण गेले व मग तो दरवाजा अगदी हळूहळू उघडू लागला. सारे धैर्य एकवटून ओडॉनेलने पुढे होऊन तो दरवाजा सताड उघडला व आत पाहिले. खोलीत कोणीच नव्हते. पण त्याच वेळी पलीकडचा एक दरवाजा हळूच उघडल्याचा व बंद केल्याचा आवाज त्याला स्पष्टपणे ऐकू आला.

त्या घरात कोणी तरी किंवा काही तरी निश्चित वावरत होते. ही जाणीव झाल्याबरोबर भीतीने बधिर झालेल्या त्याच्या हातातून विजेरी खाली पडली. ती उचलण्यासाठी तो खाली वाकणार इतक्यात कोणी तरी ती त्याच्या हातात दिली! जीव मुठीत धरून ओडॉनेलने प्रकाश पाडला, पण जवळपास कोणी नव्हते.

रात्र कशीबशी संपली. गडद अंधाराच्या जागी पहाटेचा क्षीण प्रकाश दिसू लागला, आणि घराचा दरवाजा उघडून लाल केसांची एक झाडूवाली हातात कचऱ्याची टोपली घेऊन केर काढण्यासाठी आली. तिला पाहून ओडॉनेलने सुटकेचा नि:श्वास सोडला. झाडूवाली आली होती म्हणजे उठाउठ झाली होती व भुताखेतांची रात्र संपली होती. तो उठला व घराच्या बाहेर पडला.

त्या घराची माहिती असलेल्या एका मित्राला त्याने आपल्याला आलेला अनुभव सांगितला, तेव्हा मित्राने विचारले, "तुला काहीच दिसले नाही?"

"छे!" ओडॉनेल म्हणाला, "मी पहाटे झाडूवाली येईपर्यंत बसून राहिलो, पण मला काहीच दिसले नाही..."

"झाडूवाली? कुठली झाडूवाली?" मित्राने चमकून विचारले.

"ती लाल केसांची, हातात कचऱ्याची पिशवी घेतलेली—"

मित्र त्याच्याकडे पाहत राहिला, व मग म्हणाला, "दोस्त, तेच भूत!"

मग त्याने एक आख्यायिका सांगितली. खूप वर्षांपूर्वी त्या घरात एका लाल केसांच्या मोलकरणीने एका लहान मुलाचा खून केला होता व त्याचे प्रेत कचऱ्याच्या पिशवीत घालून नेले होते

आणि आता ज्या गोष्टीचे नाव लेखकाने या संग्रहाला दिले ती पण जुनी घडलेली भूतकथा— 'किंचाळणाऱ्या कवट्या!' सतराव्या शतकात विंडरमियर तलावाजवळच्या प्रदेशात क्रेस्टर कुक नावाचा गरीब शेतकरी आपली बायको डोरोथी हिच्याबरोबर आपल्या लहानशा शेतावर राहत होता. त्याच्या शेताभोवतालची सर्व जमीन माइल्स फिलिप्सन या श्रीमंत माणसाची होती. फिलिप्सन आणि त्याच्या तरुण व सुंदर पत्नीची महत्त्वाकांक्षा होती की आपल्या जमिनीवर एक नवीन जंगी महाल बांधायचा; पण कुकच्या जमिनीचा लहानसा तुकडा आड येत होता. फिलिप्सनने कुकला खूप लालूच दाखविली, पण कुक आपली जमीन विकायला तयार नव्हता. एके दिवशी असाच कुकच्या झोपडीकडे त्याचे मन वळविण्यासाठी फिलिप्सन गेला. पण उपयोग झाला नाही. परतताना त्याचे डोळे संतापाने जळत होते. त्याने निश्चय केला, सरळ मार्गाने जमीन मिळत नाही; आता वाकड्या मार्गाने गेले पाहिजे.

त्या रात्री नवरा-बायकोने एक योजना आखली व दुसऱ्या दिवशी सकाळी फिलिप्सन पुन्हा कुकला भेटायला हसतमुखाने गेला. "मी तुझी जमीन विकत घ्यायचा बेत सोडला आहे." तो कुकला म्हणाला. "झाले-गेले विसरून जा आणि पुढच्या आठवड्यात मी नाताळची मेजवानी देणार आहे, तिला तुम्ही दोघे जण या."

आपल्या धनवान शेजाऱ्याने हट्ट सोडलेला पाहून कुकला अर्थातच बरे वाटले. बड्यांच्या मेजवानीला जायची त्याची फारशी इच्छा नव्हती; पण मैत्रीचा हात झिडकारू नये, असा विचार करून त्याने आमंत्रण स्वीकारले.

मेजवानीच्या झगझगाटात त्या गरीब जोडप्याला फारच बुजल्यासारखे झाले. बड्या लोकांशी बोलण्याचा अवघड प्रसंग येऊ नये म्हणून ती दोघे खाली मान घालून मुकाट्याने जेवत होती. कुकच्या ताटासमोर एक अत्यंत सुंदर

घडणीचा सोन्याचा पेला ठेवला होता. त्याचे त्या सुंदर व मौल्यवान वस्तूकडे लक्ष गेले व तो आपला बुजरेपणा लपविण्यासाठी पेला निरखीत बसला. इतक्यात यजमानीणबाई मोठ्याने म्हणाल्या, "आवडला का तुम्हाला तो पेला? खरोखरीच, तो कुणालाही आवडावा इतका सुंदर आहे..."

जेवणाऱ्या सर्व मंडळींचे त्या पेल्याकडे व त्या शेतकऱ्याकडे लक्ष गेले आणि कुकला अगदी शरमल्यासारखे झाले.

दुसऱ्या दिवशी कुकला व त्याच्या बायकोला एकाएकी पकडण्यात आले. आरोप? सोन्याच्या पेल्याची चोरी! फिलिप्सनच्या तरुण पत्नीने जबानीत सर्व प्रकार सांगितला. कुक जोडप्याला जेवायला बोलावले होते, कुकची नजर त्या पेल्यावर सारखी खिळली होती, मेजवानीनंतर पेला नाहीसा झाला आणि संशयावरून कुकच्या झोपडीची दुसऱ्या दिवशी सकाळी झडती घेतली तेव्हा पेला लपवलेला सापडला...!

कुक जोडप्याला काहीच अर्थबोध होईना. त्यांना माहीत होते की आपण निर्दोष आहोत. पण आरोप पुराव्यानिशी शाबित झाला होता व त्या काळाच्या क्रूर कायद्यानुसार दोघांना फाशीची शिक्षा फर्मावण्यात आली. शिक्षा सांगून झाल्यावर इतका वेळ मौन राहिलेली डोरोथी कुक पुढे झुकली. तिच्या डोळ्यांत एक भीषण चमक होती आणि आवाजात तलवारीसारखी धार होती. फिलिप्सन नवरा-बायकोकडे बोट दाखवून ती म्हणाली, "लक्षात ठेवा— आमच्या जमिनीसाठी तुम्ही आमच्यावर कुभांड रचून आणि आमचा जीव घेऊन स्वत:चाच नाश ओढवून घेतला आहे! यापुढे तुमच्या आयुष्यात सुख नाही. आम्ही दोघे तुम्हाला जन्मभर छळू आणि तुमच्या घराण्याचा सर्वनाश होईपर्यंत हा छळ थांबवणार नाही..."

तिला ओढून नेण्यात आले. फाशीची अंमलबजावणी झाली व काही दिवसांत फिलिप्सनचा आलिशान महाल उभा राहिला.

पुढच्या नाताळला नवीन महालात खूप थाटाची मेजवानी झाली. जेवता-जेवता आपला एक मौल्यवान दागिना पाहुण्यांना दाखवायला आणण्यासाठी यजमानीण उठली आणि मेणबत्त्यांच्या प्रकाशात जिना चढून आपल्या खोलीकडे जाऊ लागली. जिन्यावर एक वळण होते, तेथपर्यंत ती पोचली आणि एकदम थिजल्यासारखी उभी राहिली. कठड्यावर दोन कवट्या होत्या— एक बाईची, एक पुरुषाची! त्या कवट्या हसल्या आणि बोलण्यासाठी त्यांनी जबडे उघडले. एक मोठी किंकाळी फोडून बाई खाली धावली व भीतीने थरथर कापत तिने

नवऱ्याला व पाहुण्यांना घडलेला प्रकार सांगितला. तलवारी घेऊन पुरुष धावले. कवट्या तेथेच होत्या! एका धीट पुरुषाने तलवारीचा वार केला. कवट्या खऱ्या होत्या आणि तलवार आपटून खण्खण् आवाज झाला!

"कोणी तरी मूर्खाने थट्टा केली आहे," एक जण म्हणाला. कवट्या फेकून देण्यात आल्या व मंडळी झोपायला गेली. रात्री दोनच्या सुमाराला त्या महालात एकदम किंकाळ्या ऐकू येऊ लागल्या. दरवाजे धडाधड उघडून लोक बाहेर आले. रक्त गोठविण्याऱ्या त्या किंकाळ्या जिन्यावरून येत होत्या. सर्व पुरुष तिकडे धावले... बघतात तर त्या कवट्या पुन्हा तेथे होत्या! पण त्या दिसायच्या क्षणभरच आधी किंकाळ्या एकदम थांबल्या होत्या. त्या रात्री कोणालाच झोप आली नाही. फिलिप्सनने त्या कवट्या एका खोल तळ्यात फेकून दिल्या.

आता डोरोथी कुकची शापवाणी सगळ्यांना आठवू लागली. पाहुणे महाल सोडून गेले. पुन्हा रात्रभर त्या किंकाळ्या ऐकू आल्या, व सकाळी त्या किंचाळणाऱ्या कवट्या पुन्हा जिन्यावर दिसल्या! आश्चर्य म्हणजे या कवट्या दिसत त्या केवळ भुताटकीच्या छाया नव्हत्या; खऱ्याखुऱ्या होत्या.

फिलिप्सन जोडप्याचे जीवन हळूहळू असह्य झाले. मित्र सोडून गेले, संपत्ती आटू लागली व अखेर दोघे मरण पावले; तेव्हा त्यांच्या मुलाला फक्त तो भूतबंगला वारशात मिळाला. ज्या दिवशी मुलगा मालक झाला, त्या दिवशी कवट्या रात्रभर किंचाळल्या. पण आता त्यांच्या किंकाळ्यांतला आवेश कमी झाला होता. शिवाय त्या आता दोनच दिवशी दिसत— ती मेजवानी झाली त्या नाताळच्या दिवशी, आणि कुक जोडपे फाशी गेले त्या दिवशी. पण त्यांनी फिलिप्सन घराण्याचा पिच्छा सोडला नव्हता. त्या फेकल्या जात व पुन्हा येत. एकदा मुलाने मेजवानी दिली, तेव्हा दरवाज्याजवळ किंकाळ्या ऐकू येऊ लागल्या. मग दरवाजे आपोआप उघडले गेले आणि त्या कवट्या घरंगळत येऊन थेट मेजवानीच्या टेबलावर पडल्या! सर्व पाहुणे जीव घेऊन पळाले.

मुलाचे दुःखी जीवन संपले तेव्हा त्याची परिस्थिती बापापेक्षाही खालावलेली होती, आणि असे पिढ्यान् पिढ्या होत-होत शेवटचा फिलिप्सन अक्षरशः रस्त्याच्या कडेला भिकारी म्हणून मेला. शापाची पूर्णता झाली होती.

◇◇

द स्क्रीमिंग स्कल्स अँड अदर घोस्ट्स - लेखक इलियट ओडॉनेल.

१३.
डबीतले प्राणिसंग्रहालय

बेडूक, साप, कासव आणि विंचू यांच्या विचित्र विश्वात रममाण
झालेले दोन जुळे भाऊ आणि त्यांच्या नाना खटपटी, लटपटी.

पालीला पकडायचे असेल तर शेपटीने पकडू नये, कारण ती शेपटी
टाकून पळून जाते! विंचवाचे खाद्य कोणते? — दुसरा विंचू! गारुड्याची पुंगी
वाजू लागल्याबरोबर साप डोलतो तो संगीताच्या मोहिनीमुळे का? —नाही. साप
बहिरा असतो! गारुडी पुंगी वाजविताना ती सापासमोर हलवतो, ते पाहून साप
डोलतो, इतकेच. ऑस्ट्रेलियातला नाग आपल्या भक्ष्याला कसा मारतो —
त्याच्या डोळ्यांत आपले विष थुंकून!

उडणाऱ्या किंवा सरपटणाऱ्या लहानसहान जीव-जिवाणूंच्या जगात अशा
खूप गमती-जमती भरलेल्या आहेत. खिशात बेडकाचे पिलू किंवा काड्यापेटीत
गोगलगाय बाळगणाऱ्या प्रत्येक शाळकरी पोराला या गमतींनी आकर्षित केले
आहे. पण शाळकरी वय मागे पडल्यानंतरही हे आकर्षण कायम राहिले तर

निसर्गाच्या या चिमुकल्या दालनातला फेरफटका मन किती रिझवू शकतो हे इंग्लंडातल्या शाळा-मास्तरांनी दाखवून दिले आहे.

जॉन आणि जॉर्ज न्यूमार्क हे अगदी सारखे दिसणारे जुळे भाऊ. आवडी-निवडीही जुळ्याच. जीव-जिवाणू गोळा करायची लहानपणीची आवड मोठेपणीही कायम राहिली; तेव्हा त्यांनी हौस म्हणून लंडनच्या प्राणिसंग्रहालयासाठी निरनिराळे लहान पण दुर्मिळ जीवजंतू गोळा करण्यात जीवन घालविले, अन् त्यासाठी देशोदेशी प्रवास केला. 'प्लॅस्टिकच्या डबीत प्राणिसंग्रहालय' उभारण्याच्या खटाटोपीत या दुकलीला जे अनेक मजेदार अनुभव आले त्यांचा तितकाच गमतीदार असा छोटेखानी संग्रह म्हणजे हे पुस्तक.

आत्याने कासव भेट दिले

वयाच्या पाचव्या वर्षीच जॉन आणि जॉर्ज यांनी ठरविले की स्वतःचा प्राणिसंग्रह तयार करायचा. घरासमोर बरीच मोठी बाग होती. त्यामुळे सरपटणाऱ्या किड्यांची वाण नव्हती. पण गोळा केलेले प्राणी ठेवायचे कशात? बागेच्या एका बाजूला विल्यम माळ्याने लाकडी ताटव्यात फुलझाडांची रोपटी लावलेली होती. एके दिवशी विल्यम नसताना तीन खोक्यांतली रोपटी उपटून टाकून ती रिकामी करण्यात आली. थोड्याच वेळात एका खोक्यात काही मुंग्या, दुसऱ्यात दोन-चार अळ्या व एक गोगलगाय आणि तिसऱ्यात एक अर्धमेले फुलपाखरू अशा विविध प्राणिमात्रांची मांडणी होऊन लंडन प्राणिसंग्रहालयाची चिमुकली शाखा स्थापन झाली. प्राणिसंग्रहालय पाहण्यासाठी मोठ्या भावंडांकडून एक-एक पेनी फी उकळण्यात आली. अर्थात सगळ्यांनी मुकाट्याने पैसे दिले. कारण नाही तर आपल्या सामानाची काय दुर्दशा होईल याची त्यांना कल्पना होती. पण संध्याकाळी विल्यमला पत्ता लागला तेव्हा त्याने बरेचसे न समजणारे शब्द वापरले. आणि आई-बाबांनी तर त्यांची मानगुटी पकडून त्या दोघांना उपाशीपोटी झोपायला पाठवले.

वयाच्या आठव्या वर्षी टूसी आत्याने दोघांना एक कासव बक्षीस दिले. अर्थात आत्यादेखील चांगली असू शकते याचा साक्षात्कार झाला व टूसी आत्याच्या सन्मानार्थ तिने दिलेल्या कासवाचे नावही टूसी ठेवण्यात आले. शाळेला सुट्टी होती तोपर्यंत टूसी कासवाची खूपच बडदास्त ठेवण्यात आली. पण सुट्टी संपायला आली तेव्हा नाइलाजाने टूसीचे पुढील आयुष्य सुखाने जावे म्हणून असे ठरविण्यात आले की लंडन प्राणिसंग्रहालयाला भेट म्हणून हे कासव

द्यायचे. झाले! एरवी बागेतल्या धुळीने भरलेले चेहरे स्वच्छ धुऊन सोमवार असतानाही रविवारचे झकपक कपडे घालून आणि एका बादलीत कासव घालून ही दुक्कल लंडन झूच्या कासव विभागात दाखल झाली. आता टूसीला पाहण्यासाठी हीऽऽ गर्दी जमणार आणि लोक बाहेरची पाटी कौतुकाने वाचणार— 'जॉन आणि जॉर्ज न्यूमार्क यांजकडून सप्रेम भेट.'

प्रत्यक्षात घडले काय? तर विभाग अधिकाऱ्याने टूसीसकट बादली परत केली आणि म्हटले, "आमच्याकडे असली खूप कासवं आहेत."—आता? प्रतिकूल परिस्थितीतही निश्चय कायम ठेवणे हेच तर मोठेपणाचे लक्षण असते. विभाग अधिकाऱ्याचे लक्ष नाही असे पाहून दोघांनी टूसीला इतर कासवांत हळूच सोडून दिले आणि पोबारा केला.

तमाम नातेवाइकांना विनंती

ते रम्य बालपण मागे पडले आणि शालेय जीवन संपण्याचे दिवसही जवळ आले. एक इच्छा मात्र बळावतच गेली— 'आफ्रिका, हिंदुस्थान, दक्षिण अमेरिका असल्या देशांत घनदाट जंगलातून भटकायचे आणि तिथले प्राणी पाहायचे'... पण इतक्या दूरच्या प्रवासाला लागणारे पैसे? ते जमवण्याखेरीज मार्ग नव्हता. नाताळचा सण आला. वाढदिवसही आला. तेव्हा दोघांनी तमाम नातेवाइकांत जाहीर घोषणा केली— "आम्हाला भेट म्हणून वस्तू नकोत, पैसे द्या!" इतके करून पैसे जमले किती? शेजारच्या गावी जायला पुरतील इतके! अगदी नाइलाजाने ते मिठाई खरेदीसाठी खर्चावे लागले.

—आणि अखेर तो दिवस उगवला! जॉन आणि जॉर्ज यांची जोडी नेहमी प्रमाणे प्राणिसंग्रहालयाच्या आसपास घोटाळत होती. इतक्यात पाऊस सुरू झाला. त्यांनी जवळच्या एका दरवाजाचा आडोसा घाईघाईने घेतला. दरवाज्यावर पाटी होती- 'सैन्यात भरती व्हा आणि जग बघा.' एकदम दोघांच्या डोक्यांत एकच कल्पना विजेसारखी चमकली. त्या कल्पनेतून एक योजना तयार झाली— आधी जॉर्जने भरती व्हायचे आणि सैन्यातले जीवन कसे असते याची थोडी कल्पना आल्यावर जॉनने जायचे.

थोड्याच दिवसांत भरती अधिकाऱ्यापुढे उभा राहून जॉर्ज म्हणाला, "मला भरती व्हायचे आहे. शक्य तितक्या लवकर परदेशी जायचे आहे."

त्याला एक यादी देण्यात आली. तिच्यात निरनिराळ्या ब्रिटिश पलटणी जगात कुठे-कुठे आहेत याची माहिती होती. एका पलटणीच्या नावापुढे लिहिले

होते : 'त्रिमुलगेरी— हिंदुस्थान.'

"हं, ही ठीक आहे."

मेडस्टोन भरती केंद्रावर जॉर्जने गणवेश चढवला आणि ट्रेनिंग संपल्यावर त्याला आल्डरशॉटला पाठवण्यात आले. त्यानंतर बरोबर एका आठवड्याने भरती केंद्रावर जॉन मेडस्टोन भरती-केंद्रावर येऊन पोचला.

मग काय 'दिगंबर' होऊन येऊ?

"हॅलो! न्यूमार्क, तू इथे कसा? आल्डरशॉटला होतास ना?" दारावरच्या मिलिटरी पोलिसांनी त्याला हटकले. मग एकदम कठोर आवाजात प्रश्न केला, "अन् तू या कपड्यांत?" जॉनच्या अंगावर नेहमीचे कपडे होते आणि नोकरीची कमीत कमी दोन वर्षे झाल्याखेरीज कुठल्याही सैनिकाने कधीही इतर कपडे घालायचे नाहीत असा त्या काळी ब्रिटिश सैन्यात दंडक होता. जॉनने चट्कन ओळखले काय घोटाळे झाला ते आणि शांतपणे प्रतिप्रश्न केला— "मग काय दिगंबर होऊन येऊ?"

शिस्तभंग करणाऱ्या एका सैनिकाकडून ही थट्टा? रागाने लाल होऊन मिलिटरी पोलीस ओरडला, "सैन्याच्या नियमभंगाबद्दल आता तू अटकेत आहेस असे समज!"

पुन्हा शांतपणे जॉन म्हणाला, "समजलो. पुढे काय?"

इतक्यात रिक्रूटिंग ऑफिसर बाहेर आला व म्हणाला, "अरे, तू जॉर्ज न्यूमार्कचा भाऊ जॉन नाही का?"

जॉनने हसून मान डोलवली अन् त्या मिलिटरी पोलिसाचा चेहरा पाहण्यालायक झाला. सहा महिन्यांनी दोघे भाऊ आल्डरशॉटला एकत्र आले. आता त्यांच्या सार्जंटला दिवसरात्र एकच उद्योग मागे लागला— आपण नक्की कुठल्या भावाशी बोलत आहोत हे ओळखणे! इतर सैनिकांप्रमाणे न्यूमार्क बंधूंनाही अधून-मधून कशाबद्दल तरी सात दिवसांची शिक्षा होई. म्हणजे आठवडाभर शेकडो सैनिकांसाठी बटाटे सोलणे, मैल-मैल लांबीचे गटार साफ करणे— असली कामे करावी लागत. पण दोघांपैकी कुणालाही शिक्षा झाली तरी तीन-चार दिवसांनी दुसरा भाऊ त्याची जागा घेई— कुणालाही पत्ता न लागता. बिचाऱ्या सार्जंटची अशी गोड समजूत होती की जॉन कुठला आणि जॉर्ज कुठला हे आपल्याला बरोबर ओळखता येते. एकदा तो एकाला म्हणाला, "हे बघ, मी तुम्हां दोघांना चांगला ओळखतो. अदलाबदल करून मला बनवण्याचा फुकट प्रयत्न करू नका!" पण

अदलाबदल आधीच झाली, होती आणि तो दुसऱ्याच न्यूमार्कशी बोलत होता!

दोघे अखेर हिंदुस्थानात गेले

काही दिवसांनी हिंदुस्थानात पाठवायच्या सैनिकांची यादी नोटीस बोर्डावर लागली. त्यात जॉनचे नाव होते, पण जॉर्जचे नव्हते. हिंदुस्थानात पाऊल ठेवल्याबरोबर जॉनने अर्ज केला, 'लष्करी कायद्याप्रमाणे लहान भावाला आपल्याच पलटणीत बोलवण्याचा मोठ्या भावाला हक्क आहे. त्याप्रमाणे माझा लहान भाऊ जॉर्ज याला हिंदुस्थानात पाठवावे.' जॉन वयाने किती मोठा होता? केवळ काही तास. पण कायदा म्हणजे कायदा. अखेर दोघांनी हिंदुस्थान गाठले.

आता ते पशू-पक्ष्यांच्या स्वर्गात आले होते. आजूबाजूचे असंख्य चित्रविचित्र जीवजंतू पाहण्यात अन् गोळा करण्यात दिवसामागून दिवस जाऊ लागले. पण पकडलेले प्राणी ठेवायचे कशात? रिकामी खोकी मिळविण्याचा प्रयत्न सुरू होता. पण तोपर्यंत काय? प्रत्येक सैनिकाजवळ बुटांचा एक जादा जोड असे. तो नेहमी चकचकीत ठेवायचा आणि फक्त शनिवारी सकाळी इन्स्पेक्शनला मांडायचा, ही सगळ्यांची पद्धत. दोघांनी विचार केला— डाव्या बुटात साप ठेवायचे अन् उजव्यात पाली वगैरे. वर मोजे खुपसले की, जनावर निसटायची भीती नाही!

एके दिवशी इंग्लंडहून नुकताच आलेला एक पोरसवदा लेफ्टनंट इन्स्पेक्शनला आला. न्यूमार्क बंधूंचे चमकणारे बूट पाहून तो थांबला आणि कौतुकाने म्हणाला, "छान!" मग त्याने एका बुटात खुपसलेला मोजा काढला अन् एक छोटासा साप बाहेर आला!

"बाप रे, साप!" लेफ्टनंट दचकून ओरडला.

साप बिनविषारी होता. पण एक न्यूमार्क गंभीरपणे म्हणाला, "साहेब, इकडे बुटात नेहमी साप सापडतात."

"हो— अन् विंचूदेखील," दुसऱ्याने तितकीच गंभीर पुस्ती जोडली. तेव्हापासून लेफ्टनंटसाहेबांनी इतक्या कसोशीचे इन्स्पेक्शन सोडून दिले.

बंदुकीच्या नळीत कोळ्याचे जाळे

सापाचा प्रसंग हा असा, तर कोळ्याचा तो तसा! एकदा जॉन पहारा करीत असताना त्याच्या बंदुकीच्या नळीतून एक रंगीबेरंगी कोळी आत शिरला. जॉनने त्याला पाळायचे ठरवले. पण तो राहणार कुठे? अर्थात, बंदुकीच्या नळीत! अशा रीतीने त्या कोळ्याने बरेच दिवस बंदुकीच्या नळीत सुखाने

कालक्रमणा केली.

पण बंदुकीच्या नळीच्या सफाईचे काय? जोपर्यंत कोळ्याचे बस्तान होते तोपर्यंत सफाई शक्य नव्हती. आत धूळ तशीच साचत राहिली. अखेर एके दिवशी रायफल इन्स्पेक्शनचा दिवस आला. शिस्तीत उभ्या राहिलेल्या सैनिकांच्या बंदुकांच्या नळ्यांत डोकावत सार्जंट मेजर जाऊ लागला. आता जॉनची पाळी. खरे म्हणजे तेव्हा कोळ्याने जरा अंग चोरून घेतले असते तर प्रसंग सहज निभावला असता. पण नेमकी त्याच वेळी कोळ्याला बाहेरची हवा खायची लहर आली. सावकाश सरपटत तो नळीच्या तोंडाशी आला. एक क्षणभर सार्जंट आणि कोळी एकमेकांकडे पाहत राहिले— आणि मग काही काळ सार्जंटसाहेबांनी अस्खलित पण जॉनला अपरिचित अशा शब्दांत जॉनचे गुणगान केले. अर्थात सात दिवसांची शिक्षा झाली— चार दिवस जॉन, तीन दिवस (अर्थात नकळत) जॉर्ज.

दुसऱ्या महायुद्धात जॉन आणि जॉर्ज दोघेही निरनिराळ्या ठिकाणी पकडले गेले. पण त्यांनी नाझी जर्मनीविरुद्ध आपला लढा सुरूच ठेवला. तो कसा? — जॉर्ज कैद्यांच्या बराकीतल्या उवा गोळा करून नाझी अधिकाऱ्याच्या कपड्यांत सोडी, तर ढेकूण गोळा करून जॉन ते गुपचूप पोस्टाच्या पाकिटाने नाझी अधिकाऱ्यांना पाठवी. अधिकारी जेवढा लठ्ठ, तेवढे त्याला पाकीट लठ्ठ!

महायुद्ध संपले तसे न्यूमार्क बंधूंचे लष्करी जीवनही संपले. इंग्लंडला परतल्यावर पुन्हा विचार सुरू झाला— "आता कोठे जाऊ या?" इतक्यात वर्तमानपत्रात जाहिरात आली— मलायात नोकरी करण्यासाठी माजी सैनिक पाहिजेत. जाहिरात जणू काही न्यूमार्क बंधूंसाठीच दिली होती! थोड्याच दिवसांत दोघे मलायात दाखल झाले. आता तर पशू-पक्ष्यांची लयलूट होती. सुटीच्या दिवशी निरनिराळे दुर्मिळ प्राणी पकडायचे आणि लंडन प्राणिसंग्रहालयाला पाठवायचे हा उद्योग उत्साहाने सुरू झाला. तीस वर्षांपूर्वीची एक बालिश इच्छा आता सफल झाली... लंडन प्राणिसंग्रहालयामधल्या काही दुर्मिळ सापांच्या व इतर कीटकांच्या पिंजऱ्यासमोर पाट्या झळकू लागल्या : 'श्री. जॉर्ज व जॉन न्यूमार्क यांच्याकडून भेट.'

बाथरूममध्ये कासव व बेडूक

मलायानंतर या दुकलीचा फेरा मोरोक्कोकडे वळला. एका हॉटेलात मुक्काम केल्यावर धरपकडीला सुरुवात झाली, आणि लवकरच साप, बेडूक,

पाली इत्यादी माल गोळा झाला. बरोबर आणलेल्या प्लॅस्टिकच्या डब्या अपुऱ्या पडल्या. पुन्हा एक मस्त कल्पना सुचली. बाथरूमच्या टबमध्ये कासव, बेडूक इत्यादी जलचरांची सोय करावी, आणि कपड्यांच्या हुकाला सापांच्या पिशव्या अडकवाव्यात. बाथरूमचे प्राणिसंग्रहालय लगेच झाले.

सोमवार हा सफाईचा दिवस. दोघे नुकतेच उठले होते. इतक्यात दरवाज्यावर टक्‌टक् आवाज आला. दरवाजा उघडल्यावर हॉटेलची मोलकरीण झाडू, जमीन पुसायचा बोळा इत्यादी आयुधे परजीत आत शिरली व तिने सरळ बाथरूमकडे मोर्चा वळवला. आता न्हाणीघराचा उपयोग जरा निराळ्या गोष्टीसाठी होत आहे याची कल्पना देण्यासाठी न्यूमार्क बंधू तोंड उघडणार इतक्यात ती न्हाणीघराचा दरवाजा उघडून आत शिरली. जणू काही न्हाणीघर साफ करणे हीच तिच्या जीवनाची परमोच्च इतिकर्तव्यता होती! जीव मुठीत घेऊन न्यूमार्क दुक्कल वाट पाहत राहिली. एक क्षण गेला अन् मग एक लांबलचक किंकाळी ऐकू आली. न्हाणीघराचा दरवाजा धाड्‌कन उघडला गेला आणि बाई धावत, किंचाळत बाहेर आली. सीताहरणाच्या वेळेला ज्याप्रमाणे सीतेचे अलंकार जागोजागी विखुरले होते त्याप्रमाणे बाईचा झाडू, बोळा इत्यादी वस्तू इतस्तत: फेकल्या गेल्या. बाई इतक्या वेगाने बाथरूममधून सुटली की ती बहुधा पृथ्वीचा उपग्रहच झाली असावी असा न्यूमार्क बंधूंचा कयास आहे!

मोरोक्कोच्या सफरीत विंचू आणि इतर काही जंतू मिळाले होते. पण एकही चांगला कोळी हाती लागला नव्हता. एके दिवशी मात्र गमतीदार आकाराचा एक कोळी एका खडकाच्या कपारीत दडलेला दिसला. त्याचे अंग चेंडूसारखे गोल आणि अगदी चकचकीत होते. 'हा कुठल्या जातीचा कोळी बुवा?' — न्यूमार्क बंधूंना प्रश्न पडला. पण कधीच न पाहिलेला तो प्राणी लंडन प्राणिसंग्रहालयासाठी बरा आहे, असा विचार करून त्यांनी त्याला बाहेर काढायचे ठरविले. पण विषारी जीव-जंतू चावू नयेत म्हणून हातांत जाड-जाड हातमोजे घातले होते, त्यामुळे कपारीत बोट जाईना. म्हणून हातमोजे काढून त्यांनी कोळ्याला हळूच चिमटीने बाहेर काढले. तोही बेटा तळहातावर मजेत बसला. नंतर त्याला बोटांनी अलगद उचलून प्लॅस्टिकच्या डबीत ठेवण्यात आले. कोळी लक्ष वेधून घेणारा होता यात शंकाच नव्हती. हॉटेलात आपल्या खोलीवर परतल्यावरही दोघांनी त्याला हातावर खेळवले. काही दिवसांनी रजा संपली आणि डबीतले प्राणिसंग्रहालय घेऊन दुक्कल लंडनला परतली व 'रेप्टाइल' विभागाचे प्रमुख श्री. लॅनबर्न यांच्यासमोर हजर झाली. एकेक प्राणी पोतडीतून

बाहेर निघू लागला. तो कोळी पाहताच लॅनबर्नचे डोळे आनंदाने चमकले.

अगं बाई, साप!

''अरे वा! फार दिवस मी या कोळ्याच्या शोधात होतो... माझा चिमटा कुठे आहे बरं?''

चिमटा?—तो कशाला?... न्यूमार्क बंधूंना काहीच कळेना. लॅनबर्नने चिमटा हातात घेतला आणि कोळी काळजीपूर्वक उचलून जरा दूर धरला. सहजगत्या ते म्हणाले, ''हा कोळी 'ब्लॅक विडो' जातीचा आहे आणि ही जात महाविषारी असते, हे तुम्हाला सांगायला नकोच. म्हणून कोळ्याला हात न लावलेलाच बरा!''

जॉन आणि जॉर्ज एकमेकांकडे पाहू लागले आणि त्यांना घाम फुटला. 'ब्लॅक विडो' कोळी विषारी असतो, हे त्यांना माहीत होते; पण हा पाय फुटलेला चेंडू त्याच भयंकर जातीचा असेल, याची कुणा लेकाला कल्पना!

''फारच विषारी!'' लॅनबर्न पुन्हा म्हणाले आणि न्यूमार्क बंधू आपल्या घामेजलेल्या तळहातांकडे पाहू लागले.

आफ्रिकेनंतर न्यूमार्क बंधूंनी अमेरिकेवर स्वारी केली आणि फ्लॉरिडात फिलिस नावाच्या मानलेल्या बहिणीकडे तळ ठोकला. फिलिसचा फ्रेड नावाचा एक मित्र जवळच राहत होता. त्याला कळले की ही मंडळी साप, विंचू आणि कंपनीच्या शोधात आली आहेत. तेव्हा तो म्हणाला, ''इथून अगदी जवळ एक दलदल आहे. तिथे भरपूर साप आहेत.''

''अगं बाई! अगदी जवळ साप?'' फिलिसने घाबरून विचारले.

फ्रेडने हसून 'अगदी जवळ'चा अमेरिकन अर्थ सांगितला— ''तीस मैल दूर!'' पाण्यातले साप रात्री लवकर मिळतात, म्हणून रात्री मोहीम निघाली. सोबतीला फ्रेड होता. दलदलीमध्ये खरोखरीच खूप साप होते आणि लवकरच त्यांच्या पिशव्या आणि डब्या गच्च भरल्या. सगळे साप बिनविषारी होते. फक्त दोनच साप विषारी होते— रॅटलर जातीचे.

मंडळी परतली, तेव्हा फ्रेडच्या हातात एक पिशवी होती अन् ती वळवळत होती.

''पिशवीत काय आहे?'' फिलिसने प्रश्न केला.

''काही विशेष नाही, थोडे साप आहेत.'' फ्रेडने सहजगत्या उत्तर दिले, ''घाबरण्याचे काही कारण नाही; ते बिनविषारी आहेत.''

"नको गं बाई!" फिलिस म्हणाली, "घरात साप वळवळत असताना मला झोपच यायची नाही!"

आता आली का पंचाईत? शेवटी फ्रेड म्हणाला, "मी रात्रीपुरती पिशवी घेऊन जातो."

फ्रेडला पिशवीसकट दूर गेलेला पाहिल्यावर फिलिसने सुटकेचा नि:श्वास सोडला आणि ती स्वस्थ चित्ताने झोपायला गेली. पण खरे विषारी साप तिच्या भावांनी घरातच प्लॅस्टिकच्या डबीत लपवून ठेवले होते याची तिला बिचारीला काय कल्पना?

विमानातील दंगा

फ्लॉरिडाच्या दुसऱ्या ट्रिपमध्ये साप, पाली, बेडूक किडे असा बराच गोतावळा एकत्र जमला. साप सोडून बाकीच्या सर्वांची प्लॅस्टिकच्या डब्यांतून स्थापना झाली, आणि सापांना कापडी पिशव्यांत कोंबून पिशव्या घट्ट बांधण्यात आल्या. चार सूटकेसीसमध्ये डब्या ठेवण्यात आल्या. त्यांच्यावर सापांच्या पिशव्या अलगद रचण्यात आल्या आणि सूटकेसीसची झिप बंद करण्यात आली. अशा रीतीने दोन सर्वसाधारण दिसणारी माणसे सर्वसाधारण दिसणाऱ्या चार पेट्या घेऊन परतीच्या प्रवासासाठी विमानात पाठीमागच्या दोन खुर्च्यांवर स्थानापन्न झाली. त्यांनी आपल्या बॅगा काळजीपूर्वक पायाशीच ठेवल्या.

विमान सुरू झाल्यावर सुमारे तासाभराने न्यूमार्क बंधूंना वाटले की आपल्या मित्रमंडळींना जरा हवा द्यावी. म्हणून त्यांनी झिप किंचित उघड्या केल्या. आणखी काही वेळ गेला. विमानाच्या लयबद्ध घरघरीत सर्व जण पेंगू लागले. इतक्यात पायाशी काही तरी हालचाल झाली म्हणून दुक्कल खाली पाहू लागली— तोंड बंद केलेली एक कापडी पिशवी जमिनीवर वळवळत होती! एक साप 'चल रे भोपळ्या, टुणुक् टुणुक्'च्या धर्तीवर पिशवीसकट फिरायला निघाला होता!

न्यूमार्क बंधूंच्या खुर्च्या खिडकीजवळ होत्या. शेजारी एक माणूस होता. पलीकडे पॅसेज. शेजारची स्वारी त्या वेळी विमानाच्या घरघरीत सूर मिसळून घोरत होती. नाही तर वळवळणाऱ्या पिशवीची अगाध लीला पाहून आपले विमान उडत-उडत थेट परलोकी पोचले की काय असा त्याला भ्रम झाला असता! न्यूमार्क बंधूंनी पिशवी पकडण्यासाठी हात झट्कन खाली खुपसले. पण त्या धक्क्याने पिशवी पुढेच सरकली आणि पॅसेज ओलांडून पलीकडच्या

खुर्चीखाली गेली. प्रसंग आणीबाणीचा होता! दोघांनी निद्रिस्त शेजाऱ्याच्या अंगावरून टांगा टाकीत पॅसेज गाठला आणि हाता-पायांवर रांगत पिशवीच्या पाठलाग सुरू केला. झोपणाऱ्या मंडळींच्या तंगड्यांमधून ही शिवाशिवी सुरू झाली आणि अखेर एकाही पायाला धक्का न लागता पिशवी हस्तगत झाली!

'चला, जिंकली!' असे मनातल्या मनात म्हणत दोघे उभे राहिले. प्रवासी मंडळींना काहीच पत्ता नव्हता. कारण सर्व जण पेंगत होते. इतक्यात हवाई सुंदरीचे दोघांच्या या विचित्र हालचालींकडे लक्ष गेले. एकाच्या हातांतील वळवळणारी पिशवी तिच्या नजरेला पडली, आणि तिने आश्चर्याने आ वासला. घाईघाईने पिशवी बॅगेत खुपसून झिप लावण्यात आली. मग त्या दुकलीने हवाई सुंदरीकडे पाहून अगदी गोड स्मित केले आणि काहीच झाले नाही, अशा आविर्भावात तिला म्हटले, "जरा कॉफी आणता?"... प्रसंग निभावला.

बेडूक पकडण्यात हातखंडा

पण आणखी एक प्रसंग आला तो याहूनही बांका! नेहमीप्रमाणे प्लॅस्टिकच्या डब्या भरभरून फ्लॉरिडाहून ही दुक्कल इंग्लंडला परतत होती. विमान बदलायचे म्हणून वाटेत नासाऊ विमानतळावर काही तास काढायचे होते. एवढा वेळ कसा काढायचा?

विमानतळाच्या दरवाज्यातून बाहेर पडल्याबरोबर याचे उत्तर मिळाले. आजूबाजूला बरीच छोटी-छोटी डबकी होती आणि एका डबक्यातून एका बेडकाची तारस्वरातील 'डराव डराव' ऐकू येत होती.

अर्थात या बेडकांचे उर्वरित आयुष्य लंडन प्राणिसंग्रहालयामध्ये जाणार हे निश्चित झाले!

बेडूक पकडणे हा जॉन आणि जॉर्जच्या हातचा मळ. एकाने तो पकडून पँटच्या खिशात झट्‌कन कोंबला आणि जणू काहीच झाले नाही अशा थाटात दोघे गजबजलेल्या हिरवळीवर परतले व आपले सामान होते त्या कोपऱ्यात थांबले.

आता पहिली अडचण होती ती म्हणजे खिशात बेडकाची डराव डराव सुरू झाली तर इतर प्रवाशांना काय वाटेल? सुदैवाने बेडूक आपल्याला झालेल्या अचानक अटकेमुळे इतका गांगरला असावा की त्याला ओरडण्याचे भानच राहिले नसावे. अडचण नंबर दोन— आजूबाजूच्या गर्दीच्या नकळत खिशातून एखाद्या प्लॅस्टिकच्या डबीत बेडकाची बदली कशी करायची?

दुष्काळात तेरावा महिना म्हणजे जवळपास ठाण मांडून बसलेले काही निरुद्योगी प्रवासी जॉन आणि जॉर्जकडे पाहत होते आणि मनातल्या मनात म्हणत होते, 'दोघे जुळे तर नाहीत?' पण न्यूमार्क बंधूंना धास्ती पडली होती ती आपल्या जुळेपणापेक्षा आपला प्रिय बेडूक त्यांचे अधिक लक्ष वेधून घेईल याची!

तेवढ्यात बेडकाने ठरविले की 'आग्र्याहून सुटका' करून घ्यायची. आता तर मोठा बिकट प्रसंग आला. त्याने खिशातून स्वातंत्र्याकडे उडी मारण्यापूर्वीच त्याला अधिक बंदिस्त अशा प्लॅस्टिकच्या तुरुंगात गुपचूप डांबणे निकडीचे झाले. पण त्याचबरोबर आपल्या प्रत्येक बॅगेत प्लॅस्टिकच्या डब्या भरल्या आहेत आणि प्रत्येक डबीत साप, बेडूक, विंचू अशा चिजा भरल्या आहेत हे कुणाला कळू नये, हेही अगत्याचे होते. काही तरी गाणे गुणगुणत एका न्यूमार्कने एका बॅगेची झिप उघडली आणि एक रिकामी डबी बाहेर काढली, दुसऱ्याने दुसरे गाणे गुणगुणत खिशातून हळूच बेडूक काढला आणि झट्कन डबीत टाकला. —पण हाय! डबीचे झाकण बंद करण्यापूर्वीच त्या स्वातंत्र्यप्रेमी बेडकाने जी उडी मारली, ती थेट एका वयस्क बाईच्या मांडीवर!

क्षणभर बाई आणि बेडूक यांची नजरेला नजर मिळाली. मग बाई किंचाळली, "अगं बाई, बेडूक!"

बेडूक! बेडूक! एका आंतरराष्ट्रीय विमानतळाच्या फॅशनेबल लाउंजमध्ये बेडूक?

अनेक माना वळल्या, अनेक भुवया उंचावल्या गेल्या. जीवन-मरणाच्या निकराने एका न्यूमार्कने झडप घालून बेडकाची तंगडी पकडली अन् त्याला डबीत कोंबले. पाहणाऱ्या मंडळींचे डोळे विस्फारले गेले. डबीत बेडूक? घाईघाईने डबी ठेवण्यासाठी बॅग उघडली गेली- आणि बॅगेतल्या बऱ्याच डब्या उघडकीला आल्या. आता तर लोकांनी 'आ' वासले. सगळ्या डब्यांत बेडूक होते. सगळ्या बॅगा बेडकांनी भरल्या होत्या.

इतक्यात लाउडस्पीकरवर विमानाची सूचना आली व सर्व जण उठले. विमानाच्या पायऱ्या चढता-चढतानाच त्या बाईने दुकलीला गाठले आणि प्रश्न केला,

"काय हो, तुम्ही बॅगेत ठेवलेला तो बेडूक गुदमरणार नाही का?"

"छे, छे! तो अगदी मजेत राहील...!" असे घाईघाईने उत्तर देऊन ते पुढे सटकले.

शिवाजी जितक्या शिताफीने पेटाऱ्यातून निसटला तितक्याच शिताफीने

लंडनच्या विमानतळावर जॉन-जार्जचा बेडूक कस्टममधून निसटला; पण ती बाई मात्र आपल्याजवळ एक अत्तराची बाटली आणि नायलॉनचे अनेक मोजे कसे आले याच्या कबुलीजबाबात अडकली होती!

◇◇

टु द झू इन ए प्लास्टिक बॉक्स. - लेखक : जॉन आणि जॉर्ज न्यूमार्क

१४.
जगाच्या पाठीवर गुन्हेगारीचा पाठलाग

सोने, हिरे, अफू— एवढेच काय, जगप्रसिद्ध चित्रकारांच्या कलाकृती नि सुंदर-सुंदर पोरी यांचा आंतरराष्ट्रीय व्यापार करणारे ठक व त्यांच्या मागावर असणारी जगप्रसिद्ध इंटरपोल संघटना...

पॅरिसमधील एक संध्याकाळ. दिवसभराच्या कामाने शिणलेले पॅरिसनिवासी रस्त्याच्या कडेला उघड्यावर मांडलेल्या खुर्च्यांवर बसून घोटभर मद्याने श्रमपरिहार करीत आहेत. अशा वेळी रू पॉल व्हॅलरी नावाच्या छोट्या रस्त्यावरील एका सामान्य दिसणाऱ्या इमारतीत एक रेडिओ संदेश येऊन थडकतो : ''दक्षिण फ्रान्समधल्या आगेन नावाच्या गावातल्या संग्रहालयातून गोया या जगद्विख्यात चित्रकाराने काढलेल्या स्वत:च्या चित्राची चोरी झाली आहे. संशयित इसम स्वत:ला सरदार लंचॉसेन म्हणवितो, आणि एक वयस्क स्त्री, एक तरुण पुरुष व एक पाळलेलं माकड अशा सरंजामासह गावातल्या लोकांनी त्याला पाहिला आहे...''

दोन लाख लफंग्यांची सूची

त्या इमारतीतली दोन लाख लफंग्यांची प्रचंड सूची लगेच तपासण्यात आली व पत्ता लागला की लंचॉसेनच्या 'चित्र चोरी'च्या या तंत्राची सुरुवात बऱ्याच दिवसांपूर्वी व्हेनिसला झाली होती. एके दिवशी सरदार बहाद्दर व्हेनिसच्या एका 'अँटिक शॉप'मध्ये शिरले व तेथल्या मौल्यवान चित्रांकडे व इतर कलापूर्ण वस्तूंकडे पाहत त्यांनी जाणकारासारख्या गप्पा मारायला सुरुवात केली. दुकानदाराने प्रभावित होऊन सरदारसाहेबांना आपल्याजवळची नुकतीच विकत घेतलेली दोन बहुमोल चित्रे दाखविली. मॅनेट आणि गार्डी नावाच्या प्रसिद्ध चित्रकारांनी ती काढलेली होती. लवकरच सरदाराची व दुकानदाराची गट्टी जमली आणि सरदाराचे येणे-जाणे वाढले. एके दिवशी गप्पा मारताना सरदाराने गार्डीच्या चित्रकृतीकडे जरा जास्तच निरखून पाहिले व तो किंचित चिंतित मुद्रेने म्हणाला, "माफ करा हं, पण हे चित्र अस्सल आहे याची तुम्हाला खात्री आहे का? कदाचित ही एक बेमालूम नक्कलही असू शकेल..." त्याने मोठ्या खुबीने बोलणे तेवढ्यावरच सोडले. दुकानदार चित्रांचा जाणकार होता, पण आता त्याच्या मनात संशयाचे बी पेरले गेले. मग सरदारमहाशयांनी त्यांच्या मते असलेली चित्रातील बारीक वैगुण्ये दाखवायला सुरुवात केली अन् म्हटले, "गार्डीच्या अस्सल कृतीत हे दोष येतील का?" आता दुकानदार चांगलाच घाबरला; कारण ती चित्रे पैदा करण्यासाठी त्याने हजारो रुपये मोजले होते. पण सरदार बहाद्दरांनी मोठ्या आस्थेने त्याला धीर देत म्हटले, "आपण असं करू या. चित्रांचा एक दर्दी माणूस सध्या व्हेनिसला आला आहे आणि तो माझा चांगला मित्र आहे. तुम्हाला हवे असेल तर ही दोन्ही चित्रे मी त्याला दाखवून आणतो, म्हणजे शंका फिटेल..." बिचारा दुकानदार कबूल झाला व सरदार दोन्ही चित्रे घेऊन गेला. दोन-चार तासांतच तो ती परत घेऊन आला व मोठ्या कष्टी चेहऱ्याने म्हणाला, "फारच वाईट झाले! दोन्ही चित्रे नकला आहेत, असे तो तज्ज्ञ म्हणतो." चित्रे परत करून सरदार गायब झाला आणि मग दुकानदाराच्या लक्षात आले की त्याच्या चित्रांची अदलाबदल आली आहे व सरदाराने परत आणलेली चित्रेच नकली आहेत.

सरदारसाहेबांची उचलबांगडी

आगेनला वापरलेले तंत्र हेच. आगेनच्या संग्रहालयात जाणे-येणे, संग्रहालयाच्या पर्यवेक्षकाशी दोस्ती, अन् एके दिवशी गोयाची चित्रकृती बेपत्ता.

ज्या दिवशी संध्याकाळी पॅरिसच्या त्या इमारतीत संदेश आला त्याच दिवशी रात्री तेथून रेडिओचा संदेश जगभर गेला. त्यात चोरीची माहिती तर होतीच, पण चोराने आतापर्यंत वापरलेल्या ४८ खोट्या नावांची संपूर्ण यादी होती! एका आठवड्याने ट्रान्स युरोपियन एक्स्प्रेस या युरोपच्या प्रसिद्ध आंतरराष्ट्रीय आगगाडीत एका डिटेक्टिव्हला एक माणूस आपल्याबरोबर एक बाई, एक तरुण व एक पाळलेले माकड घेऊन प्रवास करताना दिसला. शेजारच्या डब्यात रद्दी वर्तमानपत्रांच्या खाली ती मौल्यवान चित्रे दडपलेली सापडली व सरदारसाहेबांची उचलबांगडी झाली.

असाच आणखी एक प्रसंग. लॉरेन्स हॉवर्ड असे नाव सांगणारा एक अतिशय रुबाबदार माणूस साल्झबर्ग येथे एका आलिशान हॉटेलात उतरला व त्याने हिंडण्या-फिरण्यासाठी एक मोटार भाड्याने घेतली. काही दिवसांनी हॉटेलचे बिल न भरता मोटारीसकट स्वारी अंतर्धान पावली. पुन्हा पॅरिसच्या त्या इमारतीत चोरीची बातमी येऊन थडकली व तेथून जगभर गेली. लगेच निरनिराळ्या ठिकाणांहून उत्तरे येऊ लागली. लंडनहून : ''लॉरेन्स हॉवर्डचे खरे नाव लेस्ली हॅरिसन असून तो इंग्लिश आहे. बनवाबनवीचे पैसे उकळण्याच्या गुन्ह्याबद्दल आम्ही त्याच्या शोधात आहोत.'' ॲमस्टरडॅमहून : ''लेस्ली हॅरिसनला आमच्याकडे चार वेळा शिक्षा झालेली आहे.'' लायटेनस्टीनहून : ''हॉवर्ड ऊर्फ हॅरिसनने चोरलेली मोटारगाडी आमच्या रस्त्याने स्वित्झर्लंडमध्ये गेल्याचे कळते.'' झुरिचहून : ''हॅरिसन रात्रभर येथे एका हॉटेलात राहिला आणि बिल न भरताच दि. १९ जुलैला फ्रान्सला गेला.'' पॅरिसहून : ''हॉवर्ड ऑर्लिअन्सला पेट्रोल चोरून टूलोस येथून बेपत्ता झाला.'' त्यानंतर काही दिवस गेले आणि १९ ऑक्टोबरला लिबियात बेन गाझी येथे कस्टम अधिकाऱ्यांनी एक मोटार अडविली. पण ती चालविणारा 'कर्नल हॉवर्ड' इतका रुबाबदार होता की कस्टम अधिकाऱ्यांनी त्याला सरहद्द ओलांडून इजिप्तमध्ये जाऊ दिलेच, पण वर सलाम ठोकला! अखेर २३ तारखेला कैरोहून पॅरिसच्या त्या इमारतीत अखेरचा संदेश आला— ''लॉरेन्सला एका हॉटेलात पकडले!''

परमेश्वराप्रमाणे इंटरपोलही सर्वव्यापी

आजच्या आंतरराष्ट्रीय युगातले गुन्हेगारही कसे आंतरराष्ट्रीय झाले आहेत, याची ही लहानशी चुणूक. वॉलकॉट-डोंझ या दुकलीने तर आपल्याला याची चांगलीच साक्ष पटविली आहे. पण हे गुन्हेगार जगाच्या पाठीवर कोठेही लपले

तरी त्यांचा पाठलाग न सोडणारी एक आंतरराष्ट्रीय पोलीस संघटना आहे, तिचं नाव 'इंटरपोल', आणि पॅरिसमधली सामान्य दिसणारी ती इमारत म्हणजेच इंटरपोलचे जागतिक केंद्र. इंटरपोलच्या पोलिसांना किती विविध प्रकारच्या आंतरराष्ट्रीय गुन्हेगारांशी सामना करावा लागतो, गुन्हेगारांच्या हिकमती किती अजब असतात आणि तरीही आज ना उद्या, उद्या नाही तर अनेक वर्षांनी का होईना, अखेर इंटरपोलच्या जाळ्यात गुन्हेगार कसा सापडतो, थोडक्यात म्हणजे— 'इंटरपोलच्या आत' काय चाललेले असते याची अजब माहिती प्रस्तुत पुस्तकात मिळते. परमेश्वर सर्वव्यापी असो किंवा नसो; इंटरपोल नक्की आहे असे या पुस्तकावरून दिसते. कारण गुन्हा आणि गुन्हेगार यांच्यात साता समुद्रांचे, हजारो मैलांचे अन् अनेक देशांचे अंतर असो; इंटरपोलची पकड त्याला चुकविता येत नाही.

हवाई सुंदरीच्या करामती

इंटरपोलच्या त्या केंद्रात गुन्हेगारीचे विश्वरूपदर्शन घडते. तिथल्या फायलींत विमानाने जाणारे सोने हवेतल्या हवेत लंपास करणाऱ्या सोनेरी टोळीपासून हिऱ्यांची पुरचुंडी स्वत:च्या अंगावर संततिप्रतिबंधक साधनात लपवणाऱ्या हवाईसुंदरीपर्यंत अनेक अजब किस्से सापडतात. नोटा छापण्याचे 'घरगुती यंत्र' तयार करणाऱ्या कल्पक लफंग्यापासून घरफोडी करताना विसरलेली बॅग आणण्यासाठी चक्क परत जाणाऱ्या धाडसी दरोडेखोरापर्यंत अनेकांच्या वीरगाथा इंटरपोलच्या कागदोपत्री उपलब्ध आहेत. युरोप-अमेरिकेतील अद्ययावत शहरात 'हाय क्लास' लफंगेगिरी करणारे महाभाग इंटरपोलला माहीत आहेत, तसेच हिंदुस्थान-आफ्रिकेच्या जंगलात खून करणारे आदिवासीदेखील.

नाट्यमय रहस्याला सुरुवात

आंतरराष्ट्रीय दुष्कीर्ती कमावणारा व त्यामुळे इंटरपोलचे विशेष लक्ष वेधणारा एक आधुनिक गुन्हा म्हणजे मादक द्रव्यांची चोरटी वाहतूक. एके दिवशी इंटरपोलच्या केंद्रावर रोमहून एक अगदी त्रोटक संदेश आला— "मायकेल कॅसानोव्हा नावाच्या एका माणसाचे पॅरिस अन् मार्सेल्समध्ये मादक द्रव्यांचा चोरटा व्यापार करणाऱ्या टोळीशी संगनमत असावे..." एवढ्या संदेशाच्या जोरावर एका नाट्यमय रहस्याला सुरुवात झाली. फ्रेंच पोलिसांनी कॅसानोव्हाला शोधून काढून त्याच्यावर पाळत ठेवायला सुरुवात केली. बेट्याचा बहुतेक वेळ

संशयास्पद हॉटेलांतून निरनिराळ्या लोकांबरोबर मद्य घेण्यात जाई; पण या मंडळींपैकी कोणीच इंटरपोलच्या 'ओळखी'चा वाटेना. अखेर एके दिवशी दुवा सापडला. रेपेलिन नावाच्या इसमाबरोबर गप्पा छाटताना तो दिसला, आणि रेपिलिनचा मार्सेल्समधल्या चोरट्या व्यापाराशी संबंध असल्याचे पोलिसांना ठाऊक होते. आता रेपेलिनवर पाळत सुरू झाली आणि त्याचा संबंध कारकॅसॉन नावाच्या दोन भावांशी असल्याचे आढळून आले. आता अधिक खात्री पटली; कारण कारकॅसॉन बंधू केमिस्ट होते आणि हेरॉईन हे जहाल मादक द्रव्य गुप्तपणे तयार करण्याच्या आरोपावरून त्यांना पूर्वी एकदा शिक्षा झाली होती. म्हणजे एक सुसंघटित टोळी हा उद्योग करीत होती हे सिद्ध झाले.

धूर्त मॉंटेटीचा पाठलाग

आता मार्सेल्स आणि पॅरिस अशा दोन्ही ठिकाणी पाळत सुरू झाली. काही दिवस गेले आणि एके दिवशी मार्सेल्सला कारकॅसॉन बंधूंच्या घरातून मॉंटेटी नावाचा पोलिसांना माहीत असणारा इसम बाहेर पडला. लगेच पाठलाग सुरू झाला. मॉंटेटीने स्टेशनवर जाऊन पॅरिसचे तिकीट काढले अन् तो आगगाडीत जाऊन बसला, तेव्हा दोन गुप्त पोलीस शेजारच्या डब्यात होते. शिवाय पॅरिसच्या पोलिसांना आधीच टेलिफोन गेला होता. त्यामुळे मॉंटेटीची स्वारी पॅरिसच्या स्टेशनवर उतरली तेव्हा त्याच्या नकळत चार गुप्त पोलिसांचा लवाजमा त्याच्या दिमतीला होता. पुढे-मागे न पाहता पॅरिसच्या गल्ल्याबोळांतून मॉंटेटी फिरू लागला. पाठलाग सुरूच होता. तो एका प्रसिद्ध चर्चच्या रस्त्याला अचानक वळला. हा रस्ता म्हणजे खूपशा पायऱ्यांचा एक जिना होता व जिन्याच्या वरच्या टोकाशी चर्च होते. जिन्याकडे वळण्यात धूर्त मॉंटेटीचे दोन उद्देश होते— एक तर कोणी पाठलाग करीत असेलच तर त्यालाही उघडपणे पाठोपाठ पायऱ्या चढण्याशिवाय गत्यंतर नव्हते, म्हणजे पाठलागाचा गौप्यस्फोट होणे अपरिहार्य होते. दुसरे म्हणजे पाठलाग होत असला तरी पाठीमागचा माणूस सगळ्या पायऱ्या चढून वर यायच्या आत चर्च गाठले की समोरच टॅक्सी पकडून पसार होणे सोपे होते.

तब्बल दहा मिनिटे प्रार्थना

"आता काय करायचं?" —गुप्त पोलिसांना प्रश्न पडला.

परंतु क्षणार्धात योजना तयार झाली. निदान मॉंटेटीला वर पोचल्यावर

टॅक्सीतून सूंबाल्या करता येऊ नये म्हणून दोघा पोलिसांनी तिथल्या तेथे टॅक्सी पकडून शेजारच्या रस्त्याने जिन्याचे वरचे टोक गाठले. पण उरलेल्या दोघांसमोर समस्या होतीच— पायऱ्यांवरून नकळत पाठलाग कसा करायचा? इतक्यात पॅरिस पाहायला आलेल्या दोन अमेरिकन मुली पायऱ्या चढू लागल्या. चट्कन पुढे होऊन गुप्त पोलिसांनी त्या मुलींशी हसत गप्पा मारीत पायऱ्या चढायला सुरुवात केली. मुली पाहतच राहिल्या. "हा काय प्रकार आहे..." हळूच एका गुप्त पोलिसाने खुलासा केला, "आम्ही पोलीस आहोत व तो वर माणूस चालला आहे त्याचा पाठलाग करीत आहोत... पण त्याला पत्ता लागता कामा नये, म्हणून तुमच्याशी ओळख असल्याचे सोंग करावे लागत आहे..." मुली समजल्या आणि त्यांनी गप्पा मारीत पायऱ्या चढायला सुरुवात केली. पायऱ्या चढून झाल्या व माँटेटी चर्चमध्ये शिरला. पाठोपाठ डिटेक्टिव्ह शिरले. माँटेटीने गुडघे टेकून तब्बल दहा मिनिटे मनोभावे प्रार्थना केली! पोलीसही गुडघे टेकून खाली वाकले आणि जोडलेल्या बोटांच्या फटीतून पाळत ठेवू लागले. तो बाहेर पडला तसे तेही पडले. दिवसभर ही पाळत चालली अन् माँटेटी व रेपेलिनची भेट झालेली त्यांनी पाहिली.

बॅगांची अदलाबदल झाली

माँटेटी आणखी काही दिवसांनी पुन्हा रेपेलिनला भेटायला मार्सेल्सहून पॅरिसला निघाला. पुन्हा पाठलाग. दुसऱ्या दिवशी रेपेलिन व कॅसानोव्हा मोटारीने पॅरिसच्या विमानतळावर गेले. तेथे आणखी एका साथीदाराने दोन बॅगा मोटारीच्या मागच्या सीटवर टाकल्या. दुरून पाळत ठेवणाऱ्या पोलिसांना रेपेलिनच्या गाडीच्या पाठीमागच्या काचेतून बॅगांची झाकणे दिसत होती. मग तिघांचा मोर्चा जवळच्या एका हॉटेलकडे वळला. गाडी हॉटेलसमोर थांबली व तिघे जण बॅगा घेऊन आत शिरले. थोड्या वेळाने पुन्हा बॅगा घेऊन ते बाहेर आले व त्यांनी परत पाठीमागच्या सीटवर त्या टाकल्या. पोलिसांच्या तीक्ष्ण नजरेला एक गोष्ट चट्कन जाणवली— आधी पाठीमागच्या काचेतून बॅगांची फक्त झाकणे दिसत होती, तर आता चांगला आठ इंच वरचा भाग दिसत होता. याचा अर्थ एकच होता— बॅगांची अदलाबदल झाली होती! एका तासाने मंडळी विमानतळावर पोचली आणि पोलिसांनी झडप घातली. पेट्यांच्या बुडाशी चोरकप्प्यात सात किलो हेरॉईन सापडले...

खोटी सही, खोट्या नोटा, पासपोर्टही खोटा

आंतरराष्ट्रीय गुन्हेगारीच्या दुनियेतला दुसरा प्रचंड व्यवसाय खोट्या सहीचा. खोट्या नोटा, खोटा पासपोर्ट आणि पैसे उकळायला मदत करणारी खोटी कागदपत्रे तयार करण्यात हातखंडा असणारे लफंगे जगभर धुडगूस घालीत आहेत, आणि त्यांतली काही अट्टल मंडळी पकडण्यासाठी इंटरपोलला अक्षरशः जग पालथे घालावे लागते. सन १९५२ च्या जानेवारी महिन्यात एके दिवशी व्हेसेल नावाचा एक बेल्जियन माणूस एडिंबरोला थॉमस कुक अँड सन्स या जगप्रसिद्ध प्रवास कंपनीत गेला व त्याने अमेरिकेतील डेट्रॉईटच्या एका बँकेचे ५०,००० डॉलरचे 'लेटर ऑफ क्रेडिट' दाखवून पैशांची मागणी केली. तिथल्या अनुभवी अधिकाऱ्यांनी पत्राची नीट तपासणी केली आणि त्यांचे समाधान झाले. शिवाय युरोपातल्या निरनिराळ्या बँकांनी त्या पत्रावर आधीच बऱ्याचशा लहानसहान रकमा व्हेसेलला दिल्या असल्याच्या नोंदीही होत्या. मग त्यांनी पासपोर्ट मागितला, तोही ठीकठाक होता. कागदपत्रांची तपासणी संपल्यावर व्हेसेल म्हणाला, "मला ५००० डॉलर पाहिजेत." पण त्या दिवशी सार्वजनिक सुटी होती व बँकेजवळ तेवढे पैसे नव्हते. बँकेचे अधिकारी म्हणाले, "आज साडेपाचशे पौंड घेऊन जा, बाकीचे उद्या देऊ." व्हेसेल मोठ्या अनिच्छेने तयार झाला व पैसे घेऊन बाहेर पडला. पण व्हेसेल दुसऱ्या दिवशी उगवलाच नाही. अखेर काही दिवसांनी पोलिसांत वर्दी देण्यात आली तेव्हा समजले की लेटर ऑफ क्रेडिट व पासपोर्ट दोन्ही खोटे होते. लगेच इंटरपोलला बातमी गेली व तेथून व्हेसेलच्या वर्णनाचा संदेश सगळीकडे पाठविण्यात आला. पण ते वर्णन इतक्या लोकांना लागू पडणारे होते की काही दिवसांनी मॅक्सिमिलियन क्रॉनफर्ट नावाच्या इसमाने बेलफास्टच्या एका बँकेत अशीच कागदपत्रे दाखवून एक हजार पौंड घेतले व तो सहीसलामत बाहेर पडला. लगेच दोन दिवसांनी त्याने डब्लिनच्या एका बँकेतून दीड हजार पौंड घेतले, पुन्हा बेलफास्टच्या त्याच बँकेतून साडेतीन हजार व दुसऱ्या दिवशी लंडनच्या अमेरिकन एक्स्प्रेसमधून एक हजार! नाव एकदा व्हेसेल, एकदा मॅक्सिमिलियन क्रॉनफर्ट, तर एकदा पॉल रॉय. स्वारी बेपत्ता झाल्यावर सगळ्या बँकांना पत्ता लागला की आपण फसविले गेलो आहोत.

करू नये ती चूक केली

पुन्हा इंटरपोलने सगळीकडे संदेश पाठविले. काही दिवस गेले आणि

जुलै महिन्यात युरोपहून मुंबईला आलेल्या एका बोटीतून एक दुक्कल उतरली. एकाचे नाव ब्लुमेनबर्ग, दुसऱ्याचे इंटेलर. इंटेलरने ताजमहाल हॉटेलात मुक्काम ठोकला तर ब्लुमेनबर्गने ग्रँड हॉटेलात. एके दिवशी इंटेलर फोर्ट विभागतल्या मर्कन्टाइल बँक ऑफ इंडियाच्या शाखेत गेला आणि मॉन्ट्रियलच्या एका बँकेचे ८०,००० डॉलरचे लेटर ऑफ क्रेडिट दाखवून त्याने पैशाची मागणी केली. 'आपण माल खरेदीचा धंदा' करतो, एवढेच तो मोघम बोलला. कसला माल, याचा त्याने खुलासा केला नाही. लागोपाठ तीन दिवस त्याने मर्कन्टाइल बँकेकडून पैसे घेतले— पहिल्या दिवशी पाऊण लाख रुपये, दुसऱ्या दिवशी एक लाख अन् तिसऱ्या दिवशी पावणेतीन लाख! आता इंटेलरला आत्मविश्वासाचा कैफ चढला अन् त्या कैफात त्याने करू नये ती चूक केली. जरा आढ्यतेने तो बँकेच्या मॅनेजरला म्हणाला, "मी न्यूयॉर्कहून आणखी एक लाख डॉलरचे लेटर ऑफ क्रेडिट मागवले आहे... मी कापूस खरेदीचा धंदा करतो..." शब्द साधेच— पण मॅनेजरच्या डोक्यात लख्कन वीज चमकून गेली. 'कापूस खरेदीचा धंदा?' मग या माणसाने इतके पैसे जवळ असूनही अजून खाते का उघडले नाही? कापूस-खरेदीचा सगळा व्यापार तर बँकेमार्फत चालतो...' इंटेलरला हे माहीत नव्हते की मुंबईचा कापूस बाजार सगळ्या जगात प्रसिद्ध आहे अन् तो कसा चालतो याची प्रत्येक बँकेला माहिती असते.

बँकेने चौकशी आरंभली आणि मॉन्ट्रियलहून तार आली— 'लेटर ऑफ क्रेडिट खोटे आहे!' लगेच पोलिसांत वर्दी गेली. डिटेक्टिव्ह धावतच ताजमहाल हॉटेलात गेले, पण पक्षी पिंजऱ्यातून उडाला होता. ताबडतोब कलकत्ता, मद्रास, कराची आणि कोलंबो येथे सूचना देण्यात आली. दि. १८ जुलैला कराचीच्या लॉइड्स बँकेत वेम्बर्ग नावाचा माणूस गेला व त्याने लेटर ऑफ क्रेडिट दाखवून वीस हजार रुपये घेतले. पूर्वीच्या तंत्राप्रमाणे पुन्हा दुसऱ्या दिवशी जाऊन सव्वालाख रुपये मागितले; पण तेवढ्या एका दिवसात इंटेलरचे वर्णन येऊन पोचले होते. बँकेत दुसऱ्या दिवशी मागणी करताच पोलिसांनी वेम्बर्ग ऊर्फ इंटेलरला गराडा घातला.

पैशाचा अक्षरशः पाऊस

इकडे मुंबईत इंटेलरने उकळलेल्या पैशांतल्या हजार रुपयांच्या नोटा खपविण्याचे पुण्यकर्म ब्लुमेनबर्ग ऊर्फ व्हेसेल करीत होता याचा पत्ता लागला आणि ग्रँड हॉटेलात त्याची धरपकड झाली. त्याच्या सामानाची झडती घेण्यात

आली, पण पैसे सापडले नाहीत! एवढे मोठे पैसे कोठे गेले? दुसऱ्या दिवशी ती खोली झाडायला येणाऱ्या मोलकरणीने पलंगावरची गादी उलटली अन् एकदम गादीच्या आतून कागदाचा आवाज आला. तिने मॅनेजरला बोलावणे पाठवले आणि त्याने गादी फाडून पाहण्यास सांगितले. कापड टर्रकन फाटले अन् पैशाचा अक्षरश: पाऊस पडला. पद्धतशीरपणे बांधलेल्या पुडक्यांची ती रास मोजायला कित्येक तास लागले. एकूण अडीच लाख रुपये होते. बेलफास्टला आरंभ झालेल्या नाटकाचा शेवट हजारो मैल दूर मुंबईत झाला होता.

तेव्हा त्यात दगड मिळाले

आजचे जग आंतरराष्ट्रीय झाले आहे ते मुख्यत: कशामुळे? —विमानामुळे. अर्थात आंतरराष्ट्रीय लफंग्यांनीही विमानाचा सर्रास उपयोग करावा हे ओघानेच आले. सोन्या-हिऱ्यांची चोरटी वाहतूक विमानाने चालतेच; पण विमानाने पाठवलेली हिऱ्या-सोन्याची पार्सले हवेतल्या हवेत लंपास करण्याची जादूही करण्यात येते. एकदा २०,००० पौंड किमतीचे हिऱ्याचे पार्सल विमानमार्गे पॅरिसहून मार्सेल्स व अल्जीअर्सहून कॉन्स्टंटाइनला जात होते. विमानात सामानाची खोली खाली व वर माणसांच्या खुर्च्या— अशी रचना होती. पण मार्सेल्सच्या विमानतळावर ते कस्टम तपासणीसाठी उघडण्यात आले तेव्हा त्यात दगड मिळाले! विमान उडत असताना हिरे नाहीसे कसे झाले? मग एका चाणाक्ष गुप्त पोलिसाच्या मनात एक कल्पना आली व त्याने त्या विमानातून आलेल्या इतर सर्व सामानाची तपासणी आरंभली. सामानात एक बराच मोठा खोका होता. पण वजनाला तो फारच हलका वाटला. काही तरी शंका येऊन तो खोका उघडण्यात आला. आत काय होते? एका माणसाला नीट बसता येईल एवढ्या जागेत एक खुर्ची! लगेच तो खोका कोणी पाठवला याची चौकशी सुरू झाली. हिऱ्यांच्या चोरीचा व खोक्याचा संबंध जोडण्याची कुणालाच कल्पना येणार नाही अशा आत्मविश्वासाच्या भरात तो पाठविणाऱ्या माणसाने एक घोडचूक केली होती— त्याने स्वत:चे खरे नाव व पत्ता दिला होता. मग पत्ता लागला. त्याचा एक साथीदार त्या खोक्यात बसला होता. या साथीदाराने पूर्वी पोस्टात नोकरी केलेली असल्याने त्याला माहीत होते की जडजवाहिरांची पार्सले लाल फितीने बांधलेली असतात. विमान उडत असताना तो स्क्रू उघडून बाहेर आला आणि हिऱ्यांचे पार्सल ओळखून त्याने त्यातले हिरे वर बसलेल्या दोस्ताच्या सामानात ठेवले. अर्थात दोस्ताच्या सामानाबद्दल शंका घ्यायचे काहीच कारण नव्हते. खोक्यातला माणूस मार्सेल्सच्या विमानतळावर

इतर प्रवाशांत मिसळून बेपत्ता झाला होता. डाव मोठा कल्पक होता आणि खोका पाठविणाऱ्या बिलंदराने त्याच्यावर खरे नाव दिले नसते तर तो यशस्वीही झाला असता.

पायलटच्या छातीवर पिस्तूल रोखले

'हवाई' चोरीचे आणखी एक अत्यंत धाडसी तंत्र म्हणजे सबंध विमानच पळविणे! एकदा ब्रह्मदेशात एका विमानातून पावणेदोन लाख पौंड किमतीचे सोने जाणार आहे असे कळल्यावर एका सोनेरी टोळीतल्या सगळ्या गुंडांनी त्या विमानाची तिकिटे काढली. विमान उडत असताना टोळीवाल्यांनी एकदम बुरखे चढविले आणि पिस्तुले बाहेर काढली. एकाने बाकीच्या प्रवाशांवर पिस्तूल रोखले. दुसऱ्याने पायलटच्या छातीवर रोखले आणि त्याला म्हटले, "मरायचे नसेल, तर मी सांगतो त्या ठिकाणी विमान उतरव..." एका निर्जन ठिकाणी विमान उतरवण्यात आले. एक ट्रक वाट पाहत उभा होताच. त्यात भराभर सोने भरण्यात आले अन् पुन्हा पायलटला सांगण्यात आले, "मरायचे नसेल, तर विमान उडव अन् निघून जा..."

कुत्र्याने वास ओळखला

आणखी एक गमतीदार प्रकार म्हणजे विमानाने प्रवास करणाऱ्या बड्या मंडळींच्या नावाखाली मादक द्रव्ये किंवा हिरे-सोने पाठविणे. कारण या बड्यांच्या सामानाची तपासणी होत नाही. एकदा एक प्रसिद्ध ख्रिस्ती धर्मगुरू विमानाने मुंबईहून सिंगापूरला चालले होते. विमान सुटल्यानंतर काही माणसे एक बॅग घेऊन घाईघाईने विमानतळावर आली व कस्टम अधिकाऱ्यांना म्हणाली, "बिशपसाहेब त्यांची ही बॅग विसरून गेले, ती ताबडतोब पाठवा."

दुर्दैवाने ती बॅग पोचली तेव्हा पोलीस खात्यातल्या एका कुत्र्याने एकदम तिच्याकडे मोर्चा वळविला. या कुत्र्यांना अफूचा वास चट्कन ओळखायला शिकवलेले असते. बॅग उघडली तेव्हा धर्मगुरूच्या पवित्र नावाखाली पाठविलेली बरीच अफू सापडली.

आणखी एका बिलंदराने याच्याही पुढची कल्पकता दाखविली; पण पोलीसही चोरावर मोर झाले आणि विमानाने कबुतराचा पाठलाग केल्याचा अजब किस्सा घडला. हा माणूस बेल्जियममध्ये ब्रुसेल्सजवळ एका खेड्यात राहत होता. त्याने एका माणसाकडून 'ब्लॅकमेल'ने पैसे उकळण्यासाठी शिकवलेल्या

कबुतराचा उपयोग करायचे ठरविले. आपल्या कबुतराच्या पायाला एक छोटीशी ॲल्युमिनियमची डबी बांधून तिच्यात त्याने एक छोटीशी चिठ्ठी ठेवली. 'मुकाट्याने या डबीतून १०,००० फ्रँक पाठव, नाही तर परिणाम वाईट होईल.' मग त्याने भर रहदारीच्या रस्त्यावर जाऊन गर्दीत कोणाचे लक्ष नाही असे पाहून कबुतर उडविले. कबुतर शिकविल्याप्रमाणे जाऊन पोचले. पण चिठ्ठी ज्याच्या नावाची होती तो माणूस लगेच पोलिसांत गेला. पैसे उकळण्यासाठी कबुतर पाठविणारा बिलंदर पाहून पोलिसांच्या मनात तितकीच नावीन्यपूर्ण कल्पना आली. त्यांनी फ्रेंच हवाईदलातून एक विमान मिळवले. मग रक्कम कबुतराच्या डबीत ठेवण्यात आली आणि ते घराच्या रोखाने उडू लागताच विमानाने त्याचा पाठलाग सुरू केला! जमिनीवर एक मोटारगाडीही सोबत करीत होतीच. कबुतर घर आल्यावर उतरू लागल्याचे त्याच्या मालकाने पाहिले; पण आकाशातले ते विमान आपल्याच कबुतराचा पाठलाग करण्यासाठी इतके हळूहळू उडत आहे याची त्याला काय कल्पना? कबुतराने घराकडे झेप घेतल्याबरोबर खालची मोटारगाडीही आधीच गुपचूप जाऊन पोचली होती. त्यामुळे कबुतर मालकाच्या हाती पडले तेव्हा मालक पोलिसांच्या हाती पडला.

ते वॉलकॉट-डोंझलाच विचारा

अशी ही इंटरपोलची दुनिया. 'जगाच्या पाठीवर कोठेही पाठलाग' हे इंटरपोलचे ब्रीद. या ब्रीदापायी बुद्धिमत्तेची शर्थ करणारे आंतरराष्ट्रीय लफंगे अखेर न्यायासनासमोर नमले आहेत. अनेकांच्या अनेक तऱ्हा होत्या; पण इंटरपोलचा निश्चय एकच— जगाच्या पाठीवर गुन्हेगार कोठेही लपला तरी त्याला शोधून काढणे. एकाने दोन माणसांच्या खोट्या सह्या करून पैसे उकळले, तर दुसऱ्याने सहा महिन्यांत दीडशे घरफोड्या केल्या. एकाने सोने नेणारे विमान पळविले, तर दुसऱ्याने सिगारेटी नेणारे जहाज पळविले. एकाने वर खोटा उजवा हात चिकटवून खाली खऱ्या उजव्या हाताने खिसे कापले, तर दुसऱ्याने साध्या कागदापासून नोटा करून दाखविण्याचे 'शास्त्रीय प्रात्यक्षिक' करून दाखविले. कोणी चोरलेल्या हिऱ्या-सोन्याचा व्यापार केला, तर कोणी चोरलेल्या चित्रांचा. कोणी लपविलेल्या अफूचा केला, तर कोणी पळविलेल्या मुलींचा. कोणी तीन चारशे रुपयांसाठी खून केले, तर कोणी तीन-चार लाख रुपयांसाठी खोट्या सह्या बेमालूम केल्या. पण सप्तपाताळात दडलेली ही मंडळी अखेर इंटरपोलने हुडकून काढली. त्यातले काही थोड्याच दिवसांत सापडले, तर काही बऱ्याच

वर्षांनी. पण इंटरपोलच्या निश्चयाला काळाचे बंधन नाही अन् पाठलागाला अंतराचे बंधन नाही. वॉलकॉट-डोंझलाच याबद्दल विचारा!

इनसाइड इंटरपोल - लेखक : टॉम टलेट

१९.
बोलकी प्रेते

सुतावरून स्वर्गाला जाता येते की नाही हे माहीत नाही... पण– डोक्याचा साधा केस, रक्ताचा एखादाच थेंब, हाडाचा लहानसा तुकडा यांच्या साह्याने खुनी इसमाला फाशीच्या दोरीला जरूर लटकवता येते...

बऱ्याच वर्षांपूर्वी जर्मनीत घडलेला एक खून. प्रेताजवळ खुनी इसमाची टोपी पडली होती. एका तज्ज्ञ डॉक्टरला प्रेताच्या तपसणीसाठी बोलावण्यात आले, तेव्हा ती टोपीही त्याला दाखविण्यात आली. टोपीला फक्त लहानसे दोन केस चिकटले होते. केसांची नीट परीक्षा करून तो तज्ज्ञ म्हणाला, "खुनी इसमाचे केस मधून-मधून पांढरे होत चालले आहेत व त्याला टक्कल पडत चालले आहे. त्याने नुकतेच केस कापून घेतले आहेत. तो बांध्याने मजबूत असून लठ्ठ होत चालला आहे, व तो मध्यम वयाचा आहे." दोन लहानसे केस जर एवढे सगळे सांगू शकतात, तर माणसाचे सबंध शरीर लांबलचक कहाणी सांगू शकेल यात नवल काय?

ऐकणाऱ्याला कान असतील, तर प्रत्येक प्रेत बोलले असते. सबंध प्रेतच काय, एकेक अवयव तज्ज्ञाला इतक्या गोष्टी सांगू शकतो की सामान्य माणसाचा विश्वास बसणे कठीण. केसांचीच गोष्ट घ्या. तज्ज्ञ डॉक्टरला पावणेदोन हजार प्राण्यांचे केस ओळखता येतात, अन् त्यातून मानवी केस बाजूला काढता येतो. नि त्या एका केसावरून काय काय कळते? तो केस पुरुषाचा की स्त्रीचा आहे हे कळते; माणसाच्या शरीराच्या कुठल्या भागाचा आहे हे कळते; त्या माणसाच्या वयाचा अंदाज लागतो— इतकेच काय, पण काही वेळा व्यवसायाचाही तर्क करता येतो.

तज्ज्ञाने केलेल्या तपासणीत प्रेताचे अंगप्रत्यंग बोलू लागते; इतकेच नाही, तर ते कुठल्या अवस्थेत पडले आहे यालाही अन्वयार्थ प्राप्त होतो. इंग्लंडमध्ये कॅमडेन टाऊन शहरात एका घराला आग लागून एक माणूस आत जळून मेला होता. जवळ आत्महत्त्येच्या खुणाही सापडल्या. पण प्रेताच्या तपासणीसाठी बोलावलेल्या तज्ज्ञाने विचारले, "प्रेत सापडले तेव्हा नेमके कसे पडले होते?" उत्तर मिळाले, "खुर्चीवर बसलेले सापडले." तज्ज्ञ पट्कन म्हणाला, "खुर्चीवर बसून जळून मरण्याची वाट पाहणारा एकही माणूस माझ्या ऐकिवात नाही! प्रेत उलटे करा..." ते उलटे करण्यात आले... अन् पाठीत बंदुकीच्या गोळीची खूण सापडली!

याच्याही पुढची आणखी एक पायरी. लंडनमध्ये एका अमेरिकन सोजिराने एका टॅक्सी ड्रायव्हरला बंदुकीने मारले, म्हणून त्याच्यावर खटला भरण्यात आला. तेव्हा तो म्हणाला, "आमचे भांडण झाले, तेव्हा मी भीतीच्या भरात स्वसंरक्षणार्थ गोळी झाडली." खून की स्वसंरक्षण? प्रश्नाचे उत्तर शोधून काढण्यासाठी पोलिसांनी बोलावलेल्या तज्ज्ञ डॉक्टरने एका मेडिकल कॉलेजमधून एक मानवी सांगाडा उसना घेतला आणि टॅक्सी ड्रायव्हर मरताना जसा बसला होता तसाच मोटारीत ठेवला. ड्रायव्हरच्या सीटच्या पुढ्यात डॅशबोर्डवर गोळीची खूण झाली होती. तिथून एका लोखंडी सळीच्या साह्याने गोळी नेमकी कशी आली हे पाहण्यासाठी सांगाड्यातून ती सळी आरपार घातल्यास टोक कोठे बाहेर निघते हे पाहण्यात आले. बंदूक कोठे व कशी धरली होती याचे उत्तर सापडले व डॉक्टरांनी निर्णय दिला— "गोळी खुनाच्याच इराद्याने झाडलेली आहे; भीतीने नाही."

दोन-चार केस, रक्ताचा एखादाच डाग, खरचटल्याची छोटीशी खूण, सिगारेटच्या टोकाला लागलेला थुंकीचा लेश, नखाची रासायनिक परीक्षा... बस,

एवढ्या तुटपुंज्या आधारावर प्रेतांना बोलके करून खुनाचा शोध लावणारे तज्ज्ञ डॉक्टर हल्ली कसलेल्या गुप्त पोलिसांइतकेच गुन्हेगारांचे कर्दनकाळ ठरू पाहत आहेत. पाश्चिमात्य देशात 'क्राइम डॉक्टर' म्हणून प्रसिद्ध असलेल्या या मंडळींपैकी काही विख्यात तज्ज्ञांनी आपल्या ज्ञानाच्या व बुद्धिमत्तेच्या बळावर उलगडलेल्या रहस्यांची विलक्षण उदाहरणे प्रस्तुतच्या पुस्तकात ग्रथित करण्यात आली आहेत, व ती पाहिली म्हणजे आजचे प्रगत वैद्यक-विज्ञान जिवंत माणसाची जेवढी सेवा करू शकते, तेवढीच मेलेल्या—विशेषत: मारलेल्या—माणसाचीही करू शकते हे अजब सत्य पटते.

पन्नास वर्षांपूर्वीचे प्रेत

गेल्या महायुद्धातली गोष्ट. दिनांक १७ जुलै १९४२ या दिवशी लंडनच्या एका बकाल वस्तीत अर्धवट पडलेले एक चर्च पाडून काही मजूर ती जागा मोकळी करीत होते. चर्चचे तळघर उघडे पडले होते व ते साफ करताना एकाने आपल्या पहारीने एक जड शिळा बाजूला केली. खाली हाडांचा छोटासा ढीग पडला होता. मुकादम म्हणाला, "या जागेवर पूर्वी कबरस्तान होते म्हणतात, किंवा बाँबहल्ल्यात मेलेलाही एखादा माणूस असायचा..." दुसऱ्या दिवशी ती हाडे तज्ज्ञ डॉक्टरकडे पाठविण्यात आली. काही हाडांना थोडेसे मांस चिकटलेले होते. त्याची तपासणी करून डॉक्टर म्हणाले, "सध्या तरी मी एकच गोष्ट सांगू शकतो, ती म्हणजे ही हाडे एका बाईची आहेत..."

येथून वैद्यकीय तपास सुरू झाला. डॉक्टरांनी दुसरा शोध लावला, तो म्हणजे त्या चर्चच्या जागी पूर्वी कबरस्तान असले तरी ती हाडे त्यातली नव्हती. कबरस्तानात शेवटचे प्रेत सुमारे ५० वर्षांपूर्वी पुरण्यात आले होते, तर ही हाडे सुमारे दीड वर्षाची जुनी होती. आणखी पुढची पायरी गाठून डॉक्टर म्हणाले, "ही बाई बाँबहल्ल्यात मेली असेही वाटत नाही. तिचे डोके धडापासून साफ कापले गेलेले दिसते, व बाँबहल्ल्यात अशा रीतीने डोके धडावेगळे झाल्याचे मी कधीच पाहिलेले नाही..."

नंतर एखादे कोडे सोडवावे त्याप्रमाणे डॉक्टरांनी त्या हाडांपासून संपूर्ण सांगाडा तयार करायला घेतला. काही हाडे मिळालीच नाहीत, तर काही हाडांचे तुकडे झाले होते. फक्त डाव्या हाताचे कोपरापासून मनगटापर्यंत एकच हाड शाबूत मिळाले. पण त्या एकाच हाडावरून डॉक्टरांनी कोष्टक मांडले. बाईची उंची पाच फुटांहून किंचित जास्त असावी. मग कवटीची क्ष-किरण परीक्षा झाली

व आणखी एक उत्तर मिळाले— बाईचे वय ४० ते ५० च्या दरम्यान असावे. कवटीला चिकटलेले थोडेसे केस मायक्रोस्कोपमधून तपासण्यात आले, तेव्हा माहितीत भर पडली— बाईचे केस पिंगट होते व मधून-मधून करडे झाले होते. सांगाड्याचा जबडा तपासून डॉक्टर पोलिसांना म्हणाले, "वरच्या जबड्यातल्या काही दातांत सिमेंट भरले आहे. तेव्हा या बाईचा डेंटिस्ट सापडला तर बाईच्या नावाचा पत्ता लागू शकेल." बाईला काही रोग झाले होते काय, यासाठीही सांगाड्याची वैद्यकीय तपासणी झाली, आणि डॉक्टर म्हणाले, "बाईचा गर्भाशय वाढला होता. त्याची तिला काळजी वाटली असली पाहिजे, व ती एखाद्या हॉस्पिटलमध्ये सल्ल्यासाठी गेली असली पाहिजे."

तपासाचे चक्र फिरू लागले

इथपर्यंत ठीक होते. पण पोलिसांना एका मोठ्या प्रश्नाचे उत्तर हवे होते—हा खून होता काय? तज्ज्ञाची तपासणी सुरूच होती. मानेच्या हाडावर थोडे मांस चिकटले होते व त्यावर दाबल्याच्या खुणा होत्या. गळ्यातले 'ध्वनिकेंद्र'ही मोडले होते. तज्ज्ञाने निर्णय दिला— "बाईचा गळा दाबून खून करण्यात आला."

आता पोलीस तपासाचे चक्र फिरू लागले. दारामागून दार ठोठावीत पोलीस अखेर एका बाईपर्यंत येऊन पोचले, तेव्हा ती म्हणाली, "सुमारे दीड वर्षापासून माझी बहीण रॅचेल डॉबकिन बेपत्ता आहे. ती आणि तिचा नवरा हॅरी डॉबकिन यांचे पटत नाही. ते वेगळे राहतात व तो तिला पोटगी देतो. एके दिवशी ती त्याला भेटायला गेली ती परत आलीच नाही..." हॅरी डॉबकिनची चौकशी सुरू झाली अन् कळले की त्याची बायको बेपत्ता झाली तेव्हा तो ज्या इमारतीत कामाला होता ती त्या चर्चच्या शेजारीच होती! इकडे लंडनच्या ईस्टएंड विभागातल्या हॉस्पिटलातून एक प्रश्न विचारीत पोलीस हिंडत होते- "गर्भाशयात ट्युमर झाल्याने सल्ला घेण्यासाठी एखादी बाई सुमारे दीड वर्षांपूर्वी आली होती का...?" उत्तर मिळाले "होय, रॅचेल डॉबकिन!" आता अखेरचा प्रश्न— रॅचल डॉबकिनला खोटे दात लावून देणारा डेंटिस्ट कोण? तो सापडला तेव्हा त्याने कवटीतले दात आपल्या नोंदवहीशी ताडून पाहिले. कवटी रॅचेल डॉबकिनचीच होती!

दीड वर्षाच्या कालावधीनंतर सापडलेल्या चार-सहा हाडांच्या ढिगामुळे आपण आपल्या बायकोचा केलेला खून उघडकीला येईल याची हॅरी डॉबकिनला

कल्पनाही नव्हती. पण तिच्या प्रेताने— नव्हे, सांगाड्याने—एका तज्ज्ञ डॉक्टरला सर्व कहाणी सांगितली अन् हॅरी फासावर लटकला.

याच्या उलट, पण याहून विचित्र घटना एडिनबर्गमधील. एका हॉटेलात एक म्हातारा माणूस आपल्या न्हाणीघरात मेलेला आढळला. त्याच्या मेंदूतून बंदुकीची गोळी गेली होती; पण जवळपास गोळीही नव्हती व पिस्तूलही नव्हते. पोलिसांनी चौकशी केली तेव्हा हॉटेलच्या हॉलमध्ये आपली हॅट काढून ठेवताना तो माणूस एका मोलकरणीशी बोलून मग वर गेला एवढा पत्ता लागला. पोलिसांनी हॉटेलच्या जवळ झाडीत शोध घेतला, तेव्हा पिस्तूल सापडले. अर्थात एकच तर्क शक्य होता— खून! पण प्रेताच्या तपासणीसाठी बोलावलेल्या तज्ज्ञ डॉक्टरने एक थक्क करणारा शोध लावला— हा खून नव्हता, आत्महत्या होती! मयत इसमाने बहुधा आयुष्याला कंटाळून जिवाचा अंत करायचे ठरवले. त्याने त्या झाडीत पिस्तूल हनुवटीखाली धरून चाप ओढला. गोळी मेंदूतून पार जाऊन कवटी भेदून बाहेर पडली, तरी तो मेला नाही.

पिस्तूल टाकून देऊन तो हॉटेलात परतला, जिना चढण्यापूर्वी मोलकरणीशी बोलला. शांतपणे जिना चढून गेला आणि आपल्या बाथरूममध्ये जाऊन मेला! पोलिसांनी पिस्तुलाची तपासणी केली तेव्हा त्यावर फक्त मयत माणसाच्या बोटांचेच ठसे सापडले!

ती स्त्री सुडौल बांध्याची होती!

रहस्यमय मृत्यू म्हटला की पहिला अन् अखेरचा प्रश्न एकच असतो— हा खून आहे की नाही? दुसऱ्या एका घटनेत या प्रश्नाचे अगदी विचित्र उत्तर केवळ 'क्राइम डॉक्टर'च्या कौशल्यामुळे सापडू शकले. नोव्हेंबर १९३८ मध्ये समुद्र-किनाऱ्यावरच्या एका इंग्लिश खेड्यात काही मानवी अवयव वाहून आलेले सापडले. ते एखाद्या तीक्ष्ण सुरीने कापल्यासारखे दिसत होते व जखमा अशा ठिकाणी होत्या की मयत माणसाने आत्महत्येसाठी त्या करून घेणे अशक्य होते. थोडक्यात म्हणजे खुनाची शंका यायला खूपच वाव होता. दोन तज्ज्ञ डॉक्टरांनी तपासणी आरंभली, तेव्हा तपासायचे काय हा प्रश्न होता. कारण काय सापडले होते—तर डावा हात, खांद्याचा काही भाग अन् थोडेसे मांस— बस! पण तेवढ्याच अवशेषांची तपासणी करीत-करीत डॉक्टरांनी पोलिसांच्या पुढे मयत इसमाचे चित्र उभे केले—अवशेष बहुतेक एका स्त्रीचे असावेत. ती सुडौल बांध्याची होती. ती उच्चभ्रू वर्गातील असावी, कारण तिला अंगमेहनतीची

सवय दिसत नव्हती. उंची पाच फूट अडीच इंच. वजन हवे त्याहून किंचित जास्त. रंग गोरा. वय पंचवीसच्या पुढे.

काही दिवसांनी साधारण त्याच ठिकाणी आणखी अवयव सापडले व ते त्याच प्रेताचे आहेत असे ठरले. सापडलेल्या सगळ्या अवयवांची परीक्षा करून डॉक्टरांनी अंदाज केला की प्रेत सुमारे दोन महिने पाण्यात राहिले असावे. प्रेताच्या जखमांची नीट पाहणी केल्यावर डॉक्टरांच्या मनात एकदम एक कल्पना आली— हा खून नसावा! एखादा माणूस जहाजातून प्रवास करताना समुद्रात पडला व बोटीच्या प्रॉपेलरखाली ओढला गेला तर प्रॉपेलरच्या पात्यांनी त्याचे असेच तुकडे होऊ शकतील. पोलिसांनी नेटाने चौकशी केली व पत्ता लागला. सुमारे तीन महिन्यांपूर्वी एक बाई खरोखरीच अशी पडली होती. डॉक्टर सरळ त्या जहाजाच्या कप्तानाकडे गेला. "होय," कप्तान म्हणाला, "अशा रीतीने माणूस कापला जाणे शक्य आहे." त्याचे जहाज दुरुस्तीसाठी पाण्याच्या वर आणले होते व त्याने जहाजाचा प्रॉपेलर दाखवला. तो नवीन असताना त्याच्या कडा गुळगुळीत होत्या, पण आता त्या अगदी सुरीच्या पात्यासारख्या धारदार झाल्या होत्या. त्या स्त्रीच्या घराचा पत्ता लावून तिच्या सामानावरचे तिच्या बोटांचे ठसे मिळविण्यात आले. समुद्रात सापडलेल्या हाताच्या बोटांचे ठसे तेच होते!

असेच आणखी एक रहस्य. इंग्लंडमध्ये कॉर्नवॉलच्या किनाऱ्यावर एके ठिकाणी फक्त पायांची हाडे सापडली. तपासणी करणारा तज्ज्ञ घोटाळ्यात पडला. हाडांच्या मोजमापावरून कोष्टकाप्रमाणे त्या माणसाची जी उंची असायला हवी होती त्या मानाने पाय आखूड वाटत होते. हे कसे काय? आणखी बारकाईने तपास केला तेव्हा एक शोध लागला. त्या माणसाची उजवी मांडी कधी तरी फ्रॅक्चर झाली असावी, व ती शस्त्रक्रियेच्या मदतीशिवायच जोडली होती. त्यामुळे पाय हवा त्यापेक्षा तीन इंच आखूड झाला होता. पण डाव्या पायाचे काय? दोन्ही पाय मोडतील व तेवढेच आखूड होतील, हे शक्य नव्हते. आता डाव्या पायाची बारकाईने तपासणी सुरू झाली व हाडात शस्त्रक्रियेसाठी वापरायचे दोन खिळे सापडले. म्हणजे एक पाय आखूड झाल्याने त्याला लंगडावे लागू नये म्हणून दुसरा पायही शस्त्रक्रियेने आखूड करण्यात आला होता. एवढे शास्त्रीय ज्ञान दाखवल्यावर डॉक्टरने त्यात सामान्यज्ञानाची भर टाकली. "हल्ली मांडी मोडली तर कोणी शस्त्रक्रियेवाचून राहत नाही, तेव्हा हा अपघात महायुद्धाच्या वेळी घडला असावा... हा एखादा वैमानिक असावा व त्याचे विमान शत्रूने पाडल्यावर तो शत्रूच्या हाती सापडला असावा. विमानातून

उडी मारताना त्याची एक मांडी मोडून पाय तीन इंच अधू झाला असावा, त्यामुळे तो लंगडत असावा. पुढे सुटून आल्यावर त्याने दुसऱ्या पायाचे ऑपरेशन करून घेतले असावे...'' लंगडे, पांगळे झालेले शेकडो वैमानिक परत आले होते. त्यांच्या याद्या धुंडाळण्यात आल्या व एक वैमानिक सापडला. त्याने उजव्या पायाला इजा झाल्यावर डावा पाय आखूड करून घेण्यासाठी शस्त्रक्रिया करून घेतली होती. दहा वर्षांपूर्वीचे शस्त्रक्रियेच्या वेळी काढलेले क्ष-किरण फोटो तपासण्यात आले. समुद्रात सापडलेल्या पायाचेच ते फोटो होते! डॉक्टरने आपले रहस्य सोडविले. पण त्या माणसाचे अवयव त्या ठिकाणी समुद्रात कसे सापडले हे रहस्य पोलिसांना अखेरपर्यंत उलगडले नाही.

हकीगतीचा घोटाळा

आता खून आणि भुताटकीच्या भीषण मिश्रणाची एक सत्यकथा. सीटन नावाच्या एका इंग्लिश खेड्यात एलिझाबेथ फर्ग्युसन नावाची एक तरुण मोलकरीण रक्तबंबाळ अवस्थेत एका लहानशा हॉटेलात गेली आणि म्हणाली, ''आमच्या घरात एका माणसाने माझ्या मालकिणीवर, दोन मुलांवर आणि माझ्यावर प्राणघातक हल्ला केलाय... मालकीण बहुतेक मेलेली आहे अन् खुनी अजून आतच आहे!'' ताबडतोब धावाधाव झाली. पोलीस बोलावण्यात आले आणि एका तज्ज्ञ डॉक्टरलाही टेलिफोन करण्यात आला. खुनी इसमाला पकडण्यासाठी एक पोलीस मोठ्या धैर्याने घराचा पुढचा दरवाजा उघडून आत शिरला, तेव्हा त्याला दिसलेल्या दृश्याने कुणालाही घेरी आली असती. समोरच घराची मालकीण रक्ताच्या थारोळ्यात पडली होती. फर्निचर अस्ताव्यस्त पडले होते आणि जमिनीवर व भिंतीवर जणू रक्ताचा सडा घातला होता; पण आत कोणीच नव्हते.

इकडे डॉक्टराने मोलकरणीच्या हातावरच्या जखमा पाहिल्या. त्या इतक्या खोल होत्या की काही बोटांचे सांधे तुटले होते. पण त्या सगळ्या जखमा हाताच्या आतल्या बाजूला होत्या! खुनी इसमाशी झालेल्या झटापटीत तिने हात वर करून स्वत:चे रक्षण करायचा प्रयत्न केला असेल तर काही जखमा तरी हाताच्या पाठीमागच्या बाजूला व्हायला हव्या होत्या... ''हिच्या हकीकतीत काही तरी घोटाळा आहे.'', पोलिसांना डॉक्टर म्हणाले. एलिझाबेथने पोलिसांच्या डोळ्यांतला संदेह पाहिला अन् गोष्ट बदलली. ''खरे म्हणजे मालकिणीने एकदम वेडाच्या भरात मुलांवर व माझ्यावर हल्ला केला. आधी तिने कोयत्याने मुलांच्यावर हल्ला केला. मी त्यांना वाचवायला धावले, तेव्हा माझ्यावरही हल्ला केला. ती

इतकी झपाटल्यासारखी झाली होती की कोयत्याचे घाव तिला स्वत:लाही लागले. मग मी स्वत:चे रक्षण करण्यासाठी सुरी आणायला स्वयंपाकघरात धावले...''

पुन्हा वैद्यक-विज्ञानाची करामत दिसली. मालकीण पडली होती तिथून स्वयंपाकघरापर्यंत रक्ताच्या खुणा होत्या. एलिझाबेथवर हल्ला झाल्यावर ती रक्षणासाठी सुरी आणायला धावली असेल, तर ते रक्त तिचे हवे होते. पण तिचे रक्त वैद्यकीय दृष्ट्या 'ए' गटाचे होते, तर खुणा 'ओ' गटाच्या रक्ताच्या होत्या— मालकिणीच्या रक्ताच्या! म्हणजे मालकिणीवर आधी कोयत्याने हल्ला करून मग सुरीने तिचा निकाल लावण्यासाठी एलिझाबेथ धावली होती. सुरीने घाव करताना मुठीला रक्त लागून एलिझाबेथचा हात सरकला. पण पातेच मुठीत धरून खुनाच्या कैफात तिने वार करणे चालूच ठेवले. त्यात तिची बोटे कापली गेली. स्वत:चे रक्षण करताना तिच्या हाताला जखमा झाल्या असत्या तर त्या वाकड्यातिकड्या दिसल्या असत्या अन् हाताच्या दोन्ही बाजूंना झाल्या असत्या, पण या खुणा फक्त तळहातावर होत्या नि त्या मुठीत धारदार पाते घट्ट आवळले तर होतील तशा सरळ होत्या!

सर्व वैद्यकीय पुरावा एकच गोष्ट दर्शवीत होता— हत्या एलिझाबेथने केली होती. एलिझाबेथ अखेरपर्यंत म्हणाली, "मी जे काही केले, ते स्वत:च्या बचावासाठी केले.'' पण पेशाने सालस असणाऱ्या त्या मुलीवर ज्यूरीने दया दाखवली व तिला पाच वर्षे तुरुंगवासाची शिक्षा झाली. तुरुंगातून सुटून आल्यावर ती लवकरच मरण पावली. ती भीषण घटना काळाच्या उदरात लुप्त झाली व ते घर विकले गेले. आणखी काही काळ लोटला व १९६४ मध्ये त्या घरात अचानक भुताटकी सुरू झाली. पावलांचा आवाज येऊ लागला, खिडक्या, दरवाजे आपोआप उघडूमिटू लागले.... दिवे आपोआप विझू-पेटू लागले. घाबरलेल्या बिऱ्हाडकरूंनी मांत्रिकाला बोलावले आणि मांत्रिकामार्फत भूत बोलले, "मी एलिझाबेथ फर्ग्युसन. मी माझ्या मालकिणीला ठार मारायला नको होते. ती सापडून तिची क्षमा मागेपर्यंत मला शांती लाभणार नाही...''

वैज्ञक-विज्ञानाला खुनी सापडला

सुतावरून स्वर्गाला जाणारी माणसे असोत किंवा नसोत, केसावरून फासावर जाणारे खुनी मात्र आहेत. फॉलमाउथ नावाच्या गावात सिगारेटचे दुकान असणाऱ्या एका माणसाचा खून झालेला आढळला. जवळ पिस्तूल पडले होते, तेव्हा पिस्तुलाच्या मालकाचा तपास ही पहिली पायरी होती. ही १९४२ ची

गोष्ट. महायुद्धाच्या त्या काळात इंग्लंडमध्ये कुठलेही हत्यार दुर्मिळ होते त्यामुळे ते पिस्तूल एका जहाजाच्या कप्तानाचे होते व वर्षापूर्वी ट्रेनोवेथ नावाच्या मजुराने ते चोरले होते हे शोधून काढायला फारसा त्रास पडला नाही. पुढे डॉक्टरचे कसब पणाला लागले, कारण पिस्तुलावर बोटांच्या ठश्यांची गल्लत झालेली होती.

डॉक्टरांनी पिस्तूल उघडून त्याच्या चापाची बारकाईने परीक्षा केली. चापाला लावलेल्या तेलाला कापसाचे नि लोकरीचे रंगीबेरंगी तंतू चिकटले होते, ते त्यांनी काळजीपूर्वक बाजूला काढले. तोपर्यंत ट्रेनोवेथची पोलीस चौकशी सुरू झाली होती. डॉक्टरांनी त्याचे कपडे तपासले व पँटच्या एका खिशातून नेमके तसेच तंतू काढले. नंतर त्या खिशाची विशिष्ट प्रकाशात तपासणी करण्यात आली, तेव्हा त्याला अगदी पुसट तेल लागलेले आढळले, व तेच तेल पिस्तुलाच्या चापाला होते. तिसरा डॉक्टरी दुवा सापडला तो ट्रेनोवेथच्या घरी. त्याने वर्षापूर्वी पिस्तूल चोरले तेव्हा एका गालिच्याच्या तुकड्यात ते लपवून ठेवले होते. गालिचा रंगीबेरंगी होता व किंचित तेलकट झाला होता. त्याचे रंग व त्याचे तेल दोन्ही ट्रेनोवेथच्या खिशातले व पिस्तुलावरचेच होते!

शेवटचा शोध तर निर्णायक ठरला. ट्रेनोवेथच्या कोटाची बाही किंचित ओलसर लागली म्हणून तपासण्यात आली. तिला आतून रक्त लागले होते. रक्ताची वैद्यकीय तपासणी करण्यात आली. ते ट्रेनोवेथच्या 'ए-एम-एन' गटाचे नव्हते; खून झालेल्या इसमाच्या 'ए-एन' गटाचे होते. रक्ताच्या एका डागामुळे वैद्यक-विज्ञानाला खुनी सापडला होता.

◊◊

द क्राइम डॉक्टर्स - लेखक : रॉबर्ट जॅक्सन

लेखक परिचय

श्री. सुधाकर राजे मुंबई विद्यापीठाचे एम.ए. व दिल्ली विद्यापीठाचे एलएल.बी. असून गेली ६० वर्षे पत्रकारितेचा व्यवसाय करीत आहेत. ते दिल्लीच्या 'ऑर्गनायझर' इंग्रजी साप्ताहिकाचे माजी संपादक व सध्या मुंबईतील 'हिंदू व्हिजन' इंग्रजी मासिकाचे संपादक आहेत. 'ऑर्गनायझर' मध्ये त्यांनी सतत ५० वर्षे एक लोकप्रिय विनोदी सदरही लिहिले. इंग्रजी व मराठी नियतकालिकांत त्यांचे लेख प्रकाशित होत असतात. इंग्रजी लेख इंग्लंड-अमेरिकेतील नियतकालिकांतही प्रकाशित झाले आहेत.

श्री. राजे ग्रंथ-लेखकही आहेत. 'मुस्लीम मध्यपूर्वेचा हिंदू इतिहास', 'बुद्धपूर्व तिबेटचा हिंदू इतिहास', 'अल्-कायदाचा इस्लामी दहशतवाद' आणि 'आधुनिक इंग्रजी संभाषणाची कला' ह्या विषयांवर त्यांची इंग्रजी पुस्तके प्रकाशित झाली आहेत. 'वेगळे जग' नावाचा मराठी पुस्तक-परीक्षणांचा संग्रह व 'ब्लॅक गोल्ड' शीर्षकाचे खनिज तेलाची कथा सांगणारे इंग्रजी पुस्तक ही ४० वर्षांपूर्वी प्रकाशित झालेली त्यांची पहिली दोन पुस्तके होती. 'पाकिस्तानी दहशतवादा'वरील

त्यांचे इंग्रजी पुस्तक आणि 'मुस्लीम मध्यपूर्वेच्या हिंदू इतिहासा'वरील इंग्रजी पुस्तकाची मराठी आवृत्ती प्रकाशनाच्या वाटेवर आहे. शिवाय त्यांनी 'संक्षिप्त हिंदू ज्ञानकोश' आणि जगातील ९० भाषांत आढळलेल्या 'संस्कृतोद्भव शब्दांचा संक्षिप्त शब्दकोश' हे दोन ग्रंथ इंग्रजीत तयार केले आहेत.

श्री. सुधाकर राजे भाषांतरकारही असून त्यांनी २०/२५ मराठी व हिंदी पुस्तकांचे इंग्रजीत भाषांतर केले आहे. त्यात भूतपूर्व पंतप्रधान श्री. अटलबिहारी वाजपेयी यांनी संसदेत हिंदीत केलेल्या भाषणांच्या ४ खंडांचा समावेश आहे.

श्री. राजे यांनी डिप्लोमॅटिक पदावर काम केले आहे. कॅरीबियन प्रदेशातील गयाना देशात भारत सरकारतर्फे चालविण्यात येणाऱ्या 'इंडियन कल्चरल सेंटर' चे ते संचालक होते.

त्यांनी देश-परदेशांत बराच प्रवास केला आहे. त्यात इंग्लंड, अमेरिका, कॅनडा व कॅरीबियन देशांचा समावेश आहे.